# பசி காதல் பித்து

மலையாள மூலம்: முகம்மது அப்பாஸ்

தமிழில்: கே.வி. ஷைலஜா

வம்சி

| | | |
|---|---|---|
| பசி காதல் பித்து | : | வாழ்வியல் கட்டுரைகள் |
| மலையாள மூலம் | : | முகம்மது அப்பாஸ் |
| தமிழில் | : | கே.வி.ஷைலஜா |
| | : | © ஆசிரியருக்கு |
| முதற்பதிப்பு | : | நவம்பர் 2024 |
| அட்டை வடிவமைப்பு | : | பி.எஸ். வம்சி |
| வெளியீடு | : | வம்சி புக்ஸ் |
| | | 19, டி.எம்.சாரோன், |
| | | திருவண்ணாமலை - 606 601 |
| | | 9445870995, 04175 - 235806 |
| அச்சாக்கம் | : | மணி ஆப்செட், சென்னை - 600 077 |
| விலை | : | ₹ 350/- |
| ISBN | : | 978-93-93725-76-9 |

| | | |
|---|---|---|
| Pasi kaadhal pithu | : | Articles on the art of living |
| From Malayalam | : | Muhammed Abbas |
| In Tamil | : | K.V.Shylaja |
| | : | © Author |
| First Edition | : | November - 2024 |
| Wrapper Design | : | B.S. Vamsi |
| Published by | : | Vamsi books |
| | | 19.D.M.Saron, |
| | | Tiruvannamalai - 606 601 |
| | | 9445870995, 04175 - 235806 |
| Printed by | : | Mani Offset, Chennai - 600 077 |
| | : | ₹ 350/- |
| ISBN | : | 978-93-93725-76-9 |

www.vamsibooks.com - e-mail: kvshylajatvm@gmail.com

பிறந்து வாழ்ந்த அடையாளமாக எந்த சுவடுகளையும்
விட்டு வைக்காமல் இந்த உலகை விட்டு
மறைந்து போகும் சாமானியர்களுக்கு...

# முகம்மது அப்பாஸ்

திருக்குறளையும் கண்ணதாசனையும் நெல் வயல்களையும் தாமரைக் குளங்களையும் மாரியம்மன் கோவில்களையும் திருவிழாக்களையும் உள்ளே பத்திரப்படுத்தியிருக்கும் ஒரு மலையாளத் தமிழன்.

கேரளாவிலிருந்து தமிழ்நாட்டிற்கு பிழைப்பதற்காகக் குடியேறிய பல குடும்பங்களில் ஒன்றாக முகம்மது - சைனாபா தம்பதிகளின் எட்டாவது மகனாகப் பிறந்தவர். கன்னியாகுமரி ஜில்லாவில் "பெருஞ்சிலம்பு" அரசு நடுநிலைப் பள்ளியில் எட்டாவது வரை படிப்பு.

சொந்த வேர்களைத் தேடிச் சென்ற அம்மா அப்பாவுடன் பதின்மூன்றாம் வயதில் ஒரு லாரியில் ஏறிப் பயணித்து மலப்புரம் ஜில்லாவில் கோட்டக்கல் என்ற சிற்றூரை வந்தடைந்தார்.

ஆசியர்களோ பள்ளிக்கூடங்களோ இல்லாமல் தனியாகவே கற்றுக் கொண்ட மலையாள மொழியில் அவரெழுதிய புத்தகங்கள்,

புதினங்கள்
அபுவின்டெ ஜாலகங்கள்

அனஸ் அகம்மதிண்டெ கும்பசாரம்
கட்டுரைத் தொகுப்புகள்
ஒரு பெயிண்ட் பணிக்காரண்டெ லோக சஞ்சாரங்கள்
ஆத்மஹிருத்யக்கும் பிராந்தினுமிடையில்
கசாக் என்னெ வாயிச்ச கத
அனுபவக்குறிப்புகள்

விசப்பு ப்ரணயம் உன்மாதம்
மனுஷன் எந்நது அத்ரே சுகமாய ஏற்பாடல்ல
ஆத்ம கதையின் 2 பாகங்கள்)

வெறும் மனுஷ்யர்
ஜீவிண்டெ கபர்

பதினான்காம் வயதிலிருந்து லாட்டரிச் சீட்டு விற்பவனாக, சாலைப்பணியாளனாக, வீட்டு வேலைக்காரனாக, ரப்பர் தோட்டப்பணியாளனாக, ஸ்டீல் பிளாண்டில் கலாசியாக, காய்கறி விற்பவனாக, மீன் வியாபாரம் செய்பவனாக, உணவகங்களில் எச்சில் மேசைத் துடைப்பவனாக பல வேலைகள் செய்தார்.

இருபது வருடங்களாக சுவர்களுக்கு வண்ணமடித்து குடும்பத்தைக் காப்பாற்றுகிறார்.

மனைவி : நசீமா

பிள்ளைகள் : நாஜியா நஸ்ரின், தஸ்லீமா, முகம்மது ஹாசிம்.

# கே.வி.ஷைலஜா

தமிழ் மண்ணில் வளர்ந்தாலும் தாய் பூமியான கேரளத்தின், மழைநீர்ப் பாசி படர்ந்த குளிர் மணத்தைத் தனக்குள்ளே தக்க வைத்துக் கொண்டிருப்பவர்.

மலையாளக் கவிஞர் பாலச்சந்திரன் சுள்ளிக்காடு எழுதிய சிதம்பர நினைவுகள் கட்டுரைத் தொகுப்பு மொழிபெயர்க்கவே, பேச மட்டும் தெரிந்த தாய்மொழியான மலையாளத்தை வாசிக்கவும் கற்றுக் கொண்டார்.

அதன்பிறகு என்.எஸ்.மாதவன், மம்முட்டி, கெ. ஆர்.மீரா, கல்பற்றா நாராயணன், சிஹாபுதின் பொய்த்தும்கடவு, எம்.டி.வாசுதேவன் நாயர், பாக்கியலஷ்மி, உமா பிரேமன் ஆகியோரது படைப்புகளையும் மொழிபெயர்த்திருக்கிறார். முத்தியம்மா, உருவமற்ற என் முதல் ஆண் என்ற இரண்டு கட்டுரைத் தொகுப்புகளை நேரடியாகத் தமிழிலும், தென்னிந்தியச் சிறுகதைகள் (தமிழ், மலையாளம், தெலுங்கு, கன்னடம்), பச்சை இருளனின் சகா பொந்தன் மாடன் (தமிழ், மலையாளம்) என்ற தொகுப்புகளையும் தமிழுக்குத் தந்திருக்கிறார்.

கலை இலக்கியப் பேரவை விருது, திருப்பூர் தமிழ்ச் சங்க விருது, கனடா தோட்ட விருது, பெண் படைப்பாளிகளுக்கான

சக்தி விருது, மொழிபெயர்ப்புக்கான கலை இலக்கிய விருது, கேரள மண்ணிலிருந்து அவர்களின் படைப்பாளிகளைத் தமிழுக்கு கொண்டு வந்ததற்காக 'காலியத் தாமோதரன் விருது' ஆகிய விருதுகளைப் பெற்றிருக்கிறார்.

வம்சி புக்ஸ் என்ற பதிப்பகம் தொடங்கி நானூற்றுக்கும் மேற்பட்ட புத்தகங்களைப் பதிப்பித்திருக்கிறார். ஐந்து புத்தகங்களுக்குத் தமிழக அரசின் சிறந்த பதிப்பாளருக்கான விருதினைப் பெற்றிருக்கிறார்.

வாழ்வியல் நாவலான உமா பிரேமனின் 'கதை கேட்கும் சுவர்கள்' தமிழிலும், மலையாளத்திலும், தெலுங்கிலும், ஹிந்தியிலும் திரைப்படமாக வெளிவரவிருக்கிறது.

இவருடைய சிதம்பர நினைவுகள் மற்றும் தென்னிந்தியச் சிறுகதைகள் தமிழகத்தின் சில கல்லூரிகளில் பாடமாக வைக்கப்பட்டிருக்கின்றன.

தற்போது பன்னிரெண்டாம் வகுப்பு, தமிழ்ப் பாடநூலில் 'சிதம்பர நினைவுகள்' புத்தகத்திலிருந்து ஒரு பகுதியைத் தமிழக அரசு இணைத்துள்ளது.

சஹிதா என்ற புதினத்தின் வழி புனைவுலகத்திற்குள்ளும் வந்திருக்கிறார்.

மொழிபெயர்ப்புகள் :

கட்டுரைகள்:

1. சிதம்பர நினைவுகள் - பாலச்சந்திரன் சுள்ளிக்காடு
2. மூன்றாம் பிறை - மம்முட்டி (வாழ்வனுபங்கள்)

தமிழில் எழுதப்பட்ட கட்டுரைகள்:

3. முத்தியம்மா
4. உருவமற்ற என் முதல் ஆண்

**சிறுகதைகள்:**

5. சர்மிஷ்டா - என்.எஸ்.மாதவன்

6. சூர்ப்பனகை - கெ.ஆர். மீரா

7. யாருக்கும் வேண்டாத கண் - சிஹாபுதீன் பொய்த்தும்கடவு

**நாவல்:**

8. சுமித்ரா - கல்பற்றா நாராயணன்

9. இறுதி யாத்திரை - எம்.டி. வாசுதேவன் நாயர்

10. ஸ்வர பேதங்கள் - பாக்யலஷ்மி

11. கதை கேட்கும் சுவர்கள் -ஷாபு கிளித்தட்டில்

**தொகுப்பு நூல்கள்:**

12. பச்சை இருளனின் சகா பொந்தன் மாடன்

(தமிழ் - மலையாளச் சிறுகதைகளின் தொகுப்பு)

13. தென்னிந்தியச் சிறுகதைகள்

(தமிழ்-மலையாள-கன்னட-தெலுங்குச்சிறுகதைகளின் தொகுப்பு)

14. சஹிதா - நிபந்தனையற்ற அன்பின் குரல்

(முதல் நாவல்)

15. இமைக்கும் கருவிழிக்குமிடையே - பயண இலக்கியம்

கணவர் : பவா செல்லதுரை

பிள்ளைகள் : மகன் வம்சி, மகள் மானசி

வீடு : 19.டி.எம்.சாரோன்,

திருவண்ணாமலை -606 601

பேச : 9445870995

எழுத : kvshylajatvm@gmail.com

# புனைவை மிஞ்சும் நிஜங்கள்

'பசி காதல் பித்து' என்னும் தனது பதினாறாவது மொழியாக்க நூலுக்கு ஒரு முன்னுரை வேண்டுமென கே.வி. ஷைலஜா அவர்கள் அலைபேசியில் தொடர்புகொண்டு கேட்டபோது வியப்பும் மலைப்பும் எழுந்தது. வம்சி பதிப்பகத்தை வெற்றிகரமாக நடத்திக் கொண்டிருக்கும் அவருக்குத் தமிழ் இலக்கிய உலகின் எந்த இலக்கிய ஆளுமையிடமிருந்தும் ஒரு முன்னுரையை எளிதாக வாங்கிவிட இயலும். அப்படியிருக்க ஒரு மொழிபெயர்ப்பாளனிடம் முன்னுரை கோருவது ஏனென்று வினவினேன். மொழியாக்கத்தின் மீதும் மொழிபெயர்ப்பாளர்கள் மீதுமுள்ள தனது நன்மதிப்பைக் குறித்த அவரது விளக்கம் என்னை மௌனமாக்கியது.

வளர்ந்து வரும் இளம் மலையாள எழுத்தாளர் முகம்மது அப்பாஸ். அவரது முதல் படைப்பு 'பசி காதல் பித்து.' தனது அனுபவங்களில் எதிர்கொண்ட உண்மைக் கதைகளை முப்பத்தியேழு கட்டுரைகளாக எழுதியுள்ளார். அப்பாஸ் முறைசார் கல்வியைக் கற்றவரல்ல. சுவர்களுக்கு வண்ணமடிக்கும் பணியைச் செய்து வருபவர். ஆனால் டால்ஸ்டாய், இவான் இலியட், குந்தரே, நெரூடா, மார்க்வெஸ் போன்ற

உலக இலக்கிய மேதைகள் தொடங்கிச் சமகால மலையாள இலக்கியங்கள் அனைத்தையும் ஆழமாக வாசித்த சிறந்த வாசகர். அவரது வாசிப்புப் பயணம் நித்ய சைதன்ய யதியின் மெய்யியல் வரை நீள்கிறது. இந்தத் தீராத வாசிப்பு வேட்கை அவரைத் தேர்ந்த எழுத்தாளராக மாற்றியிருக்கிறது.

ஷைலஜா அவர்கள், தனது மொழியாக்கத்தில் வெளிவரவிருக்கும் இப்புத்தகத்தின் தட்டச்சுப் பிரதியை எனக்கு அனுப்பித் தந்திருந்தார். இந்நூலின் முதல் வாசகன் என்கிற பெருமிதத்துடன் வாசித்தேன். அப்பாஸ் முன் வைக்கும் பசி, காதல், பித்து என்கிற விஷயங்கள் நவீன மலையாள இலக்கியத்திற்குப் புதிதல்ல. இவ்விஷயங்களை முதல்முறையாகப் புனைவில் கொண்டு வந்தவர் பேப்பூர் சுல்தான் வைக்கம் முகம்மது பஷீர். அவருக்குப் பிந்தைய நான்காம் தலைமுறையைச் சேர்ந்த எழுத்தாளரான அப்பாஸ் தனக்குத் தெரிந்த வாழ்வின் சொற்களை இலக்கிய மொழியாக மாற்றிக் காட்டி, புதிய வகைமாதிரி எழுத்தை மலையாள இலக்கியத்தில் உருவாக்க முயன்றிருக்கிறார். ஆகவே, ஒரு ஆகச் சிறந்த இலக்கிய ஆக்கத்திற்கு உரித்தான பல திறப்புகளைத் தன்னுள் வைத்திருக்கிறது இப்பிரதி.

புனைவுக்கும் நிஜத்திற்குமான இடைவெளியை நிரப்பிக் கொள்ளும் தகுதியை வாசகனுக்கு வழங்கக் கூடியவர் பாலசந்திரன் சுள்ளிக்காடு. அதன் வழியாகக் அவரது 'சிதம்பர நினைவுகள்' கலையின் உச்சத்தைத் தொட்டது. சுள்ளிக்காடின் 'சிதம்பர நினைவுகள்' எழுத்து பாணியை விட்டு விலகி, புனைவை மிஞ்சும் நிஜங்களைப் படைத்திருக்கிறார் அப்பாஸ்.

'இந்தப் பிரதியில் இலக்கிய அழகைத் தேடாதீர்கள்' என்ற மன்றாடலைத் தனது முகவுரையில் முன் வைக்கிறார் அப்பாஸ். அவரது மன்றாடல் தேவையற்றது என்பதே இந்நூல் உணர்த்தும் நிரூபணம்.

ஒரு இலக்கியப் பிரதியின் அனைத்து அழகுகளையும் தன்வயப்படுத்திய 'பசி காதல் பித்து' என்னும் முதல் படைப்பில் விளிம்புநிலை வாழ்வில் எதிர்கொண்ட பேரனுபவங்களை, சந்தித்த மனிதர்களின் நற்குணங்களை, குணக்கேடுகளைப் புனைவின் வண்ண இழைகளைக் கோர்க்காமல் உயரிய கலைப் படைப்பாக நெய்து காட்டுகிறார்.

தனது மகளுக்குக் கல்லூரிக் கட்டணம் செலுத்த வேர்வை சிந்த உழைத்து, ஊதியம் கேட்டு வீட்டுக்காரரின் வீட்டு முற்றத்தில் கூலிக்காக ஏங்கி நிற்கும் இளைஞன், கண்களில் தீப்பொறிகள் அசையும் நண்பன் மன்சூர், ஹோட்டலில் ஒரு பெண்ணிடம் அடிவாங்கும் பதினான்கு வயது சிறுவன், மஞ்சுளாவின் உணர்வுகளற்ற முகம், யூசுஃபின் தாயார் ராக்குட்டியம்மா, இலியாஸ் முஸ்லியார் இப்படியாக முப்பத்தியேழு கட்டுரைகளில் இடம்பெற்ற ஒவ்வொரு உண்மைப் பாத்திரத்தின் மீதும் மனம் ஒன்றும்போது கண்கள் குளமாவதைத் தவிர்க்க முடிவதில்லை.

தனது அனுபவச் சொற்களை வைத்து அபுவின்டெ ஜாலகங்கள் (அபுவின் ஜன்னல்கள்), ஆத்மஹத்யக்கும் பிராந்தினுமிடையில் (தற்கொலைக்கும் பித்திற்கும் நடுவில்), ஒரு பெயிண்ட பணிக்காரன்டெ லோக சஞ்சாரங்கள், (ஒரு பெயிண்ட் வேலைக்காரனின் உலகப் பயணங்கள்), கசாக் என்னெ படிப்பிச்சு (கசாக் என்னைப் படிக்க வைத்தது) என்பவை இவர் எழுதிய சமீபத்திய புத்தகங்கள். அவற்றில் நாவலும் சிறுகதைகளும் அடங்கும்.

ஷைலஜா தமிழில் மொழியாக்கம் செய்த சிதம்பர நினைவுகள், மூன்றாம் பிறை, ஸ்வர பேதங்கள், கதை கேட்கும் சுவர்கள் போன்ற புத்தகங்கள் அவர் தமிழ் இலக்கிய முற்றத்திற்குக் கொண்டுவந்து சேர்த்த அழியாப் பொற்கோலங்கள். அதே வரிசையில், அதே பொன் துகள்களை வைத்து 'பசி காதல் பித்து' என்கிற மேலுமொரு கோலத்தை வரைந்து மொழிபெயர்ப்பின் வழியாக அழகு சேர்த்திருக்கிறார்.

யதார்த்த வாழ்வு, எளிமை, குடும்ப வாழ்க்கையின் சிடுக்குகள் ஆகியவற்றைக் கச்சிதமும் நேர்த்தியும் வனப்பும் கவித்துவமும் கொண்ட மொழியால் கண்ணீர்த் துளிகளுக்குள் வானவில்லின் மாயாஜாலங்களை நிகழ்த்திக் காட்டியுள்ளார் முகம்மது அப்பாஸ். அவரது ஏமாற்றம், துயரம், அவமானம், வடுக்கள் ஆகியவற்றை அச்சுஅசலாக உள்வாங்கி இதுவொரு மொழிபெயர்ப்புப் புத்தகம் என்கிற எண்ணத்தை எழுப்பாமல் மூலமொழியில் வாசிப்பதைப் போன்ற உணர்வை வாசகனுக்கு வழங்குகிறார் கே.வி. ஷைலஜா.

வாழ்த்துகளுடன்
**நிர்மால்யா**
ஊட்டி
16-10-2024

# என் வாழ்வின் மாற்றுப் பாதை

இருபது வருடங்களுக்குப் பிறகும் பாலச்சந்திரன் சுள்ளிக்காட்டின் 'சிதம்பர நினைவுகள்' புத்தகத்திற்கு எனக்கு, தொடர்ந்து வரும் உரையாடல்களும் பாராட்டுகளும் வருடங்கள் கடந்தும் என்னை எழுத வைக்கின்றன. வாழ்வனுபவங்களை வாசிக்கவும் எழுதவும் மொழிபெயர்க்கவும் மிகுந்த காதல் எனக்குண்டு. ஒரு முன்னிரவில் என் அலைபேசிக்குப் பரிச்சயமற்ற எண் மூலம் அழைப்பு வந்தது. கேரளாவின் காசர்கோட்டிலிருந்து ராஜன் கூப்பிடுவதாகச் சொன்னார். சிதம்பர நினைவுகள் தமிழ்ப் பதிப்பை, பார்வைத் திறனற்ற, கேட்க மட்டுமே முடிகிற குழுமத்தில் வாசிப்பதாகவும் அதற்கு நல்ல வரவேற்பு இருப்பதாகவும் நிறைய நண்பர்கள் குரல் வழியாகத் தங்கள் அனுபவங்களைப் பதிவு செய்திருப்பதாகவும் பேசி, அதை எனக்கு அனுப்பவும் செய்தார்.

ராஜன் அதோடு நின்றுவிடவில்லை. கூடவே முகம்மது அப்பாஸை அறிமுகப்படுத்தி அவரைப் பற்றிச் சொல்லி புத்தகத்தையும் அனுப்பி வைத்தார். கடந்த வருடக் கார்த்திகையின் தொடக்க காலத்தில் வாசிக்க ஆரம்பித்து அடைமழையில், கொடும் குளிரில் சுட்டெரிக்கும் வெயிலில் எனப் பலமுறை வாசித்துக் கொண்டேயிருந்தபோது, அதெல்லாம் பருவ நிலைகள் அல்ல, எனக்குள் ஏற்படும் கொதிநிலையும் அதன் பிறகான குளிர்வுமெனப் புரிந்தது. அப்பாஸின்

''விசப்பு பிரணயம் உன்மாதம்'' என்ற இந்தப் புத்தகம் எனக்குள் ஏற்படுத்தியிருக்கும் மாற்றங்கள் மிக ஆழமானது, வலி நிறைந்தது, துக்கத்தைக் கிளறி விடுவது, தனிமையில் அழவைப்பது. ஐம்பதைக் கடந்த இந்த வயதில் வாழ்வை எப்படி எதிர்கொள்வதென்று எனக்குச் சொல்லிக் கொடுத்து. மனிதர்களை மீண்டுமாய் வாசிக்கக் கற்றுக் கொடுத்தது. அவர்களின் செயல்களுக்கான புதிய அர்த்தங்களைப் புரிய வைத்தது. ஒற்றை வார்த்தையில் சொல்வதென்றால் 'என்னையறிதல்' என்ற உன்னதமான நிலைக்கு இட்டுச் சென்றது. புத்தகங்கள்தான் எப்போதும் அதைச் செய்யும், உணர வைக்கும், நம்மைத் தொந்தரவு செய்யும், என்னை ஏற்றுக் கொள்ளென்று மௌனமாய் பிடிவாதம் பிடிக்கும். வாழ்வை அப்படியே தடம் புரட்டிப் போடும்.

என்னுடைய இருபத்தி இரண்டாம் வயதில் அப்படி என்னைப் புரட்டிப் போட்ட புத்தகம், ராகுல சாங்கிருத்தியாயன் எழுதி பல ஆயிரம் பதிப்புகளைக் கண்ட, 'வால்காவிலிருந்து கங்கை வரை" கடவுள் என்ற ஏற்படுத்தப்பட்ட மூட நம்பிக்கையில் உழன்று, அதன் முடை நாற்றமெடுக்கும் பல சடங்குகளையும் பின்பற்றி, முழு ஆன்மீக தூசுகளால் மூடப்பட்டிருந்த காலம். பாம்பின் தோல் உரிப்பது போல என்னுடைய கசடுகளை நீக்கி, ஒட்டியிருந்த கொஞ்சநஞ்ச தூசுகளையும் தட்டி, சிந்தனையை மாற்றித் தெளிவு படுத்திய புத்தகம். அதன் பிறகான என் வாழ்வில் எத்தனையோ துயரங்கள் வந்த நாட்களிலும், அதோடு எல்லாவற்றையும் முடிவுக்குக் கொண்டுவந்து விடலாமென்று நான் நினைத்த நாட்களிலும் கூட என்னைப் பழைய நாட்களில் கொண்டுபோய் சேர்க்காத புத்தகமாக அது இருந்தது.

அது போலவே என்னை உலகின் பலவிதமான மக்களையும் வேறு கோணத்தில் பார்க்கவும் படிக்கவும் சொல்லிக் கொடுத்த, நான் மறக்க நினைக்கும் என் வாழ்வின் வறுமையை மீண்டும் நியாபகப்படுத்தி, என்னுள் தக்கவைத்து, மற்ற வயிறுகளின் பசிக் கூச்சலைக் கேட்கவைத்த புத்தகம், 'பசி காதல் பித்து'. எனக்குள் இன்றும் இதமாக வருடும் பதின்

பருவக் காதலை மீட்டெடுத்து இதழோரம் புன்னகை வரவழைத்து சின்னதாய் தலைகுனிந்து ரசித்து வெட்கப்பட வைத்த புத்தகம். தன் பிள்ளைகள் ஒரு வேளை சாப்பிட தன்னால் முடியாத பாரம் சுமந்து வேலை பார்க்கும் தந்தைகளை, அவர்களின் குடும்ப இணைப்பை, அக்கறையைப் படித்தபோது எனக்குள்ளே குடும்பம், பிள்ளைகள் என்ற உணர்வே இல்லாமல் சுற்றும், பிள்ளைகளின் கண்ணீரைக் குடிக்கும் பல அப்பாக்கள் வந்து போனார்கள். கடுமையான வேலை செய்ய நிர்பந்திக்கப்படும்போது அவர்களின் உள் கண்ணீரின் ஈரத்தை உணரமுடிந்தது. ஒரு வேளை பசிக்காக, அதை ஆற்றியதற்காக வாழ்வெனும் தராசுத் தட்டில் தன் மானத்தை ஈடாக வைக்கும் பெண்ணைப் பார்த்தபோது, கற்பென்று கூச்சலிடும் ஒரு பிரிவினர் மீது பரிதாபமும் கோபமும் ஒன்றாய் தோன்றியது. சில கண்களின் பித்தைக் கண்டுபிடித்து நகர்ந்த நாட்களை இப்போது தவிர்த்து அவர்களை முதுகு வருடி ஆறுதல் சொல்லி அணைக்கத் தோன்றுகிறது. சின்னச்சின்ன காரணங்களைப் பூதக்கண்ணாடியிட்டு பெரிதாக்கிப் பார்த்து பயந்து இந்தப் பூவுலகின் வாழ்வை முடித்துக் கொள்ள நினைக்கும் பிஞ்சுக் குழந்தைகளின் மனதை, வாழ்வை இழந்தபின் எப்படி மீட்டெடுக்க?

ஆக, மொத்தமாய் இந்த வாழ்வைத் திருப்பிப்போட்ட, இந்த வாழ்வை வேறு மாதிரி பார்க்கச் சொன்ன, இந்த வாழ்வை புதிதாய் அறிமுகப்படுத்தின தோழன் அப்பாஸை இறுக்கமாய் அணைத்துக் கொள்கிறேன். உங்கள் வாழ்வு பல உள்ளங்களுக்கும் வழி விளக்காயிருக்கும்போது, கை பிடித்து அழைத்துப்போகும்போது நீங்கள் ஏன் இலக்கிய மொழி எனக்குத் தெரியாது என்று சொல்கிறீர்கள்? குளிரூட்டப்பட்ட அறைகளில் நண்பர்களின் மத்தியில் பேசி விவாதித்து, மற்றவர்களின் எழுத்துகளை, வாழ்வை ஒன்றுமேயில்லையென நிறுவுவதுதான் இலக்கியமெனில், அது யாருக்கு வேண்டும்? தன் வயிற்றுக் கூச்சலையும் மற்றவர்களின் பசியையும் உணர்ந்து , காதலை உணர்ந்து, துடிப்புகளை உணர்ந்து,

நட்பை உணர்ந்து, குடும்பத்தை உணர்ந்து சமூகத்தை உணர்ந்து, அதன்மீது இசைக்கப்படுவதே இலக்கியமென்று நான் முழுமையாய் நம்புகிறேன். அப்படிப் பார்க்கும்போது உங்களின் ஒவ்வொரு சொல்லும் இன்னொரு இதயத்தைச் சென்றடைகிறது. எழுத்தைப் போலவே வாழவும் முடிகிற நீங்கள் ஒவ்வொரு கட்டுரைகளிலும் சொல்லும் வரிகளை வாசிக்கும்போது அது மிக அதிகமான தாக்கத்தை ஏற்படுத்துகிறது. 'பசிக்கு அன்னமாகாத எந்தக் கடவுளையும் நான் உனக்கு அறிமுகப்படுத்தவில்லை மகளே' என்ற வரியில் வாழ்வின் எவ்வளவு சொற்களை எங்களுக்குத் தந்திருக்கிறீர்கள் அப்பாஸ்!

இந்தப் புத்தகம் என்னை வந்தடைந்த கதையைச் சொல்ல நினைத்த எனக்கு உங்கள் வரிகளை, வாழ்வை, அதன் கோணல்களை, அதன் வசீகரத்தை, அதன் துயரை, அது சொல்லிக் கொடுக்கும் வாழ்வின் வாசிப்புகளை எழுதாமல் இருக்க முடியவில்லை அப்பாஸ்.

என்னை எப்போதும் எழுதத் தூண்டி, வெற்றியும் அடைந்து, அதை தள்ளி நின்று பார்க்கும் பிள்ளைகள் வம்சி - மானசிக்கு என் பேரன்பு. வாசிப்பை என்னுள் விதைத்து அது முற்றி எழுத்தாக மாறும்போது உடனிருந்து எப்போதும் எழுத வைக்கும் அம்மா மாதவிக்கும், தன் மொழிப்பெயர்ப்புப் புத்தகத்தின் பணிக்குக்கூட சற்று ஓய்வுக் கொடுத்து என் புத்தகச் செழுமைக்குக் கரம் கோர்த்த சக மொழிபெயர்ப்பு படைப்பாளர் ஜெயஸ்ரீக்கும், தீராத வேலைகளுக்கிடையிலும் முழுமையாய் தன்னை ஈடுபடுத்தி, மெய்ப்பு திருத்தித் தந்த ஸ்நேகிதி பரமேஸ்வரிக்கும், புத்தக வடிவமைப்பில் எப்போதும் சிரத்தையெடுத்து ஒவ்வொரு புத்தகத்தையும் புதியது போல வேலை பார்க்கும் மோகனாவிற்கும் அஜிதாவிற்கும் மனோவிற்கும் டேவிட்டிற்கும் நன்றி சொல்லி என்னைப் பிரித்துக் கொள்ள முடியாமல் அவர்களின் பிரியத்தைத் தலை வணங்கி ஏற்கிறேன்.

இஸ்லாமிய மக்கள் பயன்படுத்தும் சொற்களின் பொருள் புரிய வேண்டி நான் கேட்டபோதெல்லாம் மிகுந்த உற்சாகத்துடன் விளக்கிய மகள் அஸ்மத் அசீனா, அஸ்மிதா, நண்பன் நஜீப் குற்றிப்புரம் என எல்லோருக்கும் என் அன்பு. சில பதங்களின் நுட்பங்கள் புரிந்துணர அகராதியையும் தன் வாசிப்பு அனுபவங்களையும் சேர்த்துப் பொருள் சொன்ன உத்ரகுமாரனுக்கும் நன்றி

நான் மொழிபெயர்ப்பினைத் தொடங்கிய காலத்தில் என்னை மிகவும் வசீகரித்து, தன் எழுத்தால் என்னை ஆகர்ஷித்த படைப்பாளி நிர்மால்யா இந்தப் புத்தகத்திற்கு முன்னுரை தந்திருப்பதற்கு எப்படி நான் நன்றி மட்டுமே சொல்ல முடியும்? என் மொழிபெயர்ப்புப் புத்தகத்தில் உங்கள் எழுத்து எனக்கு கௌரவம்.

எப்போதும் போல இந்தக் கட்டுரைகளை மொத்தமாய் படித்து அட்டைப்படத்தை வடிவமைத்திருக்கும் வம்சிக்கு பேரன்பு.

இந்தப் புத்தகம் போகும் வழியைப் பேராவலுடன் பார்த்துக் கொண்டிருக்கிறேன்...

எளிமையான அன்போடு,

ஷைலஜா

# என் வாழ்வில் மீந்த சொற்கள்

ப்ரியமானவர்களே,

தமிழ்நாட்டின் கன்னியாகுமாரி ஜில்லாவில் 'பெருஞ்சிலம்பு' என்ற குக்கிராமத்தை உங்களால் கற்பனை செய்து பார்க்க முடியுமா?

மார்த்தாண்டவர்மாக்கள் தக்கலையில் கொட்டாரத்தின் மாடத்தில் உட்கார்ந்து, பார்த்துப் பரவசப்பட்ட வேளிமலையை உங்களால் கற்பனை செய்து பார்க்க முடியுமா?

பழைய திருவிதாங்கூரை, அங்கே பிழைப்புக்காக மலபாரிலிருந்து குடியேறிய குடும்பங்களை உங்களால் கற்பனை செய்து பார்க்க முடியுமா?

அப்படியான குடும்பம் ஒன்றில் எட்டாவதாகப் பிறந்த ஒரு குழந்தையை உங்களால் கற்பனை செய்து பார்க்க முடியுமா?

வீட்டில், அவன் மலையாள மொழியில் பேச வேண்டிய கட்டாயத்தில் இருந்தான். பள்ளியிலும் வெளியிலும் தமிழில் பேச வேண்டிய சூழலில் வளர்ந்தான். எழுதவும் படிக்கவும் அவன் எட்டாம் வகுப்பு வரை தமிழில்தான் கற்றிருந்தான். குடும்பம் அதனுடைய வேர்களுக்கு - மலப்புரம் ஜில்லாவின் கோட்டைக்கல் - திரும்பியபோது பொருட்கள் ஏற்றப்பட்ட லாரியில் அவனென்ற பதின்மூன்று வயது பையனும் இருந்தான்.

நெல்வயல்களும் திருவிழாக்களும் பொங்கலும் தாமரைக் குளங்களும் மாரியம்மன் கோவில்களும் தமிழும் விடைபெற்று அவன் தரிசு நிலத்திற்கும் முந்திரித் தோட்டத்திற்கும் வந்து சேர்ந்தான். பறித்தெடுத்தபோது வேர்களில் ஒட்டியிருந்த மண்ணோடு, வந்து சேர்ந்த இடத்தின் மண்ணையும் சேர்த்து மெல்ல வேர் பிடிக்கத் தொடங்கினான். ஆனால், அவனுக்கு முன்னால் புரிந்து கொள்ள முடியாத மொழியில் தினப்பத்திரிகைகளும் விளம்பரப் பலகைகளும் வழி அடையாளங்களும் ஏராளமாகப் பரப்பப்பட்டிருந்தன. அதன் எழுத்துகளை அவனுக்கு வாசிக்கத் தெரியவில்லை.

பெயர்ப்பலகையை வாசிக்க முடியாத அவன் பேருந்துகளில் மாறி ஏறினான். அவமானமேற்ற அவன் வழியில் இறக்கி விடப்பட்டான். சம வயதுள்ளவர்கள் பள்ளிகளுக்குப் போகும் வழியைப் பார்த்து, மௌனமாய் மனம் கசிந்து அழுதான்.

அவன் வீட்டை விட்டு ஓடிப்போய் நகரத்து உணவகங்களில் எச்சில் மேசைகளைத் துடைத்தான். அதற்குக் கூலி வாங்க மலையாளத்தில் கையெழுத்துப் போடத் தெரியாமல் சுற்றிலும் நின்றவர்களின் பரிகாசச் சிரிப்பிற்கிடையில் சிறுமைப்பட்டு நின்றான்.

பேச மட்டுமே தெரிந்த மொழியில் வாசிக்கவோ எழுதவோ தெரியாது என்று குரல் உடையக் கத்திச் சொன்னபோதும், அவன் அவமானப்படுத்தப்பட்டான்.

அவனுக்கு வாழ வேண்டியிருந்தது. வாழ்வதற்கு மொழியை கற்க வேண்டியிருந்தது. தமிழுக்கும் மலையாளத்திற்கும் ஆத்மா ஒன்றுதான் என்று அவனுக்கு இன்றும் தெரியாது. ஆனால், அவன் மலையாள எழுத்துகளைக் கற்க ஆரம்பித்தான். அடி எடுத்து வைக்கும் குழந்தையைப் போல ஒவ்வொரு எழுத்தாய்ச் சேர்த்து வாசித்து வார்த்தைகளுக்கு உருவம் கொடுத்தான். அதன் அர்த்தங்களைப் புரிந்து கொள்ளத் தொடங்கினான். ஆனால், அப்படி வாசிக்க அவன்

பலமுறை மரித்து, பலமுறை உயிர்த்தெழ வேண்டியிருந்தது. எச்சில் மேசைகள் துடைத்தும் லாட்டரிச் சீட்டுகள் விற்றும் தார்ச்சாலைகளில் உருகி வழிந்தும் வீடுகளுக்கு வண்ணமடித்தும் அவன் வாழப் பழகினான். அந்த வாழ்வில் அவன் காலில் குத்திக் கிழித்த முட்களிலிருந்தும் இதயத்தில் வழிந்த ரத்தத்திலிருந்தும்தான் நீங்கள் வரும் பக்கங்களில் கொஞ்சம் பார்க்கப் போகிறீர்கள்.

நீங்கள் இந்தப் பிரதியில் இலக்கிய அழகைத் தேடாதீர்கள். பெயர்ப்பலகை வாசிக்கத் தெரியாமல் பேருந்துகளிலிருந்து ஏதேதோ நடுவழியில் இறக்கி விடப்பட்ட அந்தச் சின்னப் பையன் வழி தவறி உங்கள் வாசிப்பறைக்கு வந்திருக்கிறானென்று நினைத்து அவனிடம் கருணையோடு நடந்து கொள்ளுங்கள்.

பெரிய பெரிய அனுபவங்களையெல்லாம் இந்தச் சின்ன வாழ்விலிருந்து என்னால் உங்களுக்குப் பகிர்ந்து கொடுக்க முடியாது. இந்தப் பிரதியின் வாசிப்பில் எங்காவது நீங்கள் மனம் இடறி நின்றால், உங்கள் இதயம் கனத்தால் அதன் எல்லாப் பரிமாணங்களையும் அனுபவித்துத் தீர்த்தவனின் வாழ்வைக் கொஞ்சம் நினைவில் கொள்ளுங்கள்.

வாழ்ந்தேன் என்பதற்கு இந்தப் பூமியில் அடையாளங்களேதும் மிச்சம் வைக்காமல் மரித்துப் போகும் கோடிக்கணக்கான மனிதர்களில் ஒருவன் தான் நான். எங்களுக்கு முகவரியில்லை. வாழ்வின்மீது எந்தப் புகாருமில்லை. ஆனந்தமும் கொண்டாட்டமும் இல்லை. எதன்மீதும் சொந்தம் கொண்டாடுதல் என்பது கொஞ்சமுமில்லை.

இனி எந்தவொரு எதிர்பார்ப்புமில்லாமல் நீங்கள் இந்தப் புத்தகத்தை வாசிக்க ஆரம்பிக்கலாம்.

அன்பின் பகிர்தலாக,

முகம்மது அப்பாஸ்

உள்ளே...

1. மரணத்திற்குப்பிறகு ............................................................. 25
2. உம்மாவும் நானும் ............................................................. 33
3. காதல் பித்து ..................................................................... 36
4. பைத்தியம் தெளிந்ததா? ................................................... 45
5. காதலின் இதிகாசம்; மரணத்திற்கும்... .................................. 52
6. தேவகணங்கள் ................................................................. 61
7. இவான் இலியிச்சின் தற்கொலை முயற்சி .............................. 68
8. இப்படியும் சிலர் இந்த பூமியில் வாழ்கிறார்கள் ..................... 77
9. மன்னிப்பு வேண்டுகிறேன் ................................................. 88
10. பித்தின் முதலாம் அத்தியாயம் ......................................... 95
11. கவி அய்யப்பனும் ரத்தத்தின் விலையும் ........................ 105
12. உள்ளுரையாடல் ........................................................... 108
13. மரணக்குறிப்பை எழுதாத நண்பனே... ........................... 114

14. கண்ணீருக்கப்பால் மஞ்சுளா ................................................... 123

15. இதுவும் நான்தான் ................................................................. 131

16. ஏனென்று கேட்காதே ............................................................ 139

17. இருபத்தி இரண்டு வருடங்கள் ............................................. 145

18. வாடகை வீடுகள் ................................................................... 149

19. ப்ரிய மகளுக்கு ..................................................................... 154

20. தாத்தய்யா ............................................................................ 161

21. ஜெயராமின் கன்னம் .......................................................... 169

22. எச்சில் பிரணயம் ................................................................ 178

23. அய்யப்பசாமியும் நானும் .................................................... 185

24. ராக்குட்டிம்மா ...................................................................... 190

25. உப்பா ஏற்றெடுத்த கர்ப்பம் ................................................ 198

26. இல்யாஸ் முஸ்லியார் ............................................................ 203

27. தங்குண்ணி அக்கா ............................................................... 211

28. பலியாகும் வாழ்வுகள் ............................................................ 220

29. பித்தின் இரண்டாம் நிலை ......................................................228

30. பழனிமுத்து .........................................................................237

31. பைத்தியக்காரனின் சிரிப்பு .....................................................247

32. செள்ளித்தாத்தம்மா .............................................................. 256

33. மேரி அக்கா .........................................................................265

34. வழக்கங்கள் ........................................................................275

35. ரத்த உறவுகள் .................................................................... 283

36. உடல் பசி............................................................................293

37. கைத்தடி ஊன்றி நடந்த காமம் ............................................... 300

"எனக்குத் தெரிந்ததெல்லாம் இலக்கியத்தின் மொழியல்ல, வாழ்வின் சொற்கள் மட்டுமே"

- முகம்மது அப்பாஸ்

## மரணத்திற்குப்பிறகு

இந்த பூமியில் வாழ்ந்தேன் என்பதற்கு அடையாளங்களேதும் இல்லாமல் கோடிக்கணக்கான மக்கள் மரித்துப் போகிறார்கள். அவர்களில் ஒருவர்தான் 'சாணவெடி' என்ற பட்டப் பெயருள்ள குஞ்ஞு முகம்மது. ஒன்பது வருடங்கள் நாங்கள் ஒன்றாய் வீடுகளுக்கு வண்ணமடிக்கும் வேலை செய்தோம்.

கோட்டக்கல் கிராமத்திலிருந்து எப்போதோ கூடலூருக்குக் குடியேறிய நிறைய குடும்பங்களில் குஞ்ஞு முகம்மதின் குடும்பமும் ஒன்று. காலம் மாறி நாட்கள் செல்லச் செல்ல, பல குடும்பங்கள் தங்கள் வேர்களுக்குத் திரும்பி வந்தடைந்தன. அவர்களில் ஒருவனாகத் திரும்பி வந்த அந்த இளைஞனுக்கு வேலை செய்ய அந்த நாட்டில் காபித் தோட்டங்களோ தேயிலைத் தோட்டங்களோ இல்லாமலிருந்தன. தங்குவதற்குக் குடிசையும் இல்லை.

வாடகைக்கு வீடு பிடித்து, மனைவியையும் ஒவ்வொரு வயது இடைவெளி உள்ள மூன்று குழந்தைகளையும் தங்க வைத்து அவர் வேலை தேடி அலைந்தார். அன்றைக்கு இந்த அளவுக்கு அரபிப் பணம் கேரளாவை ஆதிக்கம் செலுத்தியிருக்கவில்லை. சின்னச் சின்ன வேலைகளை சொற்பக் கூலிக்கு அவர் செய்யத் தொடங்கினார்.

சுற்றிலும் செங்கல் பாறைகளிருந்தன. பயிரிடப்படாமல் பெருமூச்சு விடும் நிலப்பரப்புகளும் முந்திரிக்காடுகளுமிருந்தன. அன்றைக்கெல்லாம் கிணறு தோண்டவும் மலக்குழி வெட்டவும் இயந்திரங்கள் பயன்படுத்தப்படவில்லை. சொந்த உழைப்பை மட்டுமே நம்பியிருந்த மனிதர்கள் அந்தச் செங்கல் பாறைகளில் கிணறுகளையும் மலக்குழிகளையும் உருவாக்கினார்கள். பாறையின் மேலே அடித்த சுத்தி மீண்டும் தன் பக்கமே திரும்பி வருவது போன்ற கெட்டியுள்ள செங்கல் பாறைகளில், ஒரு குழி அளவிற்காக மிகுந்த சிரமப்பட்டு யுத்தம் நடத்தத் தொடங்கினார்கள்.

அலைந்து திரிந்து குஞ்ஞு முகம்மதும் அந்தக் கூட்டத்தில் தன்னை இணைத்துக் கொண்டார். அரைப்பட்டினி கிடந்து மிச்சம் பிடித்துப் பணம் சேர்த்து அவர் உளியையும் சுத்தியலையும் சொந்தமாக வாங்கினார். அதை வைத்து முதலில் கிடைத்த வேலையில் ஒரு மலக்குழி வெட்டினார். சுட்டெரிக்கும் வெயில் தின்ற அவர் தேகம் கொப்பளத்தில் விரிந்து தகித்தது. அவருடன் முத்துவேல் என்ற தமிழ்நாட்டுக்காரரும் இருந்தார்.

பாறையைப் பிளக்க வெடி மருந்து வைத்தால் பாறை லகுவாகி இளகி வருமென்றும், சட்டென வேலை முடித்து அதிக உழைப்பின்றி லாபம் பார்க்கலாமென்றும் குஞ்ஞு முகம்மதுவிற்கு முத்துவேல் சொல்லிக் கொடுத்தான். முத்துவேலின் மூளையிலிருந்தே தகரக் கொட்டகையில் தயாரித்த வெடி மருந்தை வெடிக்க வைக்கலாமென்ற யோசனையும் வந்தது. சிறியதொரு குன்றின் மேல்தான் அவர்களின் தொழிலிடம். மருந்து தயாரித்தார்கள். சாண உருண்டை சேகரித்தார்கள். அதில் குழியெடுத்து வெடிமருந்தை அழுத்தி நிறைத்துத் திரி போட்டு நெருப்பு வைத்துக் கொளுத்தி அவர்கள் சற்று தொலைவில் விலகி நின்றார்கள்.

சாண உருண்டை வெடித்துச் சிதறியது. அந்தச் சிதறலின் வீரியத்தில் அவர்களின் கால்களிலும் உடலிலும் பாறைகளின் கூரிய

துகள்கள் குத்திக் கிழித்து ரத்தம் வழிந்தது. கொஞ்சம் பக்கத்திலிருந்த வீடுகளின் ஜன்னல்கள் உடைந்து நொறுங்கின. கற்கள் வீட்டின் உள்ளே நுழைந்து விழுந்து அலங்கோலப்படுத்தின. பயங்கரமான அந்தச் சத்தத்தைக் கேட்டு சுற்றிலும் உள்ள மக்கள், அதிர்ந்து பயந்து போனார்கள். அதிர்ச்சியும் பயமும் சேர்ந்து கொஞ்சம் தெளிவடைந்தபோது ஆட்கள் கையில் கிடைத்த சின்னச் சின்ன ஆயுதங்களோடு சத்தம் வந்த திசை நோக்கி ஓடினார்கள். ஓடுவதற்கிடையில் ஊர்த்தலைவரான அலவி ஹாஜி சத்தமாய் கேட்டபடியே ஓடி வந்தார்.

'எந்த நாயிடா அவன்?'

முத்துவேல் ஓடி ஒளிந்து தன்னைக் காப்பாற்றிக் கொண்டிருந்தான். ஓட இடமில்லாமல் தேகம் முழுவதும் ரத்தம் சிந்தி நின்றிருக்கும் குஞ்ஞு முகம்மது என்ன பேசுவதென்று தெரியாமல் சொல்லிவிட்டான்.

''அது சாண வெடிதான் ஹாஜாரே...''

ஊர்த்தலைவர் சாணவெடி என்ற சொல் பிரயோகம் கேட்டுச் சிரித்து விட்டார். ஊர்த்தலைவர் சிரித்தபோது உடன் இருப்பவர்களும் சிரித்து விட்டார்கள். அந்தச் சிரிப்புதான் சாணவெடி என்ற சொல்லைத் தெரியாமல் சொல்லிவிட்ட குஞ்ஞு முகம்மதுவை அன்று ஆத்திரத்தோடு கூடியிருந்த மக்களிடமிருந்து காப்பாற்றியது.

அவர் என்னைவிடப் பதினான்கு வயது மூத்தவர். நாங்கள் அறிமுகமாகி நட்பாகி ஒன்றாக வேலை செய்ய ஆரம்பித்தபோது அவருடைய பட்டப்பெயர் 'சாணவெடி' என்று மாறியிருந்தது.

நாங்கள் ஒன்றாய் வேலை பார்த்த அந்த ஒன்பது வருடங்கள் என்னுடைய இளமையின் வெயில் காலமாக இருந்தது. எவ்வளவு உயரங்களிலும் போதுமான உபகரணங்கள் இல்லாமல் ஏறி நின்று வண்ணமடிக்க முடிந்த காலம்.

அல்சரும் வாயுத் தொல்லையும் இருந்ததால் அவரால் நோன்பு இருக்க முடியாது. அதனால் நோன்பு நாட்களில் அவர் எனக்கும் சேர்த்து சாப்பாட்டையும் தின்பண்டங்களையும் பொட்டலம் கட்டி எடுத்து வருவார். யாரும் பார்க்காத நேரத்தில், கையில் ஒட்டியிருக்கும் பெயிண்டைக்கூட முழுமையாய்க் கழுவித் துடைக்க நேரமில்லாமல், ஏதேதோ கழிவறைகளில் உட்கார்ந்து நாங்கள் சாப்பிட்டிருக்கிறோம். கழிவறையின் குழாயிலிருந்து தண்ணீர் பிடித்துக் குடித்திருக்கிறோம். இரண்டுபேரும் புகையிலைப் பழக்கம் உள்ளவர்கள் என்பதால் ஊர்க்காரர்கள் பார்க்காதவண்ணம் பக்கத்துக் குறுங்காடுகளிலும் சுட்டெரிக்கும் மொட்டை மாடிகளிலும் உட்கார்ந்து பீடி பிடித்திருக்கிறோம்.

பல நேரங்களில் பூனையோ நாயோ இழுத்துக் கொட்டிய சாப்பாட்டு மிச்சத்தை நாங்கள் சாப்பிட்டோம். எத்தனையோ வீடுகளுக்கு முன்பாக அஞ்சரை மணிக்கு வேலை முடித்து இரவு எட்டு மணிவரை கூலிக்காகக் காத்திருந்தோம். அதுவரை எங்களோடிருந்த வீட்டு உரிமையாளர்கள் வேலை முடியும் நேரத்தில் மறைந்து போயிருப்பார்கள். அதன்பிறகு அவர்கள் வர வேண்டிக் காத்திருப்போம். அன்றன்றைக்குள்ள கூலி வாங்கித்தான் அன்றன்றைக்கான ஆகாரத்திற்கான பொருட்கள் வாங்க முடியும். காத்திருப்பதைத் தவிர வேறு வழியேதுமில்லை. அந்த மனிதனைத் தனியனாக இருக்க விடாமல் தவம் போல நானும் அந்தக் காத்திருப்பிற்குத் துணை நிற்கத் தொடங்கினேன்.

வீட்டு உரிமையாளர் வந்தாலும் கூலி முழுவதுமாகக் கிடைக்காமல் கூடப் போகலாம். கிடைத்ததில் பாதியைக் கொண்டு அவர் எனக்காகக் கூடக் காத்திருக்காமல் ஓடியதற்கான பொருள்புரிய எனக்குக் கொஞ்ச காலம் பிடித்தது. அதற்கு எனக்கு மனைவியும் குழந்தைகளும் உறவாய்த் தேவைப்பட்டார்கள். குழந்தைகளுக்குச் சாப்பாடு கொடுக்க அரிசியும் கொஞ்சம் மளிகைப் பொருட்களும் வாங்க அந்த மனிதன்

ஓடிய ஓட்டத்தையெல்லாம் கொஞ்ச நாட்களுக்குப் பிறகு நானும் ஓட ஆரம்பித்தேன். வாழ்க்கையே மிக நீண்ட ஓட்டப்பாய்ச்சலாக மாறும்போது அதற்கு முன்னால் ஓடிய சிறு ஓட்டங்களை நினைத்து வேதனைப்பட்டு நிற்க நமக்கு நேரமில்லாமல் போய்விடும்.

எத்தனையோ ஒப்பந்தக்காரர்கள் எங்களுக்கு இன்னும் கூடப் பணம் தர வேண்டியிருக்கிறது. அன்றைய பண மதிப்பை ஒப்பிட்டுப் பார்த்தால் இப்போது அது லட்சங்களைத் தாண்டும். ஆனால், எந்தக் கணக்கையும் நாங்கள் பத்திரப்படுத்தியிருக்கவில்லை. கறாராக வேலை வாங்கிக் கூலியாகக் கிடைக்க வேண்டிய பணத்தை வேலை செய்தவர்களுக்குத் தராமல் அவர்கள் எப்படி அந்த வீடுகளில் சொஸ்தமாகத் தூங்குகிறார்கள் என்று நான் ஆச்சரியப்பட்டதுண்டு.

என் திருமணம் முடிந்து முதல்முதலாக நாங்கள் இரண்டு வழிகளில் பிரிந்து போனபிறகும், குஞ்ஞு முகம்மது வண்ணமடிக்கும் வேலை செய்தார். அதற்குள் அவருடைய மூன்று ஆண்பிள்ளைகளும் பெரிதாக வளர்ந்து நல்ல நிலைமைக்கு வந்திருந்தார்கள்.

என் பைத்தியக்காரத் தனங்களுக்கு நடுவில் வாழ்வதற்கான நாலுகால் பாய்ச்சல்களுக்கிடையில் நான் அந்த மனிதனை மறந்து விட்டிருந்தேன். மொத்தமாக மறந்துவிட்டேன் என்பதல்ல, பரஸ்பரம் பார்ப்பது அபூர்வமானது. எதிரில் பார்த்தோமானாலும் சொல்லிக் கொள்ளப் பெரிதாய் ஒன்றுமில்லாமல் போயிற்று. கடைசியாய் அவர் என்னைப் பார்க்க மனைவியுடன் வந்து, தாங்கள் ஹஜ்ஜு-க்குப் போக இருப்பதாகச் சொல்லிவிட்டுப் போனார். சொல்லிக் கொள்ள மட்டுமல்ல, ஏதாவது உன்னிடம் தவறாக நடந்திருந்தாலோ பேசியிருந்தாலோ மன்னிப்பு கேட்கவும்தான் வந்தேன் என்றும் சொன்னார். அவர் என்னை இறுக அணைத்தபோது அந்தப் 'பொதிச்சோறுகள்' என் நினைவில் வந்தன. கொள்ளாது என்று தெரிந்தும் மீண்டும் மீண்டும் வாழை இலையில் அள்ளி வைத்து அவர் மனைவி, பொரித்துக் கொடுத்தனுப்பியிருந்த மீனின் முட்கள்

தொண்டையில் சிக்கியது போல என்னுள் நோவெடுத்தன. கழிவறையின் நாற்றமடிக்கும் சூழலில் உட்கார்ந்து அள்ளி அள்ளிச் சாப்பிட்ட அன்னத்தின் பருக்கைகள் நெஞ்சில் அடைத்து உள்ளே போக மறுத்ததுபோல எனக்கு வலித்தது. கண்கள் நிறைந்து ததும்பின.

ஒரு தம்பிக்குக் கொடுக்கும்போது, பிரியத்தையும் சேர்த்துக் கட்டுவது போல பொதிச்சோறு கட்டிய அந்த மெலிந்த விரல்களை என் கண்களுக்குள்ளாக உணர்ந்தேன். அந்த விரல்களின் சொந்தக்காரியின் முகத்தில் எனக்காக விரிந்த மிகவும் அழகான அன்பின் புன்னகையை நான் தரிசித்தேன். என்னிடமிருந்து அணைப்பை விட்டபோது அவர் கண்களும் நிறைந்து வழியத் தொடங்கியிருந்தன. ஏதேதோ வீட்டு வாசல்களில், செய்த வேலைக்கான கூலிக்காக நாங்கள் காத்து நின்ற அந்த அந்தி இருட்டுகள் அவருடைய நெஞ்சிலும் நிழலாடியிருக்கலாம். அந்தக் காத்திருப்பின் வலியில் நாங்கள் கைமாறி இழுத்துப் புகைத்த பீடிகளை... அதில் வடிந்த உமிழ் நீரையும் நினைத்திருக்கலாம்.

அவருடைய மரணச்செய்தி என்னை வந்தடைந்தபோது நான் ஒரு மசூதியின் பெருஞ்சுவரில் தொங்கவிடப்பட்டிருந்த கயிற்று ஏணியின் மேலமர்ந்து வண்ணமடித்துக் கொண்டிருந்தேன். அலைபேசியில் அழைத்த நண்பன் சொன்னான், பேரனை மருத்துவமனைக்கு அழைத்துப் போகும் வழியில் கார் விபத்தில் இறந்திருக்கிறார்... என் முன்னால் காட்சிகள் ஒற்றைப் பொட்டலச்சோற்றில் சுருங்கி நின்றன. வதக்கிய வாழையிலையின் மணமுள்ள அந்தச் சோற்றை ஆவலோடு வாரித் தின்னும் இரண்டு மனித ஜீவன்கள் என் மனக்கண்ணில் வந்து போனார்கள். வாழ்வுக்கான பாய்ச்சலில் எனக்குப் பகிர்ந்தளிக்கப்பட்ட அன்னத்திற்கு நான் எதையும் திருப்பித் தரவில்லையே என்று நினைத்தபோது என் தலை சுற்றியது... மதிய வெயிலில் மிக உயரத்திலிருந்து கீழே விழுந்து விடுவேனோ என்று பயமாகயிருந்தது. கயிற்றேணியின் மூங்கில் படிகளில் இறங்கித்

தரையில் வந்து மல்லாந்து படுத்தேன். உடனிருந்தவர்கள் ஏதேதோ கேட்டுக் கொண்டிருந்தார்கள். நான் யோசித்தேன், குழந்தைக்கு மருந்து வாங்க என் கூலிப் பணத்தைக் கடனாய்க் கேட்கத் தயங்கி நின்ற அந்த மனிதன் தன் வாழ்வின் பாடுகளை நிறுத்தியிருக்கிறான். இனி அவருக்குப் பிள்ளைகளில்லை, வீடில்லை, பதினோரு மாதங்களும் அரைப்பட்டினி கிடந்தவன் மீண்டும் ஒரு மாதம் முழுப்பட்டினி கிடக்க வேண்டிய நோன்புக் காலங்களில்லை.

மூடிய கண்களுக்குள்ளாக நான் அந்தத் தார்ச்சாலையைப் பார்த்தேன். எல்லாம் ஒடுங்கி அமர்ந்த உச்சி வெயிலின் உக்கிரத்தில் தாரில் ஒழுகிக் காய்ந்து போன ரத்தத்தில், என்னை நினைத்து உருகிய அனேக ஜீவ அணுக்கள் இருக்கின்றன.

பிரேதப் பரிசோதனை முடிந்து திரும்பி வந்த சில்லிட்டுப்போன உடலைப் பார்க்க நான் போகவில்லை. *மய்யத்துத் தொழுகையில் நான் பங்கெடுக்கவில்லை. எனக்குள்ளே அந்த ரத்தம் ஊறிக் கிடந்தது. உள்ளே எரியும் தீயை அணைக்க நான் எனக்குள்ளாகவே சொல்லிக் கொண்டேன். 'அந்த உயிரில்லாத உடலைப் பார்க்கச் சம்மதமில்லை, நிரந்தரமாய் மூடிய கண்களையும், இழுத்துக் கட்டின தாடையையும் நான் பார்க்கப் போவதில்லை, முன் வரிசையில் இரண்டு பற்களில்லாத அந்த முகம் எனக்குள் இருக்கிறது. அதில் எனக்காகச் சிரித்த கடைசிச் சிரிப்பு தேங்கியிருக்கிறது, அது போதும்'

கொஞ்ச நாட்களுக்குப் பிறகு அவருடைய மூத்த மகன் என்னைத் தேடி வந்தான்.

'' வரும் வியாழக்கிழமை உப்பாவுக்கு நாப்பது. அப்பாஸ் *இக்கா வரவேண்டும்.''

---

*மய்யத்து - மரணம்

*இக்கா - அண்ணன்

ஒரு மனிதன் தன் வாழ்வின் ஓட்டப்பாய்ச்சலை நிறுத்தி, குஞ்ஞு முகம்மது என்ற 'சாணவெடி' மண்ணறையின் அந்தி ஓய்விற்குப் போய் நாற்பது நாட்களாகின்றன.

நாற்பது நாட்கள்...

இந்தப் பூமியில் வாழ்ந்தார் என்பதற்கு அடையாளங்களேதும் மீதி வைக்காத எத்தனை மனிதர்கள் மரணத்திற்குப் பிறகு எனக்காகக் காத்திருக்கிறார்கள்...?

# உம்மாவும் நானும்

இது என்னுடைய *உம்மா. உம்மாவின் மொழியில் சொன்னால், 'பத்து மக்களைப் பெற்ற பாவி'. நான் இந்த உம்மாவின் எட்டாவது மகன்.

என்னுடைய தீவிர வாசிப்பைப் பார்த்து நான் படித்துப் படித்துப் பைத்தியமாகிவிடுவேனென்று முதலில் உம்மாதான் சொன்னாள். உம்மாவின் வார்த்தையில் படித்து வீணாய்ப் போனவன். இந்த உம்மாதான் அப்படிப் படித்துக் கொண்டு மட்டுமே இருந்தபோது எனக்காக மிக அதிகமாகத் துக்கப்பட்டு அணைத்துப் பிடித்தாள். மற்றவர்களின் உம்மாக்களுக்கு வந்தால் ஜன்னியும் சொந்த உம்மாவுக்கு வந்தால் ஞாபகப் பிசிறு என்ற துர் அவஸ்தையில்தான் என் உம்மா இப்போது வாழ்கிறாள்.

உம்மாவுக்கு எழுதவும் வாசிக்கவும் தெரியாது. தெரிந்தாலும் இப்போது உம்மாவின் முன்னால் பிரித்து வைத்திருக்கும் அவரால் வாசிக்க முடியாத வார்த்தைகளுடைய என் புத்தகம் என்னவென்றோ யார் எழுதியிருக்கிறார்களென்றோ உம்மாவால் புரிந்து கொள்ள

---

*உம்மா - அம்மா

முடியாது. ஒரேயடியாக உம்மா இந்த மறதிப் புற்றுக்குள் நுழைந்துவிடவில்லை. மெல்ல மெல்ல உம்மாவின் நினைவுக் கதவுகள் அடையத் தொடங்கியிருந்தன. அந்த அடைபடுதலின் கையறு நிலையில் *உப்பாவின் மரணம் கூட ஞாபகத்தில் தங்காமல், உப்பாவுக்கு சாப்பாடு எடுத்து வெச்சிட்டீங்களா என்று இந்த ஆறு வருடங்களில் பலமுறை உம்மா கேட்டுக் கொண்டேயிருக்கிறாள்.

ஐந்து நிமிடத்திற்கிடையில் இது யாரோட கொழந்த...? என்று உம்மா என்னிடம் நூறுமுறை கேட்பாள். உம்மாவின் எட்டாவது மகன் நான் என்று மறுபடியும் சொல்வேன்.

''இல்ல... நீ இந்தக் கொழந்தையோட கொழந்தயா...?''

பூமியில் ஒரு அம்மாவிற்கும் மகனுக்கும் இப்படியான மகா அவஸ்தை வராமலிருக்கட்டும். நினைவுகளின் கதவுகள் அடைபடுவதற்கு முன்பாக இருந்தால் இந்தப் புத்தகத்தின் உள்ளடக்கத்தைப் பற்றிப் புரியவில்லையென்றாலும் இதை நான்தான் எழுதினேனென்று புரிந்திருக்கலாம். என்னை இறுகக் கட்டி அணைத்திருக்கலாம். இதோ இந்த நிமிடம்வரை கொதித்துக் கொண்டிருக்கும் என் உச்சந்தலையைக் கீழிறக்கி ஒரு முத்தமிட்டிருக்கலாம்.

கிடைக்காமல் போன அந்த முத்தத்தால் பெரிய நட்டமொன்றும் இதுவரை எனக்கு ஏற்படவில்லையென்றும் இனி ஏற்படாதென்றும் புரிகிறது. ஆனால், அதற்காக நான் இவ்வளவு காலமும் வாழ வேண்டியிருக்கிறது.

சொந்தக்காரர்களின் வீடுகளுக்கு இடுப்பில் சொருகிய பையுமாக உம்மாவுடன் பிச்சாடனத்துக்குப் போயிருந்தது நேற்று நடந்தது போலவேயிருக்கிறது. அங்கேயிருந்து கிடைத்த ருசியான உணவுகளைப் பற்றி நினைத்துப் பார்க்கிறேன்.

---

*உப்பா - அப்பா

அந்தப் பெரிய வீடுகளில் விலை கூடிய வீட்டு உபயோகப் பொருட்களைப் புதுமையாகத் தொட்டுப் பார்த்த நானென்ற குழந்தையை நினைத்துப் பார்க்கிறேன். அவர்கள் அன்பாகத் தானம் கொடுத்த அரிசியையும் தேங்காயையும் சுமந்து நடந்த வழிகளை நினைத்துப் பார்க்கிறேன்.

பிள்ளைகளின் தட்டிற்குச் சோறு பரிமாறி, காலியான சோற்றுச் சட்டியில் தண்ணீர் ஊற்றி எங்களிடமிருந்து நகர்ந்து நின்று குடித்த உம்மாவை நான் என்னவென்று உங்களுக்கு அடையாளப் படுத்துவேன்? பிள்ளைகளுக்கு நிறைவாக உணவிட முடியாத உம்மா, தன் பிரியத்தைப் பகிர்ந்து கொடுத்தபோது தன் பங்கில் கொஞ்சம் குறைந்து போனதற்காக, கத்தி ஆர்பாட்டம் செய்த நானென்ற அந்தப் பையன் இப்போது நிசப்தனாய் அழுது கொண்டிருக்கிறான். வார்த்தைகளில் ஒற்றியெடுக்க முடியாத வலிகளுடன் என் முன்னால் படுத்திருக்கும் உம்மாவை நான் பார்க்கிறேன்.

வாழ்க்கை இப்படித்தான், கொஞ்சமும் இரக்கமின்றி நம்மை வேட்டையாடும்.

ஞாபகப்படுத்தி எடுக்க வேண்டிய சில நினைவுகள்தான் வாழ்வென்று நாம் நினைத்திருக்க, ஞாபகங்களின் கதவுகளெல்லாம் அடைபட்டுக் கிடக்கும் மூளையுமாக என் உம்மா...

ஒரு வார்த்தை கூட இனி இங்கே எழுத முடியாத நானென்ற மகன்...

## காதல் பித்து

பல வருடங்களுக்கு முன்பு என் சிநேகிதன் யாசின் தன் காதலியின் புகைப்படத்தைச் சட்டைப்பையிலேயே வைத்துக்கொண்டு வாழ்ந்திருந்தான். அந்த முகத்தை தான் கண் விழித்ததும் முதலில் பார்ப்பான். தூக்கத்திற்கு முன்பு அன்றைய நாளின் கடைசியாகவும் அந்த முகத்தைத் தான் காண்பான். அவனுடைய தாய்மாமாவின் மகளைத்தான் அப்படி நேசித்தான். அவளுடைய குடும்பம் கூடலூரில் இருந்தது.

பேருந்தில், முச்சந்தியில் நடக்கும்போது, வேலையிடத்தில், திரை அரங்குகளில், கல்யாண வீடுகளில், மரண வீடுகளில், காத்திருப்புகளில் எங்கேயும் எப்போதும் அவன் அந்தப் புகைப்படத்தினூடாக அவளைப் பார்த்துக் கொண்டேயிருந்தான். நாங்கள் அதற்காக அவனைக் கேலி செய்து கொண்டேயிருந்தோம். உதயாஸ்தமன நட்சத்திரங்கள் போல அவள் கண்கள் மின்னிக் கொண்டிருந்தன. பலருக்கும் அது அவன்மேல் பொறாமையைப் பற்றிக் கொள்ளச் செய்தது; எனக்கும்கூட. அவ்வளவு அழகுள்ள சௌந்தர்ய தேவதை காதலியாக எனக்கு மட்டுமல்ல, எங்கள் யாருக்குமே கிடைக்கவில்லை.

அவர்களுக்குள் சில ஆண்டுகளே வயது வித்தியாசம் இருந்தது. பத்தாவது படிக்கும்போதே படிப்பை முடித்துக்கொண்டு அவன் கூலி வேலை செய்ய ஆரம்பித்தான். அவனுக்கு உம்மாவும் ஒரு சகோதரியும் இரண்டு அண்ணன்களும் இருந்தார்கள். அண்ணன்கள் இருவருக்கும் திருமணமாகி வேறுவேறு வீடுகளில் வாழத் தொடங்கியிருந்தார்கள். சகோதரியின் திருமணத்திற்காக அவன் தன் கூலியில் பெரும்பகுதியைச் சேமித்து வைக்கத் தொடங்கினான். சீட்டுக் கட்டியும் வங்கியில் தின அடிப்படையில் பணம் கட்டியும் சிறுகச் சிறுகச் சேமித்துப் பத்திரப்படுத்தினான். பதினாறாம் வயதில் சேர்க்கத் தொடங்கிய அவனுடைய சேமிப்பு ஆறு வருடங்களில் தங்கையின் திருமணத்திற்கான பெரும் தொகையாக மாறியிருந்தது.

தங்கையின் திருமணம் முடிந்தது. அண்ணன்கள் கல்யாணத்தன்று வந்து பிரியாணி தின்று, இருப்பதும் இல்லாததுமான குறைகளைக் கண்டுபிடித்து அவனைக் குற்றம் சுமத்தி எந்தவித சஞ்சலங்களுமின்றி விடைபெற்றுப் போனார்கள். பதினெட்டு வயதில் அவனுடைய இதயத்திலும் மூளையிலும் சட்டைப்பையிலும் நசீரா என்ற பேரழகிக்காகத் தன்னுடைய ஒவ்வொரு நொடியிலும் வாழத் தொடங்கினான். உணவகங்களில் ஒரு டம்ளர் தேநீர்கூடக் குடிக்க மாட்டான். தங்கைக்குக் கொடுத்த மாதிரியே நிறைய பொன் கொடுத்து அவளைத் தன் வீட்டிற்கு அழைத்துக்கொண்டு வரப்போகும் அந்த உன்னதத் தருணத்திற்காக அவன் காத்திருக்கத் தொடங்கினான்.

நண்பர்கள் ஒன்றாக உணவகங்களில் சாப்பிட நேர்ந்தால் அவன் பல பொய்கள் சொல்லி அங்கிருந்து நகர்ந்து விடுவான். ஒவ்வொரு வருடமும் கூடலூர் போய் அங்கே இரண்டு நாட்கள் தங்கி, அவளுடைய ஒரு புதிய புகைப்படத்தை வாங்கித் திரும்புவான். அப்படி மாறிமாறி வரும் புகைப்படங்களில் அவள் இன்னுமின்னும் அழகியாய் மாறுவதை நாங்கள் பொறாமையோடு பார்த்துக் கொண்டிருந்தோம்.

அவனுடைய கிழக்கும் மேற்கும் அவளாயிருந்தாள். அவனுடைய *சுஜூத், *கிப்லவுமாக அவளே நிறைந்திருந்தாள். அவள் என்ற *க்காபாவைச் சுற்றிலும் அவன் காதல் மந்திரங்களை ஜெபித்து துவா செய்தான். ஒன்றிரண்டு வருடங்களில்லை; மிக நீண்ட எட்டு வருடங்கள்... அவளைத் தொலைத்து விடாமலிருக்க அவன் கடவுளிடம் உளம் நொந்து பிரார்த்தனை செய்து கொண்டிருந்தான்.

ஒருமுறை அவனிடமிருந்த அவளுடைய புகைப்படம் பெயிண்ட் டப்பாவில் முழுகி உருக்குலைந்தபோது அப்படியே வேலையை நிறுத்திவிட்டு, எங்கே போகிறேன் என்று உடனிருக்கும் என்னிடம் கூடச் சொல்லாமல் கூடலூருக்குப் போனான். இரண்டு நாட்களுக்குப் பிறகு அவளுடைய புதிய புகைப்படத்தோடு திரும்பி வந்தான். அதை என்னிடம் காண்பித்தபோது நான் அவனுடைய கண்களில் பித்தின் பனிப்படலத்தைப் பார்த்தேன். அது காதலின் பித்து நிலையாயிருந்தது. காதலில் தெளிந்து, காதலில் தூங்கி, காதலின் நாட்குறிப்புகளை எண்ணி, காதலின் சுவடுகளை அளந்து தீர்க்கும் அவனுக்கு அவள் இல்லாமலாகிப் போகக் கூடாதென நான் கடவுளிடம் பிரார்த்தனை செய்யத் தொடங்கியிருந்தேன்.

அவனுடைய வீடு மிகவும் சிறியது. அவளுடைய வீட்டு ஆட்கள், அவன் வீட்டைப் புதிதாகக் கட்டி முடிக்க வேண்டும் என்பதையே அவர்களின் திருமணத்திற்கான ஒரேயொரு நிபந்தனையாக வைத்தார்கள். என் நண்பன் இரவு பகலாக உழைத்துப் பணம் சேர்த்தான். வீடுகளுக்கு வண்ணமடிக்கும் வேலை முடித்து வந்து, சந்தையில் மூட்டை தூக்கினான். அதிகாலையில் எழுந்து நூற்றுக்கணக்கான வீடுகளில் செய்தித் தாள்களை விநியோகித்தான்.

---

*சுஜூத், கிப்ல - தொழுகை செய்யும் முறையும் இடமும்.

*க்காபா - எல்லாவற்றிலிருந்தும் தனிமைப்படுத்திக் கொண்டு சதா நேரமும் மெக்காவிலிருக்கும் புனிதக் கல்லைத் தொழுதல்.

கிடைக்கும் ஒவ்வொரு ரூபாயையும் எறும்பு அரிசி சேர்ப்பது போலச் சேர்க்கத் தொடங்கினான். அந்தப் பணத்தைக் கொண்டு வீட்டைப் புதுப்பித்தான்.

நண்பர்களில் சிலர் அவனுடைய பித்தான காதலைக் கண்டு அவனிடமிருந்து தள்ளி நின்றார்கள். அவனுடைய உலகம் முழுக்க அவளாயிருந்தாள். இந்தப் பூலோகத்தில் எந்தவொரு ஆணும் ஒரு பெண்ணை இத்தனை அதிகமாக நேசித்திருக்கவே முடியாது. வெளிவரும் ஒவ்வொரு திரைப்படத்திலும் வரும் புதுமையான ஆடைகளையும் காதணிகளையும் அவன் அவளுக்காக வாங்கினான். வேலைகளுக்கு நடுவில் சட்டைப்பையிலிருக்கும் அவளுடைய புகைப்படத்தோடு அவன் பேசினான். தூக்கத்திற்கிடையிலும் அவன் இதயம் அவளுக்காகத் துடித்தது. ஓர் ஆணால் ஒரு பெண்ணை இவ்வளவு நேசிக்க முடியுமாவென நான் அதிர்ந்து போயிருக்கிறேன். அவளுக்குள்ளாக நடந்து நடந்து இவன் பைத்தியமாகிவிடுவானோ என்று நான் பயந்திருக்கிறேன்.

2001 ஜனவரி எட்டாம் தேதிதான் அவர்களுக்குத் திருமணத் தேதி நிச்சயிக்கப்பட்டது. அந்த நாட்களில் எங்கள் ஊரிலெல்லாம் திருமண மண்டப கல்யாணங்கள் இல்லை. ஆனால், அவனுடைய கல்யாணம் கோட்டக்கல் திருமண மண்டபத்தில் மிக ஆடம்பரமாக நடந்தது. விரல்விட்டு எண்ணக்கூடிய அளவிலான கல்யாணத்திற்கு மட்டுமே போயிருந்த நான், புகைப்படத்தில் மட்டுமே எப்போதாவது பார்த்திருக்கும் என் நண்பனின் உயிரைப் பார்க்கப் போயிருந்தேன். அவனுடைய வியர்வையின் விலைமதிப்பற்ற தங்க ஆபரணங்கள் அவளுடைய தேகத்திற்கு ஒரு அலங்காரமே இல்லை என்பது போல இருந்தன. தங்கம் தோற்றுப் போகும் அழகில் அவள் ஒளிர்ந்து கொண்டிருந்தாள். நண்பர்களில் பலரும் வாய் பிளந்து அவளைப் பார்த்துக்கொண்டிருந்ததை நானும் பெருமிதத்துடன் பார்த்துக் கொண்டிருந்தேன்.

அவள், அவனுடைய எட்டு வருடத் தவமாயிருந்தாள். அவன் சுற்றி அலைந்த சூரியன். அவனுடைய எல்லா ஆனந்தங்களின் உறைவிடம். அவர்களிலிருவரும் ஒரு சிவந்த மாருதி காரில் வந்து இறங்கியபோது சுற்றுவட்டார ஆட்கள் அங்கே கூட்டம் கூடியிருந்தார்கள். மணப்பெண்ணின் பொன் அலங்காரமும் உடை அலங்காரமும் காலணியின் ஆடம்பரமும் அழகும் அதன் விலையும் அங்கே பேசுபொருளாயின. அங்கிருக்கும் பெண்கள் அவளுடைய அழகில் எல்லாவற்றையும் மறந்து பேச்சற்றுப் போயிருந்தார்கள்.

அவனுடைய முதலிரவு அறையில் வெள்ளை எமல்ஷன் அடித்து நான் வரைந்து வைத்த சிறுபூக்கள் அவளைக் கண்டு தலை குனிந்திருக்கலாம். அந்தக் கொடிகளில் புதிய இலைகள் முளைத்திருக்கலாம். மொட்டுகள் பூவாய் மலர்ந்திருக்கலாம். முதலிரவு அறைக்குள் போவதற்கு முன்னால் அவன் என்னைக் கட்டி அணைத்து அழுதான். எட்டு வருடங்கள் ஒரு நொடிப்பொழுது ஓய்வுகூட இல்லாமல் அவளுக்குள்ளாக பயணித்திருந்த, அவளில் விழித்தெழுந்த, அவளில் உறங்கிய அவனுடைய கண்ணீர், ஆனந்தத்தின் வெளிப்பாடு மட்டுமல்ல காதலுக்காக அவனுடைய காத்திருப்புக்குமானது.

விருந்தும் வரவேற்பும் முறையாய் நடந்தன. என் வீட்டிற்கு நானும் அழைத்து அவர்களுக்கு விருந்து கொடுத்தேன். முதலிரவு அனுபவங்களைக் கேட்டுக் கேலி செய்யக் காத்திருக்கும் நண்பர்களை விலக்கி வைத்துப் பார்த்தான். என்னிடம் அது குறித்துப் பேசத் தொடங்கிய அவனை நான் மறுத்தேன். நான் அன்றைக்குத் திருமணமாகாதவனாக இருந்தேன். அப்படியான பேச்சைக் கேட்டு ரசிக்கும் மனோபாவம் அன்றெனக்கு இல்லை.

அவர்கள் இருவரும் நடந்து போவதைப் பார்க்கவே மிகவும் அழகாயிருந்தது. அந்த நட்சத்திரக் கண்கள் மேலதிகமாய் ஒளிர்வதை நான் ஆனந்தத்தோடு பார்த்தேன். திருமணம் முடிந்து ஐந்தாம் மாதம்

அவனுக்கு ஷார்ஜாவில் வண்ணமடிக்கும் வேலைக்கான விசா கிடைத்தது. அவளையும் உம்மாவையும் சொந்த மண்ணையும் பிரிந்துபோக மனமில்லாமல் போனாலும், அண்ணன்கள், உம்மா, சகோதரி என எல்லோரின் வற்புறுத்தலினாலும் ஓடு போட்ட வீட்டைக் காரை வீடாக மாற்றலாம் என்ற ஆசையினாலும் அவன் ஷார்ஜாவுக்கு விமானமேறினான்.

இளம்ரோஜா நிறத்திலுள்ள அவனுடைய எழுத்துகள் என்னை வந்தடைந்தன. அந்தக் காலத்தில் மொபைல் ஃபோன் உபயோகத்தில் இல்லை. ரிலையன்ஸ் கம்பெனியின் ஐநூறு ரூபாய்க்கான ஃபோன் சிலரிடம் இருந்தது. என்னிடம் அதுவுமில்லை. நான் அவனுக்குப் பதில் கடிதங்கள் எழுதினேன். அவளைப் பிரிந்த வாழ்வின் துயர் ஒவ்வொரு நாளையும் ஒவ்வொரு வருடமாய் ஆயுசை நீட்டிக்கிறதென அவன் எனக்கு எழுதிக் கொண்டிருந்தான். ஒன்பது மாதங்களையும் வாரங்களையும் நாட்களையும் மணிநேரங்களையும் நொடிகளையும் எண்ணியெண்ணி அவன் அங்கு வாழ்ந்தான்.

உம்மா மட்டுமுள்ள அவனுடைய வீட்டிற்கு மனைவிக்கும் அவனுக்கும் நெருங்கிய சொந்தமான, பார்க்கத் திருத்தமான, படித்த இளைஞன் ஒருவன் வர ஆரம்பித்திருந்தான். அந்த இளைஞனை நானும் இரண்டு மூன்று முறை பார்த்திருக்கிறேன். என் அந்தப் பார்வைக்குத் தீ படருமென்றும் நான் முதலிரவு அறையில் வரைந்து வைத்த சிறுபூக்கள் என்றென்றைக்குமாக வாடிக் கருகிப் போகுமென்றும் நான் அப்போது உணரவேயில்லை. அந்த இளைஞன் வந்த ஒரு இரவில், உம்மா தூங்கிவிட்டாள் என்று உறுதி செய்த பிறகு, அவள் அவனோடு போய்விட்டாள். கணவன் வாங்கிக் கொடுத்த தங்க நகைகளையும் துணிமணிகளையும் மட்டுமல்ல, விலை உயர்ந்த செருப்புவரை அவள் அங்கேயே கழற்றி வைத்திருந்தாள். கூடவே, அந்த இளைஞனைப் பல வருடங்களாகத் தனக்குப் பிடிக்குமென்றும் தான் அவருடன் வாழப் போகிறேனென்று கடிதமும் எழுதி வைத்திருந்தாள்.

கடித்துக் குதறக் கறி கிடைத்த நாய்களைப் போல ஊர்க்காரர்கள் அந்தச் செய்திக்கு இன்னுமின்னும் ருசி கூட்டும்போது, நான் என் நண்பனை நினைத்துப் பார்த்தேன். அவனுடைய நெஞ்சுக்கூடு பிளந்து இதயம் வெளியே துடித்திறங்கி ரத்தம் வடிப்பதைப் பார்த்தேன். எட்டு வருட அவனுடைய தவத்தின் பொருளுணராமல் அந்தப் பெண் போய்விட்டாளே என்று யாரிடமென்றில்லாமல் சொல்லிக் கதறி அழுதேன். கணவர்களை அயல்நாடுகளில் விட்டுப் பிரிந்திருக்கும் பெண்களைப் பற்றிச் சொல்லும் மனிதத் தன்மையற்ற எல்லா அவதூறுகளையும் ஆட்சேபங்களையும் ஊர்க்காரர்கள் பேசினார்கள். சிலர் அவனையும் குறை சொன்னார்கள். இவ்வளவு பேரழகியான மனைவியைத் தனியாக விட்டுவிட்டு வளைகுடா நாடுகளுக்குச் சென்ற இவன் எவ்வளவு மடையன் என்று கேடு கெட்ட அர்த்தங்களுடன் உடன் வேலை பார்ப்பவர்களும் கேலி பேசினார்கள்,

இது நடந்து ஒரு வாரத்திற்குப் பிறகு என் அண்ணன் வீட்டுத் தொலைபேசியில் அவனுடைய குரல் என்னைத் தேடி வந்தது:

''அப்பாஸே...''

''டேய்...''

நான் அழைத்தேன்.

அந்த முனையில் கடலின் பேரிரைச்சலைத்தான் கேட்டேன். ரத்த நிறமுள்ள கண்ணீர் கொட்டித் தீர்ப்பதைப் பார்த்தேன். அவளுக்காக அவன் நடந்து கடந்த தூரங்களில் நெருப்பு கனன்று எரிவதை உணர்ந்தேன். வார்த்தைகள் இன்றி மௌனமாக ரிசீவரைப் பிடித்து நின்றேன். மறுமுனையில் ஏதோ டெலிஃபோன் பூத்தில் இதயம் தகர்ந்து, வாழ்வு தகர்ந்து என் நண்பன் நின்று கொண்டிருந்தான். முதலிரவிற்குப் போகும் முன்பாக என்னை அணைத்து அழுத அவன் முகம் என் மனதில் தெளிவாகத் தெரிந்தது.

பரஸ்பரம் ஒன்றும் சொல்ல முடியாமல் நாங்கள் இரு தூரங்களில் பலமுறை அப்படியே சமைந்து போயிருந்தோம். பிறகு மெல்ல மெல்ல அடியெடுத்து வைக்கக் கற்றுக் கொள்ளும் குழந்தையைப் போல வார்த்தைகள் சொல்ல அவன் முயன்றான். அந்த வார்த்தைகள் இடறும்போது என் கைகளும் உடலும் முழுமையாக நடுங்கின. நான் படித்துச் சேர்த்து வைத்திருந்த வார்த்தைகள் ஒன்றும் அவனுக்கு ஆறுதல் சொல்லப் பயன்படவில்லை. அவன் நெஞ்சு பதறிச் சொல்வதையெல்லாம் கேட்டு நான் என்ற நண்பன் இம்முனையில் அழுது கொண்டிருந்தேன்.

இரண்டு வருடங்கள் முடிந்து அவன் திரும்பி வந்தான். கனவும் உயிரும் பொய்த்து இப்போது காலியான அறையில், அவளோடு தன்னைப் பகிர்ந்துகொண்ட அதே கட்டிலில், முழுவதுமாய் நொறுங்கிப் போன அவன் படுத்துக் கிடந்தான். அவனைப் பரிகசிக்க எப்போது அவன் வெளியே வருவான் என்னும் சந்தர்ப்பத்திற்காக ஊர்க்காரர்கள் காத்திருந்தார்கள். நான் அந்த அறைக்குப் போக வேண்டிய நிர்ப்பந்தம் வந்தது. அதன் வெள்ளைச் சுவர்களில் நான் வரைத்த கொடிகளும் பூக்களும் மொட்டுகளும் கொஞ்சமும் நிறம் மங்கிப் போகாமல் அப்படியேயிருந்தன.

என்னைப் பார்த்த அவன் கண்களில் பைத்தியத்தின் தீப்பொறிகள் அசைவதைப் பார்த்தேன். மிகவும் சோர்ந்துபோய் கன்னங்கள் ஒட்டி, கண்கள் குழிக்குள் விழுந்த அவன் கட்டிலில் படுத்திருந்தான். அவனுடன் படுக்காமலிருக்க முடியவில்லை. அவனைக் கட்டியணைத்து அழாமலிருக்க முடியவில்லை. நாங்கள் இரண்டு பேரும் சிறு குழந்தைகளைப் போல அழுதோம். எதற்காக நான் அழுகிறேன் என்று எனக்குப் புரியவில்லை. அந்தப் பெருமழை பெய்து தீரும்வரை அவனுடைய உம்மா அறையின் வாசலிலேயே கண் நிறைந்த அழுகையுடன் நின்றிருந்தாள்.

மெல்ல மெல்ல அவன் வீட்டைவிட்டு வெளியே வரத் தொடங்கினான். சினிமாவிற்கு வரத் தொடங்கினான். புதுப் பிறப்பின் வாழ்வை அவன் நடந்து கற்றுக்கொள்ளத் தொடங்கினான். அவன் யாரையும் குறை சொல்லவில்லை. திருமணத்திற்கு முன்பே அவளுக்கு அப்படியொரு விருப்பம் இருந்ததைத் தன்னால் லேசாக உணர முடிந்ததென்றும், அது இவ்வளவு தீவிரமானதென்று தான் நினைக்கவில்லையென்றும் சொன்னான். பிறகெதற்கு நீ என் நண்பனைத் திருமணம் செய்து கொண்டாய் என்று கேட்க அதற்குப்பின் அவளை எப்போதும் நான் பார்த்ததில்லை.

அவள் அன்று பெங்களூருக்குப் போயிருந்தாள். அந்த இளைஞன் அங்கே வேலை செய்தான். இப்போது அவர்கள் தங்களின் இரண்டு குழந்தைகளோடு சொந்தமாக வீடு வாங்கிச் சுகமாக வாழ்கிறார்கள். என் நண்பனும் வேறு திருமணம் செய்துகொண்டு வாழ்கிறான்.

வீட்டில் உள்ளவர்களின் வற்புறுத்தலுக்குப் பணிந்தே, அவள் என் நண்பனைத் திருமணம் செய்து கொண்டாள் என்பதை யூகிக்க மட்டுமே என்னால் முடியும். மனிதம் என்ற ஆச்சரியத்தை யாரால் முழுவதுமாகப் புரிந்து உணர முடியும்? அவனையே புரிந்துகொள்ள முடியாமல் இந்த வாழ்வு இட்டுச் செல்லும் பாதையில் திகைத்து நிற்கும் எனக்கு, அந்தப் பெண்ணின் மனதை ஒருபோதும் உணர முடிந்ததேயில்லை. என் நண்பன் அவளை மறந்துவிட்டானா என்று கேட்டால் அதற்கும் சரியான பதில் எனக்கில்லை.

வாழ்வு... மனிதம்... காதல்...

மூன்றையும் வார்த்தைகளால் விளக்க முடியாது என்பது மட்டும் எனக்குத் தெரியும்.

## பைத்தியம் தெளிந்ததா?

சின்னச்சின்ன மனநோய்களுக்கு, மனநோய் நிபுணர்களும் வீட்டில் உள்ளவர்களும் இளவயதினருக்குத் திருமணம் செய்து வைத்தால் சரியாகிவிடுமென முன்பெல்லாம் சொல்வார்கள். சில நேரங்களில் அந்தச் சிகிச்சை பலனளிப்பதுமுண்டு. சில திருமணங்கள் நெற்றிப் பொட்டில் அறைந்து வழி மறித்து நிற்பதுமுண்டு.

பயத்தின் செம்பருத்திகள் மூளையில் நர்த்தனமாடி நின்ற நாட்களில் எனக்கும் அப்படியான யோசனை சொல்லப்பட்டது. மூளை கலங்கி நின்ற மகனைச் சரிப்படுத்த என் வீட்டு உறவுகளும் அதே சொற்களோடு வந்தார்கள். அப்படி வேறு வழியில்லாமல் திருமணமே வேண்டாமென்று தீர்மானித்திருந்த நான் திருமணம் செய்ய முடிவு செய்தேன்.

அடுத்தது பெண்பார்க்கும் சடங்குகள். வண்ணமடிக்கப் போகும் வீட்டுப் பெண் பிள்ளைகளை, பலி ஆடுகளைப் போல தலை குனிந்தபடி தேநீர்த் தட்டேந்தி பத்துப் பனிரெண்டு வேலையாட்களின் முன்னால் காட்சிப் பொருளாக நிற்க வைக்கும் காட்சிகளைப் பலமுறை பார்த்திருந்ததால் நான் வீட்டில் உள்ளவர்களிடம் சொன்னேன்.

"எனக்கு வேண்டிய பெண்ணை நீங்களே பார்த்து முடிவெடுங்கள். பிறகு நீங்களும் சொந்தக்காரர்களும் போய்ப் பார்த்துப் பிடித்திருந்தால் நான் பெண் பார்க்க வரேன். அந்த ஒரே பெண்ணைத்தான் நான் பார்ப்பேன். அவளையே கல்யாணம் செய்து கொள்கிறேன். கல்யாணத்திற்குப் பிறகு அவளுடைய குற்றம் குறைகளைத் தோண்டக்கூடாது. அதெல்லாம் முன்பே பார்க்க வேண்டும்"

அப்படி சகோதரிகளும் அண்ணன்களுமாக அலைந்து எனக்குப் பெண் தேடினார்கள். எத்தனை பெண்களைப் பார்த்தார்கள் என்று அவர்களுக்கு மட்டுமே தெரியும். என் மன நல மருத்துவர் ஒவ்வொரு சந்திப்பிலும் கல்யாண வேலை எப்படிப் போகிறதென்று கேட்டுக் கொண்டேயிருந்தார். மருத்துவர் எழுதித் தரும் மருந்துகளைச் சாப்பிடுவதாலும் கொஞ்சம் சக மனித அக்கறை உள்ளதாலும் என் நாட்கள் நடக்கின்றன, உட்காருகின்றன, ஓடுகின்றன என்பது போன்ற பதில்களைச் சொல்லிக் கொண்டேயிருந்தேன். இந்த நாட்களைப் போல அந்த நாட்களிலும் பெண்ணின் தோல் நிறம் பிரதானமான ஒன்றாகவே இருந்தது. ஒரு போதும் ஆணின் தோல் நிறம் திருமணச் சந்தையில் சர்ச்சைக்கான விஷயமாவதில்லையே! பெண் பார்த்த நிறைய வீடுகளிலிருந்து தேநீர் பலகாரம் சாப்பிட்ட நிறைவில் என் வீட்டு ஆட்கள் இருக்கும்போது நான் கடைசியாகச் சொன்னேன்.

'இனி நீங்கள் பார்க்கும் பெண்ணை நானும் பார்ப்பேன், அவளையே திருமணம் செய்து கொள்வேன், இனி எந்தப் பெண் வீட்டிற்கும் நீங்கள் போக வேண்டாம்.

அப்படி வீட்டில் உள்ளவர்களும் பார்த்துவிட்டு வந்தார்கள். தோல் நிறத்தைப் பற்றி என் சகோதரி முன்பே எனக்குத் தெரிவித்து விட்டாள். நான் அவளிடம் அவளுடைய தோல் நிறத்தை உற்றுப் பார்க்கவும் சொன்னேன்.

புரோக்கர் என்னைப் பெண் பார்க்கக் கூட்டிக்கொண்டு போனார். வேலை நாளானதால் வேலை முடிந்து மாலையில்தான் நாங்கள் அங்கு போனோம். அதிகத் தொலைவில்லாத வீடு. ஒரு சிறிய மேட்டின் மேல் அந்த வீடு இருந்தது. மெத்தை ஒட்டியிருந்த பெரிய காரை வீடு. நல்ல புளியங்கொம்பைத்தான் வீட்டு ஆட்கள் பிடித்திருக்கிறார்கள் என்பது புரிந்தது.

அந்த நாட்களில் திருமணம் செய்து கொள்ளப் போகும் பையன்தான் முதலில் நண்பர்களுடன் பெண் பார்க்கப் போவான். சொந்த முகத்தைக் கண்ணாடியில் பார்க்கும் பழக்கம் இல்லாததால் பார்க்கும் பெண்கள் யாரையும் பையனுக்குப் பிடிக்காது. ஆனால், இங்கேயோ வீட்டில் உள்ளவர்களும் சொந்தங்களும் பார்த்தபிறகு பையன் தனியாகப் பெண் பார்க்க வந்திருக்கிறான். ஆச்சரியம்தான்! இந்த ஆச்சரியத்தைக் காண பக்கத்து வீடுகளின் ஜன்னல்களும் கதவுகளும் திறந்து கிடந்தன. அப்படிக் கூர்மையான பார்வைகளுக்கிடையில் நான் சென்று சேர்ந்தேன்.

ஒரு பெண் பிள்ளையைப் பெற்றவன் என்ற தவறைத் தவிர வேறெந்தத் தவறும் செய்யாத மனிதன் என் முன்னால் தலை குனிந்து உட்கார்ந்திருந்தார். நான் அவரிடம் பெயரையும் வேலையையுமெல்லாம் கேட்டுக் கொண்டிருந்தேன். அவர் கால்நடை வியாபாரியாயிருந்தார். அந்த வீட்டு வாசலிலும் தோட்டத்திலும் லட்சங்கள் மதிப்பிலான கால்நடைகள் நின்றிருந்தன. அண்ணன்களின் கண்கள் அந்தக் கால்நடைகளிலும் மாளிகை போன்ற வீட்டிலும் நிலைத்தபடியால்தான் நான் அங்கு பெண் பார்க்க வந்திருக்கிறேன் என்பது புரிந்தது.

தேநீர்த் தட்டுடன் ஓர் இளம்பெண் தலை குனிந்தபடி நடந்து வந்தாள். நான் ஒரு டம்ளர் எடுத்துக் குடித்தேன். பெண்ணோடு ஏதாவது பேச வேண்டுமே என்பதால் நான் என் பெயரையும் படிப்பையும் தொழிலையும் பொருளாதார நிலையையும் என்

மனநலனையும் அதற்குச் சிகிச்சை தரும் மருத்துவரைப் பற்றியும் தற்கொலை மனப்பான்மையைப் பற்றியும் சொன்னேன். அவள் அதொன்றும் தன்னைப் பாதிக்கவில்லையென்ற பாவத்தில் தலை அசைத்தும் அவ்வப்போது உம் கொட்டியும், அவளுடைய பேரையும் படித்த பள்ளியின் பேரையும் சொல்லித் தலை குனிந்தபடி நின்றாள்.

அந்த உப்பாவிடமும் என்னைப் பற்றியெல்லாம் சொன்னேன். அவர் திடுக்கிடலோடு எல்லாவற்றையும் கேட்டுக் கொண்டு அமர்ந்திருந்தார். என் மன நலமின்மை பற்றியும் எல்லோருக்கும் தெரிந்த தற்கொலை மனநிலைமை பற்றியும் என் வீட்டு மனிதர்களோ, சொந்தங்களோ, புரோக்கரோ அவரிடம் சொல்லியிருக்கவில்லை. புரோக்கர் என் பேச்சிற்கிடையே இது படியாது என்று புரிந்து மெல்ல நழுவி விட்டிருந்தார். எதற்காகச் சாக முடிவெடுத்தீர்களென்ற அவருடைய கேள்விக்கு என்னால் பதில் சொல்ல முடியவில்லை. என்ன ஆனாலும் அது காதல் தோல்வியால் அல்ல என்பதை என்னிடம் கேட்டு உறுதிப் படுத்தியிருந்தார்.

நான் அவரிடம் சொல்லிவிட்டுக் கிளம்பினேன். அது அப்படியே முடிந்துவிடுமென்றுதான் நினைத்தேன். ஆனால், அந்த உப்பா என்னைப் பற்றி ஊர்க்காரர்களிடம் தீர விசாரித்துவிட்டு, படித்துப் பைத்தியமாயிருந்தேன் என்பதைத் தெரிந்து கொண்டார். ஒரு வாரத்திற்குப் பிறகு எங்கள் வீட்டிற்கு வந்தார். உப்பாவோடு பேசியபிறகு என்னிடம் தனியாகக் கேட்டார்.

"உங்களுக்கு என் மகளைப் பிடிச்சிருக்கா?"

"பிடிச்சிருக்கு என்று நான் அன்னைக்கே சொன்னேனே…"

"சொன்னீங்க… ஆனாலும்…"

"…………"

"என் மகளைப் பார்க்கவரும் எட்டாவது பையன் நீங்க…"

"............"

"கல்யாணத்துக்குப் பின்னாடி என் மகள் கறுப்பா இருக்கான்னு காரணம் சொல்லி அவளை என் வீட்டுக்குத் திருப்பி அனுப்பிவிடக் கூடாது"

அவருடைய கண்கள் நிரம்பித் ததும்பத் தொடங்கியிருந்தன.

சொந்த மகளை, கறுத்த தோல் நிறத்தால் பிடிக்காமல் போன அந்த ஏழு இளைஞர்களையும் அவர் அங்கு நினைத்திருக்க வேண்டும். கொஞ்சம் மனநிலை சரியில்லாத நான் அவளைத் திருமணம் செய்து கொண்ட பிறகு, புதுப் பொலிவு மறைந்து போகும் நாட்களில் தோல் நிறத்தைப் பற்றி உணர்ந்து அவளை ஒதுக்கி விடுவேனோ என்ற அவரின் சந்தேகத்தின் முன்னால் என் கண்களும் நிறைந்து ததும்பின. நான் அவருடைய கைகளை இறுகப் பற்றி ஒன்றும் சொல்லாமல் அந்தக் கண்களையே பார்த்துக்கொண்டு நின்றேன். அந்த முகத்தில் சிரிப்பு படர்வதைப் பார்த்த பிறகுதான் நான் என் பிடியைத் தளர்த்தினேன். என்னிடமிருந்து மிகுந்த ஆசுவாசத்துடன் நடந்து போகும் அந்த மனிதரை நான் நீண்டநேரம் பார்த்தபடியே நின்றிருந்தேன். நடந்து நடந்து தூரத்தில் மறையும்வரை பார்த்துக் கொண்டேயிருந்தேன். அவர் ஒரு மனிதனில்லை, துக்கத்தின் ஆள் உரு தான் அப்படி நடந்து மறைந்தது என்பதை நான் உணர்ந்தேன்.

அவருடைய மகளைப் பாராட்டாமலிருக்க என்னால் முடியவில்லை. கொஞ்சம் கிறுக்குத்தனமான, ஒரு முறை தற்கொலையில் தோற்றவனை, எவ்வளவு அழகானவனாக இருந்தும், வெள்ளைத்தோல் உள்ளவனானாலும் எனக்குப் பிடிக்கவில்லையென்று சொல்ல அந்தப் பெண்ணுக்குத் தைரியமிருந்தது. அந்தக் காலத்தில் அதொன்றும் சாதாரணக் காரியமில்லை. தோல் கறுத்துப் போயிருக்கிறதென்ற குற்றத்திற்காக ஏழு ஆண்களுக்குப் பிடிக்காமல் போன பிறகும் தன்னைப் பிடித்திருக்கிறது என்று சொன்னவனைத் தனக்குப் பிடிக்கவில்லை

என்று சொல்லும் தைரியம் இந்தக் காலத்திலும்கூடப் பல பெண்களுக்கு இல்லை. அப்படிச் சொன்னதால் அவள் தப்பித்தாள். அதே இடத்தில் வேறு யாரோ ஒரு பெண் என்னுடன் இப்போதும் அவஸ்தைப் பட்டுக் கொண்டிருக்கிறாள்.

அவளுடைய உப்பா மறுபடியும் என்னைப் பார்க்க வந்தார். கோட்டக்கல் கடைத்தெருவில் ஒரு உணவகத்தில்தான் நாங்கள் மீண்டும் சந்தித்தோம். அவருக்கு மகளை ரொம்பவும் பிடிக்கும். அவளுக்கு என்னைப் பிடிக்காமல் போனதைச் சொல்வதற்கு முன்னால் என் உப்பாவுக்குச் சில வாக்குறுதிகளைத் தந்திருந்தார். உப்பா அதையெல்லாம் பெரிதாக எடுத்துக் கொள்ளவில்லை. அண்ணன்களிடம் அப்படி அவர் பேசியிருந்தால், அவர்கள் எப்படியாவது அந்தப் பெண்ணின் மனதை மாற்ற முயற்சித்திருப்பார்கள்.

'என் மகளுக்கு உன்னைப் பிடிக்கவில்லை' என்பதை என்னிடம் சொல்ல வார்த்தைகளைத் தேடி அவருடைய நா உலர்ந்தபோது அவரின் கண்களுக்குள்ளாகச் சிரிப்புடன் பார்த்தேன். பெண் பிள்ளைகள் கறுப்பாய்ப் பிறந்துவிட்டால் மனைவியையும் பிள்ளைகளையும் திட்டித் தீர்த்து சகல தெய்வங்களையும் சபிக்கும் அநேக அப்பாக்களுக்கிடையே இதோ ஒரு யதார்த்த மனிதன் என் முன்னால் உட்கார்ந்திருக்கிறார். அவர் என் கைகளைத் தொட்டார்.

"உங்களுக்கு என்னிடம் கோபமில்லையே...?"

"எதற்காக...?"

"என் மகளிடம்...?"

"கொஞ்சமுமில்லை"

நான் அந்தப் பெண்ணைப் பிரியத்துடன் நினைத்துப் பார்க்கிறேன். சொந்த விருப்பு வெறுப்புகளை மனம் திறந்து பேச முடிகிற பெற்றோர் வாய்த்தவர்கள்தான் எத்தனை பாக்கியசாலிகள். அவள்

திருமணமெல்லாம் முடிந்து குழந்தைகளைப் பெற்று, பித்தில்லாத ஒரு மனிதனோடு நிம்மதியாய் வாழ்கிறாள். நான் அவர்களுடைய வீட்டுக்கு வண்ணமடிக்க இரண்டுமுறை போயிருக்கிறேன். ஒருமுறை அவள் என்னிடம், 'உங்களின் பைத்தியமெல்லாம் சரியாயிடுச்சா?' என்று கேட்டும் இருக்கிறாள். எங்க சரியாகும்...? இன்னும் அதிகமாயிருக்கிறது என்று கொஞ்சமும் தயக்கமில்லாமல் சொல்லியிருக்கிறேன். வாழ்க்கை என்பது இப்படியான சில நிகழ்வுகளையும் உள்ளடக்கியதுதானே?

## காதலின் இதிகாசம்; மரணத்திற்கும்...

காதல் பரிசாக நான் அவளுக்கு, எனக்கு மிகவும் பிடித்த நாவலைக் கொடுத்திருந்தேன். எந்தப் புத்தகத்திலும் பெயர் எழுத விரும்பாத நான், ஏதோ உள்ளுணர்வு உந்த, உபநிடத வரிகளை எழுதி அதற்குக் கீழே என் பெயரையும் எழுதியிருந்தேன் என்று பல வருடங்களுக்குப் பிறகு திரும்பி வந்த இதிகாசம் என்னிடம் சொன்னது.

வாழ்வு எனக்காகச் சேமித்து வைத்திருக்கும் அற்புதங்களை நினைத்து ஆச்சரியப்படாமலிருக்க முடியவில்லை. சில நிகழ்வுகள், காலத்தின் பெரும்பாதையின் வழியாக நடந்து தளர்ந்து நிழல் தேடி எனக்குள்ளாகவே திரும்பி வருகின்றன. சில அந்த பாதையின் வழியாக நடந்து மறைகின்றன என்றென்றைக்குமாக...

பல வருடங்களுக்கு முன்பு பாடப்புத்தகங்களை நெஞ்சோடு சேர்த்தணைத்து ஒரு பெண் இந்தப் பாதை வழியாக நடந்து போயிருந்தாள். அவள் கண்களின் மருட்சியும் மென்சோகமும் இதழ் சிவப்பும் கண்டு ஆசைப்பட்ட ஒரு விடலைப் பருவத்துப் பையன் இங்கே உட்கார்ந்து அவளை உற்றுப் பார்த்தபடியேயிருந்தான். அந்த மென்சோகத்தின் அர்த்தம் புரியாமல் அவன் தனக்குள்ளாக வேதனைப்பட்டிருக்கிறான். அவளுக்காக உறக்கமிழந்த அவன் காதல்

மொழிகள் எழுத ஆரம்பித்தான். அவள் நடக்கும் பாதைகளில் உன்மத்தனான அவன், அவள் நடந்த பாதச் சுவட்டில் கடிகார முட்களின் அதிர்வைப் போல நடக்க ஆரம்பித்தான்.

பள்ளியில் படிக்க முடியாமல் போன அவ்வளவு துக்கத்தையும் அவன் வாசிப்பில் மடை மாற்றினான். புத்தகங்களில் தன்னை உணர ஆரம்பித்தான். புத்தகங்களில் தூங்கிப் புத்தகங்களிலே விழித்தான். அதில் மட்டுமே வாழ்ந்தான். நூலகத்திலிருந்து மிகுந்த காதலோடு புத்தகங்களை எடுத்துக் கொண்டு, அவள் ஏறிய பஸ்ஸில் அவனும் ஏறினான். அவள் இறங்கிய ராஜாஸ் மேல்நிலைப் பள்ளி வாசலில் அவனும் இறங்கினான். பள்ளிக்கூடம் முடியும்வரை அங்கேயிருக்கும் பேருந்து நிறுத்தத்தில் உட்கார்ந்து அவன் *கசாக்கின், மய்யழியின், மக்கொண்டையின், கொமாலாவில் சஞ்சரித்து அவனுக்கு முன்னால் லௌகீக வாழ்வின் வெயில் சரடில் கோர்க்கப்பட்ட ஓணான்களைத் தூக்கிப் பிடித்து *அப்பூக்கிளியாய் நின்றான். *வெள்ளியாங்கல்லிலிருந்து பறந்து வந்த தும்பிகள் அவனுடைய பசியை நிலாவாக மாற்றின.

மாலையில் அவள் பள்ளி விட்டுத் திரும்பும் பேருந்திலேயே அவனும் திரும்பினான். அதன் நடுவே எப்போதாவது அவளின் கடைக்கண் பார்வை அவனைத் தடவிச் சென்றது. இதழ்ச் சிவப்பினுள்ளே இருக்கும் வெண்மை அவனுக்கான புன்முறுவலாய் மாறியது. வண்ணங்கள் தடவின தாள்களில் அவளுக்குக் கொடுக்க வேண்டி அவன் எழுதிய காதல் மொழிகளின் தொடக்கங்கள் எல்லாம் இப்படித்தான் இருந்தன.

---

* கசாக், மய்யழி, மக்கொண்டை, கொமாலா - மலையாள இலக்கியத்தின் மிக முக்கிய படைப்புகள்.

*அப்பூக்கிளி - ஓ.வி.விஜயனின் கசாக்கிண்டெ இதிகாசம் என்ற புதினத்தில் வரும் ஒரு கதாபாத்திரம்.

*வெள்ளியாங்கல் - முகுந்தனின் மய்யழிக் கரையோரம் நாவலில் வரும் கடலின் உள்ளேயிருக்கும் ஒரு தீவு

'என் பனிநீர்ப் பூவுக்கு...', என எழுதியும் அடித்தும் மீண்டும் எழுதியும் காதல் உருக்கத்தை உவமைப்படுத்திய ஒரு கடிதத்தைச் சட்டைப் பையில் வைத்துப் பல நாட்களாய் அவன் அவளுக்குப் பின்னால் நடந்தான். அதை அவளிடம் கொடுக்க தைரியமில்லாமல் அவன் அவளுடைய காலடிகளை அளந்து அளந்து நொந்து போனான். அவளுடைய கையிலிருந்து கீழே விழுந்த பேனாவையோ புத்தகத்தையோ எடுத்துக் கொடுக்கவோ, அது தனக்கான காதலை அங்கீகரிக்கும் அடையாளம் என்பதை உணரவோ முட்டாளான அவனுக்குப் புரியவில்லை. சேஃப்டி பின்னும் தலைமுடிக்கான ஹேர் பேண்டுகளும் கிழிந்த தாள்களும் காதல் மொழிகளாக அவன் முன்னால் அடித்துச் சென்றன. அவன் அவற்றில் ஒன்றையும் எடுத்துக் கொடுக்காமல் போனதால் அந்தப் பாதைகளில் அவை வெயிலும் மழையும் பனியுமேற்று மங்கி மறைந்து கிடந்தன.

காலம் சேமித்து வைத்திருக்கும் கனிவின் ஒரு விநாடித் துளியில், மாலைநேர மழையில், தன் காதல்மொழியைப் பத்திரப்படுத்தியிருக்கும் இதிகாசத்தை அவன் அவளுக்குக் கொடுத்தான். சாலையோர அரளி மரங்களிலிருந்து மழையில் நனைந்த சிவந்த பூக்கள் அவளைச் சுற்றிப் பொழிந்தன. படித்துவிட்டு எப்படி இருக்கிறதென்று சொல்ல வேண்டுமென்று அவன் திக்கித் திணறிச் சொல்லும்போதே, காவலுக்கு சகல தெய்வங்களையும் பக்கத்தில் நிறுத்தியிருந்தான்.

அவள் கசாக்கின் இதிகாசம் படித்தாளா என்றெனக்குத் தெரியாது. ஒரு கடிதம் கொடுத்ததற்குப் பிறகு கடந்து போய்விட முடியாமல் எனக்குள்ளிருக்கும் இன்னொரு முகம் அவளுடைய பதிலுக்காக நிறைய நாட்கள் அவளுக்குப் பின்னால் அலைந்து நடந்தது. சக தோழியுடன் பக்கத்து நகரத்தின் துணிக்கடைக்கு அவள் உள்ளே போனதையோ பஸ்ஸில் கூட்டத்திற்கு நடுவில் கையில் ஒரு நோட்டை மட்டும் வைத்துக்கொண்டு அதை உயர்த்திப் பிடித்து என்னைப்

பார்த்துச் சிரித்த சிரிப்பின் பொருளையோ உணராமல் பைத்தியமான நான் அந்த வழிகளைத் தவிர்த்து, கசாக்கின் மாலை நேர வெளிச்சத்திற்குத் திரும்பி நடந்தேன்.

வெயிலின் ஒளிச்சிதறல்களாக, கரு முட்டைகளாக, மென்சூட்டின் கனலாக எனக்குள்ளே அவளுக்கான நேசம் வளர்ந்த நாளில் அவள் திருமணம் முடித்திருந்தாள். அவள் அம்மாவுமானாள். என் நாட்கள் கசாக்கின் தகர்ந்து விழுந்த மசூதிகளில் குட்டை போலத் தேங்கிக் கிடந்தன. யார் யாருடையதோ துக்கங்களின் வடுவாய் நீண்டுபோன பாதைகளில் உதயாஸ்தமனங்கள் தொடர்ந்து கொண்டிருந்தன. என்னுடைய பித்தை *நைஜாம் அலிக்கு நான் நொந்து போய்ப் பகிர்ந்து கொடுத்தேன். சாத்தான்களின் சாந்தமற்ற வழித்தடங்களில் நைஜாம் அலி எனக்காக அலைந்து திரிந்தார். கபர் இடங்களில் வத்தி மணத்தது. அரபிக் குளத்தில் குளித்த மைமுனா என்ற யாகக் குதிரை என் இளமையை வேட்டையாடியது.

காதலின் பட்டுத் திரைகளுக்குப் பின்னால் என்னை சைகையில் அழைத்த வாழ்க்கையின் அர்த்தத்தை நான் கூவி அழைத்தேன். லாட்டரிச் சீட்டு விற்பவனாக, வீடுகளுக்கும் தொழிலிடங்களுக்கும் மசூதிகளுக்கும் வண்ணமடிப்பவனாக, சுட்டெரிக்கும் வெயிலில் ஓடு வேய்பவனாக காலம் என் முன்னால் கொதித்து அடங்கியது. தணல் இடமில்லாத அந்த உச்சி வெயில் நாட்களில் ஒவ்வொரு வாசிப்பிலும் பார்க்கக் கிடைக்கும் புதிய திறவுகளாக கசாக் என்னில் வளர்ந்து கொடி பரப்பினான். நான் கசாக்குகளின் கூடவே வளர்ந்து திடமானேன்.

வருடப்பிறப்பும் ஓணமும் *பெருநாட்களும் விசேஷமாக ஒன்றும் சொல்லாவிட்டாலும் கூடடைந்து கொண்டிருந்தன. வாசிப்பின் பித்தில், வாழ்க்கையென்ற பெரும் பைத்தியத்தில் நான் அவளை மறந்தேன்.

---

*நைஜாம் அலி - இஃப்ரீத் மன்னன் - சாத்தான்களின் மன்னன்

*பெருநாள் - ரமலான் தினம்

எனக்காக அந்தப் பாதைகளில் விழுந்து கிடந்த சேஃப்டி பின்களையும் புத்தகங்களையும் நீல நிறமுள்ள ஹேர் பேண்டுகளையும் மறந்தேன். அப்போதும் அவள் இந்தக் கிராமத்தில் வாழ்ந்து கொண்டுதான் இருக்கிறாள் என்பது என் ஞாபகத்தில் பூத்து உதிர்ந்த அரளிப் பூக்களாக என் மனதில் நிலைத்திருந்தது.

முடிந்துபோன கொரோனா ஊரடங்கு நாட்களில்தான் நான் மீண்டும் அவளைப் பார்க்கிறேன். பழைய அந்த இளம்குமரியின் அதே சோகம் படரும் கண்களுமாக அவளுடைய மகள் அவள் பக்கத்தில் நின்றிருந்தாள். வாழ்க்கை நிறம் மங்க வைத்த உதட்டுச் சிவப்பின் உள்ளேயிருந்து எனக்கான புன்முறுவல் பூக்கவில்லை. சுற்றிலும் சிவந்த அரளிப்பூக்கள் உதிர்ந்து விழவில்லை. நீண்ட நாட்கள் நட்புள்ள ஒருவரிடம் தோன்றும் உணர்வற்ற பார்வையில் அவள் என்னைப் பார்த்தாள். நாங்கள் இருவரும் பேசிக்கொள்ளவில்லை. வார்த்தைகள் அவற்றின் உறைவிடங்களில் உயிர் தேடித் துடித்துக் கொண்டிருக்கலாம். சொல்லாமல் போகும் வார்த்தைகள், வலியின் தீக்கனலாக ஆத்மாவின் உள்ளுக்குள் திரும்பி வருமென்று எனக்கு அப்போது தெரியாமலிருந்தது.

அவளுடைய மரணச் செய்திதான் இந்த ஊரடங்கு நாட்களில் என்னைத் தேடி வந்தது. காதல் மொழியாக அவளுடைய விரல் நுனியில் சிதறி விழுந்த அவ்வளவும் என் நெஞ்சில் தீயாய் எரிந்தன. என் முன்னால் மஞ்சள் பாவாடையின் நுனியை அலையவிட்டபடி அவள் நடந்துபோன வழிகளில் மழை பெய்தது. நான் அந்த மழையின் வெண் தூறல்களைப் பார்த்துக் கொண்டிருந்தேன். இளமையின் துடிப்பில் என் நடுங்கும் கைகளால் கசாக்கின் இதிகாசத்தை அவளுடைய புத்தகக் கட்டுகளுக்குள் சொருகி வைக்கும்போது இதே போல மழை பெய்து கொண்டிருந்தது. வழியோரப் பச்சைகளில் சிவந்த அரளிப்பூக்கள் உதிர்ந்து விழுந்திருந்தன.

இதிகாசத்திற்குள்ளே, சாயம் தடவிய தாள்களில் நான் அவளுக்காக எழுதி வைத்த வார்த்தைகளையெல்லாம் நினைத்துப்பார்த்தேன். அவளுடைய மய்யத்தை ஏற்றிக்கொண்டு என் முன்னால் ஆம்புலன்ஸ் தாண்டிப் போனது. அதற்குள் அவள் இருக்கிறாள். என் முன்னால் நடந்த அந்தச் சின்னப் பாதங்கள் இருக்கின்றன. எனக்காக விரிந்த புன்முறுவல்களின் வெம்மை பொதிந்த உதடுகள் இருக்கின்றன.

மழையில் நான் நடந்தேன். மசூதி நிலக்காட்டின் கரும் பச்சைகளிலும், அதைத் தாண்டிக் கடந்த சாலையிலும் மழை பெய்தது. என்னால் அவளுடைய முகத்தைப் பார்க்க முடிந்தது. ஆனால், கோவிட் விரிந்திருந்த மதிலுக்குப் பின்னால் இழுத்துக் கட்டிய நீலநிறத் தார்பாலின் ஷீட்டின் கீழே கபர் குழிக்குள் அவளை இரண்டு ஆட்கள் சேர்த்து இறக்கி வைப்பதை நான் உணர்வற்ற தனியாளாய்ப் பார்த்துக்கொண்டு நின்றேன். எனக்குள்ளே அந்தப் பாதைகள் எல்லாம் தெளிவாகத் தெரிந்தன. அதற்குமேல் இடி மின்னலில் கிழிந்த ஆகாயத்தில், வாலில் நெருப்பு பிடித்த மயில் மேகங்கள் அலறி அடித்துப் பறந்தன. கடைசிப் பிடி மண்ணும் வாரிப்போட்டு *மீசான் கற்கள் நட்டு அந்தச் சின்னக் கூட்டம் பிரிந்து போனது. நான் அங்கேயே நின்றேன். முச்சந்தியில் யாருமில்லை. சுற்றிலும் மழையின் வெள்ளை நூல்கள் மட்டுமே... அங்கே காவல் நிற்கும் போலீஸ் கருணையோடு என்னைப் பார்த்தார். யார் இறந்தது என்று அவர் என்னிடம் கேட்டார். பதில் சொல்ல முடியாமல் நான் திரும்பி நடந்தேன்.

கோவிட் காலத்தில் உருவான இந்த மதில் இல்லாமல் போயிருந்தாலும் நான் கடைசியாக அவளை ஒரு முறை பார்த்திருக்க முடியாது. இறந்த பெண்ணின் மய்யத்தை அந்நிய மனிதன் உள்ளே வந்து பார்ப்பதை மதம் அனுமதிப்பதில்லை.

---

*மீசான் கற்கள் - சவத்தை அடக்கம் செய்த பிறகு தலைமாட்டிலும் கால்மாட்டிலும் அடையாளத்திற்காக நடப்படும் கற்கள். அதன் மேல் மரக்கன்றையும் நடுவது வழக்கம்.

மழையின் அந்தப் பக்கம் முழு உலகமும் எனக்கு அந்நியமாகப் போகும் நாட்களில் எதுதான் அந்நியம்...? யார்தான் அந்நியர்...?

பழக்கப்பட்ட யார் யாரோ என்னைக் கூப்பிட்டார்கள். நான் யாரையும் பார்க்க விரும்பவில்லை. எதையும் நான் கேட்க வேண்டாம். மழை நனைந்த பாதைகளில் எனக்காக நழுவி விழுந்த ஒரு ஹேர்பேண்டைப் பார்க்க என் கண்கள் ஏங்கின. பாதையோரத்து அரளி மலர்கள் இன்றில்லை.

நேற்றுதான் அவள் வீட்டில் *அணுநசீகரணம் நடத்தி, வீட்டைச் சுத்தப்படுத்தப் போயிருந்த என் நண்பர்கள், என் பெயர் அந்தப் புத்தகத்தில் எழுதியிருப்பதால் அதை என்னிடம் கொடுத்தார்கள். என்னைக் காதல் வயப்படுத்திய உதட்டுச் சிவப்பில் இப்போது புழு நெளியத் தொடங்கியிருக்கும். மேல் அட்டை உதிர்ந்து, உள் தாள்கள் செல்லரித்த இருபதாம் பதிப்பு போல அவளுடைய உடலை மண் ஜீவிகள் மகிழ்வுடன் தின்று கொண்டிருக்கும். அவளுக்காக நான் எழுதிய,

*''பிரம்மம் சத்தியம் ஜகத் மித்யை*
*ஜீவோ பிரஹ்மை வனா பரஹ்''*

என்ற வேதாந்த சூத்திரமொன்றும் என்னை ஆசுவாசப் படுத்தவில்லை. தெரிந்தும் தெரியாததுமான இழப்பின் பெரிய மேல்சீலையாக வாழ்க்கை எனக்கு மீந்திருக்கிறது.

நெஞ்சு கனக்கிறது. இவ்வளவு நாட்களும் அவள் இந்த இதிகாசத்தைப் பத்திரப்படுத்தியிருந்தாள். இதைப் பார்க்கும் ஒவ்வொரு நொடியிலும் அவள் என்னை நினைத்திருப்பாள்.

---

*அணுநசீகரணம் - இறந்தவர்களை அடக்கம் செய்த மூன்றாம் நாளில் கண்களை மண் அரித்துவிடும் என்பதால் அன்று செய்யும் சடங்கு-இது சமீபத்தில் தொடங்கிய நடைமுறை.

அவளைப் பார்க்க மட்டுமே நான் நடந்த தொலைவுகளை அவள் நினைத்திருக்கலாம். ஒருவேளை அதிகமான அன்பினால் இந்தத் தாள்களில் முத்தமிட்டிருக்கலாம். மார்பில் அணைத்திருக்கலாம். எனக்காக உதிர்த்து வைத்த காதல் சமிக்ஞைகளை நினைத்திருக்கலாம். கொஞ்சம் தடை போட்டு நிறுத்தியாவது பதில் வாங்காமல் போன என் சிறுபிள்ளைத்தனத்தை நினைத்து வேதனைப்பட்டிருக்கலாம். எனக்குக் கொடுக்க வேண்டிய பதிலுடன் அவள் தோழிகளோடு நடந்து போன துணிக்கடைகளை நினைத்திருக்கலாம். பேருந்தின் கூட்டத்திலும் எனக்கான பதிலுடன் நான் உயர்த்திப் பிடித்த நோட்டுப் புத்தகத்தை நினைத்திருக்கலாம். இவற்றையெல்லாம் புரிந்துகொள்ளாமல் போன நான் என்ற மனிதனை நினைத்துப் பரிகசித்துச் சிரித்திருக்கலாம்.

இதிகாசத்தை நான் கண்டுபிடித்த நாள் முதல் அது என்னிடமே இருக்கிறது. நினைவுகளாக, அற்புதமாக, மலையாளத்தின் சுவையாக, மயக்கும் மோகினியாக, பெருவிரலின் நோவாக, ஆலிலைகளின் காற்றாக, துளசிச் செடிகளின் மணமாக, நீல நரம்போடிய நிழல்களாக, மந்தார இலைகள் சேர்த்துப் பின்னிய மறுபிறப்பின் கூடாக...

இப்போது இதோ... மரணத்தின் மழை நனைவாக, இழந்துபோன காதலின் அடையாளக்குறியாக, அட்டை இழந்த, இதிகாசம் என் கையில் நடுங்குகிறது. மழை பெய்து தீர்த்த வானத்தில் அந்திக் கிளிகள் கூடடைய வெம்பி, வழியோரப் பச்சைகளை நோக்கி இரவில் வந்து கொண்டிருக்கின்றன. லாப நட்டக் கணக்குகள் கூட இல்லாமல் முன்னால் நிற்கும் வாழ்க்கை என்ற இரவின் இருளைப் பார்த்து நான் உட்கார்ந்து கொண்டிருக்கிறேன்.

பிரியப்பட்டவளே... உனக்காக இதோ இன்னுமொரு முறை நான் கசாக்கை வாசிக்கிறேன். ஒருவேளை உன் விரல் ஸ்பரிசமேற்ற பக்கங்களில் என் விரல்கள் படும்போது, இனியும் மண் தின்று தீர்க்காத உன் இதயம் ஒருமுறை துடிக்கலாம். மண் ஜீவிகள் தின்பதை

நிறுத்திவிட்டுக் காது கொடுத்துக் கேட்டுமிருக்கலாம். உன்னை மண் கொண்டு மூடிய கபர் இருட்டுக்கு வலி ஏற்படலாம்...

சொன்னவற்றுக்கும் சொல்லாமல் போனதற்குமாக என்னை மன்னித்துவிடு. தெரிந்ததற்கும் தெரியாமல் போனதற்குமாக என்னை மன்னித்து விடு. உன் கபரின் உள்ளே இந்த இரவில் அமைதியாக கசாக் வந்து நிறைவார். அந்த அமைதி நீண்டு நிற்பதற்காக நான் இதன் பக்கங்களை மிகவும் மெதுவாகவே திருப்புவேன். கடைசி பஸ் வருவதற்காக, சூரியனைக் காத்து நின்ற பெருமழைகள் தீர்ந்து போகும்வரை இந்த அமைதி உனக்குத் துணையாக நின்றிருக்கும். கடைசியாக எனக்கு உன்னிடம் தர இது மட்டுமேயுள்ளது.

## தேவகணங்கள்

கோழிக்கோடு புதிய பேருந்து நிலையத்திலிருந்த புஹாரி ஹோட்டலில் எச்சில் மேசைகளைச் சுத்தம் செய்யும் பையனாக வேலை பார்த்த நாட்கள், வாழ்க்கையில் எனக்குப் பலவற்றையும் கற்றுக் கொடுத்தன. ஒரு பதினைந்து வயதுச் சிறுவனின் முன்னால் அந்த நகரம் கடல் போல விரிந்து கிடந்தது. நிர்வாணமாய் நின்ற நகரம் என்னை மேலதிகமாக பயமுறுத்தியது.

காலை ஆறு மணியிலிருந்து மாலை ஆறுமணிவரை ஓய்வேயில்லாமல் வேலை பார்த்தால் பத்து ரூபாய் கூலி கிடைக்கும். அந்தப் பத்து ரூபாய் கையில் கிடைத்தவுடன் பக்கத்திலிருக்கும் ப்ளூ டைமண்ட் தியேட்டருக்கு ஓடுவேன். அந்தத் திரைச்சீலையில் உள்ள பல வண்ணநிறங்களிலான வாழ்க்கை, என்னை எப்போதும் கையசைத்து அழைத்தபடியே இருந்தது. இறகுகள் உதிர்த்து நான் வாழ்ந்த கூட்டின் அன்பில் தோய்ந்த அம்மாவின் வார்த்தைகள் என்னைக் கையசைத்துக் கூப்பிட்டன.

"மகனே... திரும்பி வா..."

மாலைக் காட்சி முடிந்தால் ஸ்டேடியம் சாலை வழியாக டேவிட்சன்னுக்கு, கோரனேஷனுக்கு இரவுக் காட்சி பார்க்க ஓடுவேன். திரைச்சீலைகளின் வழியாக நான் காணும் பெரிய மாட மாளிகைகளில், என் வயதொத்த குழந்தைகள் விலை உயர்ந்த ஆடைகள் அணிந்து பள்ளிக்குச் சென்றார்கள்.

எனக்கு நேர் பின் சீட்டில் அமர்ந்திருக்கும் நகரத்தின் பூனை அதன் விரல்கள் நீட்டி என் தொடைகளில் சொரிந்து கொடுக்கத் தொடங்கும். ஆரம்பத்திலெல்லாம் எனக்கு அதன் அர்த்தம் புரியவில்லை. புரிய ஆரம்பித்தபோது அந்த நகரத்துப் பூனைகளைச் சட்டென இனம் காணத் தொடங்கியிருந்தேன். அந்தக் கண்களின் குரூரமான பார்வையையும் விரல் நகங்களின் கூர்மையையும் நான் புறந்தள்ளப் பழகியிருந்தேன்.

உணவு மேசைகளின் எச்சில் துடைத்துச் சுத்தப்படுத்தும்போது, கண்ணாடிச் சுவர்களுக்கு அப்பால் சாலையில் பள்ளிப் பேருந்துகள் கடந்து போவதை ஆவல் மீதூரப் பார்த்திருக்கிறேன். பல நிறங்களிலான பள்ளிச் சீருடைகள் அணிந்து என் வயதொத்தவர்கள் உல்லாசமாய்க் கத்திச் சிரித்து, அந்தப் பாதையில் போய்க் கொண்டிருப்பார்கள். அந்தக் காட்சியில் மதிமயங்கி நின்றிருக்கும்போது பின்முதுகில் பளீரென அடி விழும். சாப்பிட்டுக் கொண்டிருக்கும் அறிமுகமில்லாத மனிதர்கள் அதைப் பார்த்துப் பலவிதமான உணர்வுகளை வெளிப்படுத்துவதற்கிடையில் நான் பல அடிகளை வாங்கி முடித்திருப்பேன். ஒவ்வொரு முறையும் சூப்பர்வைசரை வெறுமையாய்ப் பார்த்தபடி நிற்பேன். அந்த முகத்திலும் நகரத்துப் பூனைகளின் நிறமிருப்பதை நான் கவனிக்கத் தவறியவனில்லை.

ஐந்து நாட்களின் கூலியைச் சேர்த்து வைத்துக் கொடுத்து, என் கோபத்தைத் தூண்டிய அந்தப் பூனையின் கை விரல்களின் கூர்மையைத் தட்டிவிட்டு அந்த இரவுக்குள் ஓடி ஒளிந்தேன். மறுநாள் காலை முதல் தேவைக்கும் தேவையற்றதிற்குமாகச் சேர்த்து அடி வாங்கினேன்.

பிறகு புதிய சூப்ரவைசர் வந்தபோது அந்த முகத்தில் பூனையின் முடிகள் இருக்கவில்லை. அந்த விரல்கள் என் மறைவிடங்களைத் தேடி வரவில்லை. சில சின்னச் சின்ன அனுகூலங்களும் கிடைக்கத் தொடங்கின. என்னையும் சேர்த்து ஆறு பிள்ளைகள் அந்த மனிதனை நேசிக்கத் தொடங்கினோம். மதியச் சாப்பாடு சாப்பிட்ட பின் முதுகுத்தண்டைத் தரையில் சாய்த்துப் படுக்க அரைமணி நேர ஓய்வை அந்த மனிதன் கொடுத்தார்.

சகிக்க முடியாத நாற்றத்தால் எல்லாப் பையன்களும் சுத்தம் செய்யத் தயங்கிய கழிவறையைச் சுத்தம் செய்த எனக்கு வேலையில் இரண்டு மணிநேர ஓய்வு கிடைத்தது. அந்த இரண்டு மணிநேர ஓய்வுக்காக தினமும் யாரெல்லாமோ உபயோகித்த மூத்திர நாற்றத்தில் கை நுழைத்துக் கழிவறைக் கோப்பைகளைச் சுத்தம் செய்தேன். முதலில் செய்யும்போது மூக்கைப் பிடித்துக் கொண்டு... பிறகு மூக்கைப் பொத்திக் கொள்ளாமல்... வாழ்க்கை அப்படித்தான். முதலில் துர்நாற்றமாகத் தோன்றியதெல்லாம் காலம் கடக்கும்போது வெறும் நாற்றமாக மாறும். பிறகு அது சுகந்தமாகக் கூட மாறலாம்.

நான்கு மணிக்கு வேலை முடிந்தால் நிதானமாக நகரத்தை வேடிக்கை பார்த்துத் திரிந்துவிட்டு மாலைக்காட்சிக்கு சினிமா தியேட்டருக்குப் போவேன். வாழ்க்கை மிகவும் அற்புதமானதாக எனக்குத் தோன்ற ஆரம்பித்தது. அப்போதும் நான் விட்டொழித்து வெளியேறிய வீடு, அதன் அன்பின் கதவுகளைத் திறந்து வைத்துக்கொண்டு என்னை மீண்டுமாக அழைத்தது. ஆனால், கதவுக்குப் பின்னால் கையில் தடியுடன் என் அண்ணன் நின்று கொண்டிருந்தான். சினிமாவிற்குப் போனால், வீட்டிற்குத் திரும்பத் தாமதமானால், தொழுகை செய்யக் காலையில் எழுந்திருக்கத் தவறினால் அந்தத் தடி நீண்டு வந்து, மிளகின் காரத்தோடு முதுகிலும் தலையிலும் தொடைகளிலும் சிவக்கத் தொடங்கும்.

அந்தத் தொடைச்சிவப்பின் வலியிலும் எரிச்சலிலும் நான் அந்தக் கதவுகளை அறைந்து சாத்தி, எல்லாவற்றையும் மறக்கவே பழகியிருந்தேன். இரவுக் காட்சியும் முடிந்து வந்து மொட்டைமாடியில் படுத்துக்கொண்டே ஆகாயத்தில் கடவுள் திறந்து வைத்திருக்கும் வகுப்பறைக்குள் நுழைவேன். மழைக்காலம் வந்தால் அந்தப் பள்ளி வகுப்புகளும் அடைக்கப்படும். பிறகு கீழே வந்து மாடிப்படிகளில், மூத்திரச்சந்துகளில், சுக்கில நீரில், சாராய நெடி அடிக்கும் காற்றின் மெல்லிய இருளுக்குள் நான் சுருண்டு மடங்கிப் படுத்துக் கிடப்பேன்.

ஹோட்டலில் ஏ.சி. அறைக்கு வேலை மாற்றம் கிடைத்தபோது நான் சொர்க்கத்தைக் கண்டடைந்து விட்டேனென்றே நினைத்தேன். கறுப்புக் கண்ணாடிகளால் திரையிடப்பட்ட சமச்சதுரங்களினுள்ளாக குளிரும் சங்கீதமும் குறைந்த வெளிச்சங்களும் இருந்தன. அங்கே சாப்பிட உட்கார்ந்தவர்கள் சத்தமாய்ப் பேசவில்லை. உரக்கச் சிரிக்கவில்லை. தாய் தந்தையுடன் சாப்பிட வந்த குழந்தைகள் ஆர்ப்பாட்டமில்லாமல் சாப்பிட்டார்கள். கடித்துத் துப்பிய கோழிக்கால்களை அதற்கான தட்டுகளில் அடுக்கி வைத்தார்கள். இளம்சிவப்பு மேசை விரிப்புகளில் உணவுத் துகள்கள் விழவேயில்லை. கை துடைக்கும் காகிதங்களும் சுத்தமாயிருக்கும். அவர்கள் சாப்பிட்ட பாத்திரங்களைச் சுத்தம் செய்வதில் பெரிய சுகமே தோன்றியது எனக்கு.

சுற்றிலும் மெல்லிய இசையுடன் வழியும் சங்கீதத்தை மெலிதாய் ரசித்து முனகியபடியே மேசையைத் துடைத்த ஒரு நாளில், காலித்தட்டிலிருந்து ஒரு கறித்துண்டு இளம் மஞ்சள் புடவைக்கு இடம் மாறியது. மன்னிப்பு என்ற வார்த்தை என் வாயிலிருந்து வருவதற்கு முன்பாகக் கன்னத்தில் அடி இறங்கியது. அடித்த கைகளில் பொன் வளையல்கள் மின்னிக் கொண்டிருந்தன. நான் தொழுத கையுடன் பயத்தின் உச்சியில் நின்று கொண்டிருக்க மீண்டும் மீண்டும் அடிகள் என் கன்னத்தின்மேல் விழுந்தபடியேயிருந்தன. பொன் வளையல்கள் மின்னிக் கொண்டேயிருந்தன. பரிமாறுபவர்கள் எதுவும் செய்ய முடியாமல் அதிர்ந்துபோய் நின்றிருந்தார்கள்.

அடித்தவரின் கணவரும் மகளும் அதைப் பார்த்த மாதிரியே காட்டிக் கொள்ளவில்லை. இளம் மஞ்சள் புடவையில் சிவப்பான மசாலா நிறத்தை அவருடைய கணவர் கை துடைக்கும் தாள்களால் துடைத்தபோது அந்த நிறம் இன்னும் பரவியது. பொன் வளையல்களின் கோபம் இன்னும் கூடியது. செய்வதறியாமல் நின்ற நானும் மெல்லிய குரலில் கேட்ட மன்னிப்பு எதுவும் அவர்களின் பிரக்ஞைக்குள் ஏறவேயில்லை. இன்னும் கோபமாக என் இரு கன்னங்களிலும் வந்து விழுந்த அடிகளை அப்படியே ஏற்றுக்கொண்டேன். கண்கள் எரிந்தன. கன்னங்கள் எரிந்தன. காதுகள் எரிந்தன. விடும் மூச்சுகூட எரிந்தடங்கியது. ஆனாலும், நான் அழவில்லை. நான் அழவேண்டுமென்று அவர்கள் மூர்க்கமாய் ஆசைப்பட்டிருக்கலாம். என் கன்ன எலும்புகளில் பட்டு அவருடைய பொன் வளையல்கள் லேசாக ஒடுங்கின. அதனால் அடியின் வேகமும் கூடியது. கண்களை இறுக மூடிக் கொண்டு நான் நின்றேன்.

மனதுக்குள் அம்மாவின் முகம் மேலெழுந்து வந்தது. அந்த முகத்தின் சாந்தமும் சிரிப்பும் என் வலிக்கு அணை கட்டி நிறுத்தியது. அம்மா கேட்டாள் :

'மகனே நீ எங்கடா இருக்கே...?'

'அம்மா... நான் இங்கேதான் இருக்கிறேன். நெடுந்தொலைவில் ஒரு துண்டு எச்சிலின் பேரில் அம்மாவின் மகன் யாரிடமோ அடி வாங்கிக் கொண்டிருக்கிறான். தெரியாமல் நடந்துவிட்ட தவறைக்கூட மன்னிக்க முடியாத நகரத்தின் பைத்தியக்கார மனநிலையில் நிலை தடுமாறி அம்மாவின் செல்ல மகன் தனியாக நின்று கொண்டிருக்கிறான்.'

அடியின் பெருமழை நின்றபோது நான் மெல்ல என் கண்களைத் திறந்தேன். என் முன்னால் தெரிந்த காட்சிகளெல்லாம் இருளில் மூழ்கியிருந்தன. எல்லோரும் என்னையே பார்த்துக் கொண்டிருந்தார்கள். யாரும் எதுவும் பேசவில்லை. பக்கத்தில்

என்னைப் போலவே நின்று கொண்டிருந்த இரண்டு பிள்ளைகளுக்கு மட்டும் கண்கள் கலங்கியிருந்தன. கையில் எச்சில் தட்டுகளைச் சுத்தம் செய்யும் பொருட்களோடு அவர்கள் என்ன செய்வதென்று தெரியாமல் நின்று கொண்டிருந்தார்கள். ஓய்வறையிலிருந்து இறங்கி வந்த அந்தப் பெண்ணை அவரது கணவர் வெளியே அழைத்துக் கொண்டு போனார். பிறகு மகளையும் அழைத்துக் கொண்டு என்னருகில் வந்து, என் தோளில் கை வைத்தார்.

''வேலை நேரத்தில் கவனமாக இருக்க வேண்டாமாப்பா''

அப்படிச் சொன்னவர் தன் சட்டைப் பையிலிருந்து இருபது ரூபாயை எடுத்து என்முன் நீட்டினார். அதை வாங்காமல் நின்ற என் சட்டைப் பையில் அதை வலுக்கட்டாயமாகத் திணித்து அவர் இறங்கிப்போனபோது என் அழுகையைக் கட்டுப்படுத்த முடியவில்லை. அழுதேன்... உரக்க உரக்க அழுதேன். நான் வாங்கின அடிகளை விட, சட்டைப்பையில் சுருண்டு கிடந்து அதிக வலியையும் எரிச்சலையும் தந்த அந்தப் பணத்தை எடுத்துச் சுருட்டி வீசினேன். சமாதானப்படுத்த என்னை அணுகியவர்களை உதறித் தள்ளினேன், அந்த அறையின் கதவைத் திறந்தேன், அழுதுகொண்டே சாலையில் இறங்கினேன். அந்தச்சாலையில் அன்று வெயில் அடிக்கவில்லை; மாறாக, நெருப்பு தகித்தெரிந்து கொண்டிருந்தது. என் கன்னங்கள் வலித்தன. என் முகம் முழுவதும் வலித்தது.

பின்னால் ஓடிவந்த சூப்பர்வைசர் என்னைத் தடுத்து நிறுத்தினார். என் முகத்தைத் தொட்டார். அப்போதுதான் என் சொந்த ரத்தத்தையே இந்த நிமிடம்வரை நான் ருசித்திருக்கிறேன் என்பது புரிந்தது. அந்த ரத்தம் என் தாடை வழியாகக் கழுத்திலிறங்கி, சட்டையில் சிவப்பாய் வரைபடம் வரைந்து வைத்திருந்தது. முன்னால் வந்த ஆட்டோவைக் கைநீட்டி நிறுத்தினேன். சூப்பர்வைசர் என்னை ஆட்டோவில் ஏற்றி மருத்துவமனைக்குக் கொண்டு சென்றார்.

வயதானவர்களுக்கும் பணக்காரர்களுக்கும் அடிக்க

வாகாயிருக்கும் என் உடலைப் படைத்த கடவுளை அன்றுதான் முதல்முதலாக நிந்தித்தேன். எவ்வளவோ உதயாஸ்தமனங்கள் கடந்துவிட்டன. வசந்தமும் கோடையும் என்னைத் தாண்டிப்போய் விட்டன. இன்றைக்கும் கோழிக்கோடு நகரம் என்ற வார்த்தை எனக்குள் கேட்டால் என்னையுமறியாது என் கன்னங்களைத் தொட்டுத் தடவிக் கொள்கிறேன்.

பல வருடங்களுக்குப் பிறகு அதே புஹாரி ஹோட்டலின் உள்ளே ஒரு அனுபவத்திற்காக ஏ.சி. அறையில் உட்கார்ந்து சாப்பிட்டபோது, அந்தச் சமசதுரத்தில் மூன்று பையன்கள் சீருடை அணிந்து, கையில் எச்சில் தட்டெடுக்கவும் மேசையைச் சுத்தம் செய்யவும் தயாராக நின்றிருக்கும் காட்சியைப் பார்த்தபோது என் மனம் கனத்தது. தொடர்ந்து கொண்டேயிருக்கும் வாழ்வை எந்த அச்சில் கடவுள் வார்த்தெடுக்கிறாரென்று இதோ இந்த வாழ்வின் எரிச்சலும் ரத்தத்தின் உப்பும் கலந்த வரிகளை எழுதும்போது ஆச்சரியத்தோடு நினைத்துப் பார்க்கிறேன். கருணையற்ற வார்ப்பில் கடவுள் இன்றும் வார்த்தெடுக்கும் வாழ்க்கையை நான் என்னவென்று எழுதுவேன்...?

# இவான் இலியிச்சின் தற்கொலை முயற்சி

நாம் வாழாத வாழ்க்கை மட்டுமல்ல, நாம் வாழ்ந்த வாழ்க்கையே நமக்குக் கட்டுக்கதையாய்த் தோற்றமளிக்கும் நிகழ்வுகளும் வாழ்க்கையில் ஏற்படுகின்றன.

நாம் வாழ நேர்ந்திருக்கும் இந்த அவசரமான நாட்களில் அன்பின் முகங்களை ஒவ்வொன்றாக மரணம் கொண்டு செல்லும்போது, மரணித்துப் போவதற்காக நான் நடத்திய பயணத்தின் நாட்கள் என் முன் தெளிவாய்த் தெரிகின்றன. யௌவனத்தின் உச்சிவெயில் காலம்... பயத்தின் செம்பருத்திகள் என் முன்னால் விரிந்திருந்த நாட்கள் அவை. அந்தச் செம்பருத்திகளின் எக்ஸ்ரே பிரிண்டுகளைப் பார்த்த நாட்கள். நாத்திகவாதிகளின் மண்ணும் ஆன்மீகவாதிகளின் ஆகாயமும் என்னிடமிருந்து விடைபெற்ற காலங்கள். அந்த நாட்களில் வாழ்க்கை அணுகுவதற்கே மிகவும் பயமாக இருந்தது. எனக்கு மனப்பிறழ்வு ஏற்படும் என்று காரணமேயில்லாமல் முழுமையாய் நான் நம்பின நாட்கள் இவை.

பயத்தின் மின்சாரக்காற்று மூளையைத் திருகிய அந்த நாட்களில் எனக்குமுன்னால், வசீகரிக்கும் பசுமையாக, மேகத்தின் உருவ நிழலாக, மரணம் பற்றிய சிந்தனை தெளிந்து திடமாய் நின்றது. முதல்

முயற்சியில் எதேச்சையாய்க் காப்பாற்றப்பட்ட பிறகும் தற்கொலை என்ற தணல் எனக்குள்ளாக அதீத மோகத்துடன் என்னை அணுகிய காதலி போல விரிந்த கூந்தலுடனும் வசீகரத்துடனும் சிரித்தபடியிருந்தது. மரணத்தின் குளிர்க் கதகதப்பில் முகம் குனிந்து மூளையைக் குளிர்விக்கத் தீவிரமாக ஆசைப்பட்டேன்.

இரண்டாவது முயற்சிக்கான பயணத்தில், அணிந்திருந்த ஆடைக்குள் நான் ஒரு புத்தகத்தை ஒளித்து வைத்திருந்தேன் என்பது இப்போது கட்டுக்கதை போல நினைவிருக்கிறது. அந்தப் புத்தகம் டால்ஸ்டாயின் "இவான் இலியிச்சின் மரணம்" என்ற குறுநாவல்.

திரிபுரசுந்தரியான கன்னியாகுமரிதான் என்னுடைய இலக்கு. ஏகாந்தமான முடிவில்லாத பயணங்களை எல்லாம் அனுபவித்திருந்த எனக்கு அந்தப் பயணம் மகிழ்வைத் தரவில்லை. ரயிலுக்கு உள்ளேயும் வெளியேயும் மரணம் வசீகரித்து மணத்தது. மரணத்தின் நீலமேகங்கள்... பச்சைக்குன்றுகள்... ஆள்கூட்டங்கள்... வாழ்ந்த வாழ்க்கை முழுவதும் பின்னால் மறையத் தொடங்கின. மரணமென்ற மாறாத அழகியுடன் இணை சேர என்னுடைய ஒவ்வொரு நாடியும் நரம்பும் துடித்துக் கொண்டிருந்தன. மரணத்தின் சுகந்தமான காமவேட்கையைச் சுமந்தபடி என் குருதி, கோரப்பசியுடன் கூக்குரலிட்டு ஓடிக் கொண்டிருந்தது.

காட்சிகள் ஒன்றும் என்னை வசீகரிக்கவில்லை. பயணங்களில் பழக்கப்படுத்தியிருந்த வாசிப்பும் என்னுடன் துணையாய் வரவில்லை. என்னுடன் தர்க்கத்தில் ஈடுபட்டிருக்கும் நான், தொலைவிலிருக்கும் அந்தத் தங்கும் விடுதியைக் கனவு காணத் தொடங்கினேன். தூக்கமின்மையைத் தவிர்க்க எனக்கு மனநல மருத்துவர் எழுதிக் கொடுத்த தூக்க மாத்திரைகளை, பல மருந்து கடைகளிலும் வாங்கிச் சேர்த்தபோது, அவை என்னுடைய ஆடைக்குள்ளே டால்ஸ்டாயின் எழுத்துலகைச் சேர்த்தணைத்து உறங்கிக் கிடந்தன.

கன்னியாகுமரி...

மூன்று மகா துக்கங்களின் ஸ்தலராசி...

தெருக்களில் வாழ்வைக் குதூகலமாக வாழ்கிறவர்கள்... துணிகளின் புது மணம்... காதல் உன்மத்தத்தின் முத்தப் பூக்கள்... வழியோரக்கடைகளில் புன்முறுவல் பூத்துக் கிடக்கும் சுகந்தங்கள்... என்னைப் பார்த்துச் சிரித்த சுந்தரிகள்... ஒன்றும் என்னை வசீகரிக்கவில்லை. நான் எல்லாவற்றையும் பார்க்கும் பார்வையாளன் மட்டுமே. எனக்கு நம்பிக்கையிருக்கிறது, அப்போது அந்த நிமிடங்களில் ஏதாவது உலக அழகி நேரில் வந்து என்னைச் சமீபித்துக் கட்டியணைத்து இதழ்ச் சிவப்பை இடம் மாற்றினாலும் என்னில் எந்த மாற்றமும் நிகழாது. அச்சத்தின் முட்காடுகளிலிருந்து பாதுகாப்புத் தேடி மரணத்தின் மடிக்குப் போய்ச்சேரத் துடிக்கும் நான், பல தங்கும் விடுதிகளிலும் அறை தேடியலைந்தேன். எல்லா இடங்களிலிருந்தும் ஒரே பதில்தான் வந்தது.

''அறைகள் காலியில்லை. காலியாக இருந்தாலும் ஒரு ஆளுக்காகத் தர முடியாது.''

தமிழ் தெரிந்தபடியால் கடைசியாய்ப் போய்ச் சேர்ந்த விடுதி மேலாளரிடம் நான், 'ஏன் இப்படி எல்லாருமே சொல்கிறார்கள்?' என்று விசாரித்தேன். அவர் பதில் சொன்னார்.

''தனியா வர்றவங்களுக்கு அறை கொடுக்ககூடாதுன்னு எஸ்.ஐ.யோட உத்தரவு. தனியாக வந்து தப்பான முகவரி தந்து அறை எடுத்து அதற்குள்ளே தற்கொலை செய்தவர்களின் நீண்ட பட்டியலே எங்களிடம் இருக்கிறது. பல பிணங்களும் தவறான விலாசங்கள் தந்த காரணத்தினால் மார்ச்சுவரியில் உரியவர்களுக்காகக் காத்து கிடக்கின்றன. அதனாலதான் தனி ஆளுக்கு அறைகள் கொடுப்பதில்லை.''

அவருடைய விளக்கம் கேட்டபோது சிரிப்பதா அழுவதா என்று தெரியாமல் நான் திகைத்தபடி நின்றுவிட்டேன். நேரம் இருளத் தொடங்கிவிட்டது. பரிச்சயமற்ற ஊர். கையில் பணம் பெரிதாக இல்லையென்றாலும் நான் அவரிடம் போலீஸ் ஸ்டேஷனுக்கு வழி கேட்டு அவர் சொன்ன வழியில் நடக்கத் தொடங்கினேன். எஸ்.ஐ.யிடம் நேராய் எல்லாவற்றையும் பேசினேன்.

தனியாக நிறையப் பயணிப்பவனென்றும் இரவு தங்க நான் இனி செய்ய முடியுமென்றும் கேட்டபோது, அந்த நல்ல போலீஸ் அதிகாரி ஒரு போலீஸ்காரரைக் கூப்பிட்டு எனக்கொரு தங்கும் இடம் ஏற்பாடு செய்யச் சொன்னார்.

அந்த நேரத்தில் என்னுடைய ஆடையைச் சோதித்துப் பார்த்திருந்தால், அதற்குள் டால்ஸ்டாயை ஒட்டிப் படுத்திருக்கும் எழுபது தூக்க மாத்திரைகளை அவர்கள் கண்டுபிடித்திருக்கலாம். அந்த போலீஸ்காரர் தன்னுடைய சைக்கிளுக்குப் பின்னால் என்னை உட்காரவைத்து மிதித்தபோது, நாளைக்கு என்னுடைய சவத்தை இவர்கள் கண்டுபிடிக்கும் நேரத்தில் இவர்களுடைய மனநிலை எப்படியிருக்கும் என்று நினைத்தேன். நல்லவனான அந்த போலீஸ்காரர் அறை எடுத்துக் கொடுத்து நூறு ரூபாயை என்னிடம் வாங்கிக் கொண்டுதான் போனார். நான் யாரோ முக்கியமான ஆள் என்று முழுமையாக நம்பிய தங்குமிட உரிமையாளர் தேவைக்கும் அதிகமான வசதியுள்ள அறையைக் குறைந்த வாடகைக்கு அன்றெனக்குத் தந்தார்.

அந்த அறையில் கண்ணாடி ஜன்னல்கள் இருந்தன. ஜன்னல்களைத் திறந்துவிட்டு நான் நகர வெளிச்சத்தை வேடிக்கை பார்த்தபடி நின்றிருந்தேன். பயம் என் மூளை நரம்புகளில் நர்த்தனம் ஆடத் தொடங்கியிருந்தது. அந்த நகர வீதிகளில் ஒட்டுத்துணி கூட இல்லாமல் ஓடும் என்னை நான் பார்த்தேன். பயங்கள் தொட்டு விடாத மரணத்திற்கான வழித்தடங்கள் நீண்டு எனக்காகக் காத்து கிடந்தன.

நான் தூக்க மாத்திரைகளை எடுத்து ஐந்து ஐந்து வீதமாய்ப் பிரித்து மேசை மேல் வைத்தேன். தண்ணீரையும் பக்கத்தில் வைத்தேன்.

இதுதான் முடிவு.

தொடக்கம் நினைவில்லாத, வாழ்வெனும் பெரிய பிறழ்ந்த மனநிலையின் கடைசி இங்கே தான்... கடைசி நிமிடம்... இந்த லாட்ஜ் அறையில்... நான் என் அம்மாவை நினைத்துப் பார்த்தேன். வீட்டை விட்டு வெளியே வந்தபோது என்னிடம் சொன்ன அன்பின் வார்த்தைகள் ஞாபகம் வந்தன. அந்த முகம், எனக்குள்ளே தோன்றிடும் மரண நினைவுகளின் மேல் தெளிவாய்ப் படிந்து நின்றது. தனக்குத் தெரியாத ஏதோ நாட்டில் மகன் இறந்து கிடக்கிறான் என்ற தகவல் அம்மாவுக்குத் தெரிய வரும் அந்த நிமிடம், என் மூளையில் ஒரு மின்வெட்டு போல வந்து போனது. அம்மாவைத் துக்கப்பட வைக்கும் பெருங்கடல் எனக்குள்ளாக ஆர்ப்பரித்தது. அதனுடைய உப்புக்காற்றில் என் கண்கள் நிறைந்தன.

யாரோ சொல்லிக் கொடுத்தது போல நான் பையைத் திறந்து இவான் இலியிச்சைக் கையில் எடுத்தேன். அது மிகவும் சின்னப் புத்தகம். மரணமில்லாத, சாவதற்கு கொஞ்சமும் விருப்பமில்லாத எனக்குள்ளிருக்கும் ஒரு வாசகன் டால்ஸ்டாயின் வார்த்தைகளை வாசித்தான். பூமியில் உள்ள மற்ற எல்லாம் என் முன்னால் ஒன்றுமேயில்லாமல் போயின.

வார்த்தைகள்... வெறும் வார்த்தைகள்... ஆனால், அந்த வார்த்தைகளைக் கோர்த்துக் கோர்த்து டால்ஸ்டாய் என்ற ஆளுமை படைத்த இவான் இலியிச்சின் உலகத்திற்குள் மீண்டும் மீண்டும் நான் சென்று விழுந்தேன்.

சீசர் மனிதன் தான்.

மனிதர்களெல்லாம் மரணித்தும் போவார்கள்.

அதனால், சீசரும் மரணித்துப் போவார். ஆனால், பொறாமைக்குணம், சீசரையும் மற்ற மனிதர்களையும் பாதிக்கும் நியமமாகக் கருதும் இவான் இலியிச் என் முன்னால் மரித்துக் கிடந்தான்.

டால்ஸ்டாய் எழுதுகிறார்:

'வழக்கம் போல மரணத்திற்குப் பிறகு அவனுடைய முகம், வாழ்ந்திருந்ததை விடவும் அழகும் கம்பீரமும் மிகுந்து காணப்பட்டது. சாதிக்கவேண்டியதெல்லாம் சாத்தியப்பட்டதில் முகத்தில் நிறைவு படர்ந்திருந்தது. அதுவுமில்லாமல் வாழ்ந்திருப்பவர்களுக்கு எதிராக ஒரு குற்றவுணர்ச்சியும், முன்னறிந்து சொல்லும் குறிப்பும் அந்த முகத்தில் இருந்தன.'

நான் கண்களை இறுக்கமாக மூடிக்கொண்டு டால்ஸ்டாயின் முகத்தை நினைத்துக் கொண்டேன். 'வார் அண்ட் பீஸூம், அன்னா கரீனினாவும்' எழுதிய மனிதன். வாழவும் சாகவும் ஆறடி மண் மட்டும் போதுமென்று உலகம் முழுக்க உரத்துச் சொன்ன மனிதன். உலகம் மிக நெருக்கமாகவும் ஆச்சரியத்தோடும் வாசித்த வரிகளின் சொந்தக்காரன். காலம் இத்தனை கடந்தபோதும் அந்த வார்த்தைகள் வாழ்ந்து கொண்டிருக்கின்றன. என் கையில் நடுங்கிக் கொண்டிருக்கின்றன. எனக்கு முன்னால் மரணத்தின் விகிதங்கள், தூக்க மாத்திரைகளாக வரிசை கட்டி நிற்க, வெளியே இரவின் சப்தங்கள் உச்சத்திற்குப் போவதைக் கேட்க முடிந்தது.

ஏதோ ஒரு ரயில் நிலையம். உள்ளே தெளிவாய்த் தெரிகிறது. அங்கே குளிர்ந்து விறைத்துப் போன அனாதைப் பிணமாக டால்ஸ்டாய் படுத்துக் கிடக்கிறார். வாழ்வின் இறுதியில் வீட்டையும் குடும்பத்தையும் விட்டு, நிம்மதியையும் சமாதானத்தையும் தேடி அலைந்து மரணத்தை அடைந்த அந்த மனிதனின் வார்த்தைகளை உலகம் இன்றும் ஆச்சரியத்தோடு படித்துக் கொண்டிருக்கிறது.

அமைதியைத்தான் நானும் தேடியலைகிறேன். ஆனால் நான் அடைந்தது எதை...? ஒரு வார்த்தையைக் கூட சகமனிதனுக்காக நான் எழுதியவனில்லை. இங்கே இந்த விடுதி அறையில் நான் இறந்து கிடக்கும்போது இலியிச்சைப் போல பென்ஷனையும் மற்ற அனுகூலங்களையும் கனவு காணும் ஒரு மனைவிகூட எனக்கில்லை.

என் விரல்களுக்கிடையில் பக்கங்கள் நகர்ந்தன. இவான் இலியிச் மனைவியின் நிர்ப்பந்தத்திற்காகப் பாவமன்னிப்புக் கேட்டு, 'இப்போது ஆசுவாசமாக உணருகிறீர்களா...?' என்ற மனைவியின் கேள்வியைக் கேட்டுக் கதறி அழுதார். மூன்று நாட்கள் அந்த அழுகை நீண்டு கொண்டே போனது. என்னைச் சுற்றிலும் அந்தத் துயரம் தளர்ந்து, மூடுபனியைப் போலப் படர்ந்திருந்தது.

ரூம்பாய் வந்து அறைக்கதவைத் தட்டி, விளக்கணைக்கச் சொன்னபோது இரவு இரண்டு மணி. அதற்குள் நான் 'இவான் இலியிச்சின் மரண'த்தை வாசித்து முடித்திருந்தேன். வாசித்து முடித்து விட்டேன் என்பதைவிட, நான் வாழ்வு என்ற பித்துநிலையை அதனுடைய எல்லாக் கடும் வண்ணங்களுடன் ஏற்றெடுத்துக் கொண்டேன் என்பதுதான் நிஜம்.

நான் அந்த விடுதி அறையில் இறந்து கிடக்கும்போது, இறந்தது நானில்லை என்று தங்களை ஆசுவாசப்படுத்திக் கொள்ளும் நிறைய முகங்களை அந்த அறையில் பார்த்தேன்.

என்னைப் பரிகசித்தபடி மேசையின்மேல் தூக்க மாத்திரைகளின் சிறுசிறு குவியல்கள் கிடந்தன. செம்பில் தண்ணீர் எடுத்து குடிக்கும்போது, பேசவும் கேட்கவும் முடியாத தங்கையின் முகம் மனதில் நிழலாடியது. வாழ்க்கையில் அவளுக்கென்று நான் வாங்கிக் கொடுத்திருந்த ஒன்றரை பவுன் தங்கச் சங்கிலியை அடகு வைத்துக் கிடைத்த பணத்தை வைத்துத்தான் நான் பயணத்தை மேற்கொண்டிருந்தேன். எதற்காக நான் தற்கொலை செய்தேன் என்று

அவளுக்கு ஒருபோதும் தெரியாது. அம்மாவுக்கு அவளுடைய சைகை மொழி நன்றாகப் புரியும். ஆனாலும் இதைப் புரியவைக்க ஒருபோதும் முடியாது.

இவான் இலியிச்சின் மலம் மூத்திரம் அள்ளியெடுத்த ஜெராசிம் என்ற வேலைக்காரன் மட்டுமே இவானோடு பரிதாபப்படாமல் இருந்தான். ஜெராசிம் தன்னுடைய எஜமானனிடம் ஒருபோதும் அவரை மகிழ்விப்பதற்காக ஆறுதலான வார்த்தைகள் சொன்னதில்லை. புத்தகத்திலிருந்து இறங்கி வந்த ஜெராசிம் என்னுடைய தோளில் தொட்டு, கண்களை உற்றுப்பார்த்து மெதுவாகச் சொன்னான்.

'அந்த விஷ மாத்திரைகளை எடுத்து வீசிவிடுங்கள். இனியும் எத்தனையோ அதிசயங்களை நீங்கள் வாசிக்க வேண்டியிருக்கிறது என்பதை மறந்து விடாதீர்கள்.'

கொடுங்குளிரில் போதுமான ஆடைகள்கூட இல்லாமல் நடுங்கிக்கொண்டே ஒரு கப் சூப்பிற்கான ஆவலுடன் ஜெராசிம் என்னை வழிநடத்தினான். இலியிச்சின் சவத்திற்குச் சடங்கு செய்யும் அவனுடைய முகத்தில் நிம்மதியை நான் துல்லியமாக தரிசித்தேன்.

ஒன்றுமே இல்லாமல் போன துக்கங்களுக்கும் ஆறுதலான வார்த்தைகளுக்கும் இடையே நடந்து சென்ற நான் அந்தத் தூக்க மாத்திரைகள் எல்லாவற்றையும் அள்ளியெடுத்துக் கழிவறையில் கொட்டினேன். இறங்க முடியாத ஒரு குழிக்குள் யாரோ பலமாகப் பிடித்து இறக்குவதாக இலியிச்சுக்குத் தோன்றிய மரணம், என் முன்னால் வெள்ளை மாத்திரைகளாகச் சிரித்து நின்றது. அந்தச் சிரிப்பின் மேல் நான் தண்ணீரெடுத்து ஊற்றினேன். மரணத்திற்குச் சற்று முன்னால் இவான் இலியிச் தரிசித்த எல்லையற்ற வெளிச்சம், வாழ்க்கையாக என்னைச் சுற்றி நிறைந்தது. நான் கண்ணாடி ஜன்னல்களின் வழியாக வெளியே பார்த்தேன். இரவின் சப்தங்கள்

ஒடுங்கி அமர்ந்த சாலையின் வழியாக, அந்த இரவின் கடைசிக் காட்சியைப் பார்த்து யாரோ தன் இணையை அணைத்தபடி நடந்து போகிறார்கள்.

வாழ்க்கை...

வாழ்க்கை...

வாழ்க்கை...

ஆர்ப்பரித்துச் சிரிக்க வேண்டும் போலத் தோன்றியது. அன்று சிரிக்கமுடியாமல் போன அந்தச் சிரிப்பை நீண்ட இருபது வருடங்களுக்குப் பிறகு இப்போது சிரிக்கிறேன்.

பிரியமானவர்களே...

புத்தகங்களை நீங்கள் அரவணைத்துக் கொள்ள முடிந்தால் அவை எந்தக் காலத்திலும் நண்பர்களாக உங்களுக்குத் துணையிருக்கும். நம்முடைய குறைபாடுகளையும் திறமைகளையும் திறமையற்றவற்றைப் பற்றியும் அவை உங்களோடு உரக்கப் பேசும். தவறான முடிவுகளைத் தள்ளிவிடவும் உதவும். பைத்தியத்திற்கும் தற்கொலைக்குமிடையிலான நூல் பாலத்தின் வழியாக நான் நடந்து வந்த காலங்களில் எனக்குப் பலமாய்ப் பிடித்துக் கொள்ளக் கைப்பிடிகளைப் புத்தகங்களே தந்தன.

மிகவும் அன்பானவர்களே, மரணம் கொண்டு போகும் இந்தக் கொடும் 'கொரோனா' வியாதிக் காலங்களில்கூடப் புத்தகங்கள் என்ற நண்பர்கள் ஆறுதலாக, பலமாக, காதலாக, ரத்தக் கவிச்சியுள்ள பந்தங்களாக என்கூடவே இருக்கிறார்கள்.

# இப்படியும் சிலர் இந்த பூமியில் வாழ்கிறார்கள்

சமீப நாட்களாகவே மலையாளி அதிகமாய் வாசித்த புத்தகம் என்பது *ஆடு ஜீவிதமோ, ஆராச்சாரோ, இட்டிக்கோராவோ, சூசன்னயுடெ க்ரந்தப்புரயோ அல்ல. அது ஜெயமோகனின் நூறு சிம்மாசனங்கள் (நூறு நாற்காலிகள்) என்பதே நிஜம்.

அதிகமாய் வாசிக்கப்படுவது மட்டுமல்ல, சர்ச்சைகளையும், ஆய்வுகளையும், ரசனை மாற்றங்களையும் ஏற்படுத்திய புத்தகம்தான் நூறு சிம்மாசனங்கள். நூறு சிம்மாசனங்களின் உள்ளடகத்தைக் குறித்தோ, அது ஏற்படுத்திய தாக்கம் குறித்தோ அது சொன்ன அரசியல் பற்றியோ பேசுவது பரிகாசமாகக் கூட இருக்கலாம். அது அவ்வளவு நமக்கு தெரிந்த ஒரு பிரதியும் வாழ்க்கையுமாயிருக்கிறது.

நூறு சிம்மாசனங்கள் நம்முடைய ஜாதி குறித்து நமக்குள் ஏற்றி வைத்திருக்கும் மதிப்பீடுகளை அசைத்துப் பார்த்திருக்கிறதா என்று எனக்குள்ளாகக் கேட்டபோதுதான் நிறைய வாசிக்கிறவர்களின் ஜாதி மதங்கள் குறித்தான நிலைப்பாடுகளை நினைத்துப் பார்க்கத்

---

*ஆடு ஜீவிதம், ஆராச்சார், இட்டிக்கோரா, சூசன்னயுடெ க்ரந்தப்புர-கேரளாவில் சமீபத்தில் மிக அதிகமாக பேசப்படும் புத்தகங்கள்.

தோன்றியது. நாம் வாசிக்கிறோம், தீவிரமாக வாசிக்கிறோம். விவாதிக்கிறோம். ஜாதிமத வேறுபாடுகளுக்கு எதிராக முகநூலில் எழுதுகிறோம். வாசிப்பு நமக்குள் உண்டாக்கும் தாக்கங்கள் அங்கே அப்படி முடிவடைகிறது.

என்னுடன் வண்ணமடிக்கும் வேலை செய்துகொண்டிருந்தவன் அன்வர் அலி. ஒரு *தங்ஙள் குடும்பத்திலிருந்து வந்த அவன் மிகத் தீவிரமான வாசிப்பாளனும்கூட. இந்தக் கொரோனா நாட்களுக்குக் கொஞ்சம் முன்பாக நாங்கள் புதிதாக வேலை ஆரம்பித்திருந்த வீட்டில் முதல் நாள் எதுவும் சாப்பிடவில்லை. வயிறு சரியில்லையென்று என்னிடமும் என்னுடன் இருப்பவர்களிடமும் அந்த வீட்டுக்காரர்களிடமும் அவன் காரணம் சொன்னான். ஆனால், மறுநாள் வேலைக்கு வந்தபோது அவனுடைய வீட்டிலிருந்து சாப்பாடு கட்டி எடுத்து வந்திருந்ததைப் பார்த்தபோது என் மூளையில் ஏதோ பிறாண்டியது. நாங்கள் வேலை செய்த வீடு ஒரு *ஒசான் குடும்பமாக இருந்தது. அவனோ ஜாதியில்லாத மதத்தில் முந்திய ஜாதிக்காரனும் கூட.

''நாங்கெல்லாம் இங்கேதானே சாப்பிடுறோம். உனக்கு இங்க சாப்பிட்டா என்ன...?''

என்னுடைய கேள்விக்கு எந்தவொரு கூச்சமுமில்லாமல் அவன் இப்படி பதில் சொன்னான்.

''ஒசான்மார் வீடுகளில் நாங்க சாப்பிடறதில்ல''

உடனிருந்த இரண்டு வேலையாட்கள் 'இவனென்ன பைத்தியமா?' என்ற பாவத்தில் என்னைப் பார்த்துச் சிரித்தார்கள். அந்த வீட்டின் முதியவள் இதைக் கேட்டு எந்தச் சலனமுமில்லாமல் அவனிடம் சொன்னார்.

---

*தங்ஙள்- அல்லாவைப் பற்றி அறியாமையில் இருப்பவர்களுக்காக வந்த இறைத்தூதர் என்று நம்பப்படுபவர்

*ஒசான் - இஸ்லாம் மக்களுக்கு முடித்திருத்தம் செய்பவர்கள்

"உங்க வீட்டிலிருந்து கொண்டுவந்து சாப்பிடுங்க தங்ஙளே... அதனாலென்ன?"

அவருடைய பேரன் வயதுள்ள அந்தப் பையனிடம் மிகவும் தன்மையாய் அம்மா சொன்னார். தன் வீட்டில் சமைத்த உணவைச் சாப்பிடமாட்டேனென்று முகத்திலடித்தபடி சொன்ன ஒரு இளைஞனிடம் அந்த அம்மா இவ்வளவு தன்மையாய் நடந்து கொண்டதைப் பார்த்தபோது எனக்குள் பீனாவின் 'ஒசாத்தி' என்ற நாவல் ஞாபகம் வந்தது.

என்னமோ... எனக்கு அந்த ஜாதியில்லா ஜாதி என்ற ஏமாற்றுவேலை பிடிக்கவில்லை. அப்போதே அந்த வீட்டு வேலையை நிறுத்திவிட்டு அந்த வேலையை அன்வர் அலியிடமே ஒப்படைத்துவிட்டு வேறு வீட்டிற்குப் போனேன்.

இது ஒன்று...

இனி மற்றொன்று...

கோட்டக்கல் பஸ் நிலையத்தில் ஒரு புத்தகக் கடையில்தான் மேனோனின் அறிமுகம் கிடைத்தது. மாத்ருபூமியின் வாராந்திரப் பதிப்பினை எப்போதும் வாங்கும் கொஞ்சம் ஆட்களில் இரண்டு பேராக நாங்கள் இருந்தோம். எனக்கு மிகவும் பிடித்தமான கசாக்குதான் அவருக்கும் பிடித்தமான நாவலாகயிருந்தது. எங்களுடைய வாசிப்பின் வழிகள் ஒன்றாக இருந்தது என்பது புரிந்தபோது அறிமுகம் நட்பாக மாறியது. அவர் வெற்றிலை போடுபவர், நான் புகைபிடிப்பவன் என்ற வித்தியாசம் மட்டுமே எங்களுக்கிடையில் இருந்தது.

கோட்டக்கல் ஆர்ய வைத்யசாலையின் மருந்து தயாரிக்கும் கிடங்கிற்குக் கீழே 'கோட்டப்படி' என்ற இடத்தில்தான் மேனோனின் வீடு. அந்த வீட்டை வண்ணமடிக்கச் சொன்னபோது மிகுந்த சந்தோஷத்தோடு நான் அங்கே போனேன். நல்ல வாசிப்பும் இலக்கிய

ரசனையும் இருக்கும் ஒருவருடைய வீட்டில் ஒரு வாரம் வேலை செய்யப்போகிறோம் என்பது வாசிப்பு அனுபவங்களையும் பங்கிடக் கிடைத்த வாய்ப்புதானே.

அன்று என்னுடன் நண்பர்கள் குஞ்ஞுட்டியும் சாத்துண்ணியும் இருந்தார்கள்.

முதல் நாள் பத்து மணிக்குச் சாப்பாடு தந்தபோது எனக்கு எவர்சில்வர் தட்டிலும் என் நண்பர்களுக்கு இலையிலும் பரிமாறினார்கள். ஏதோ மனதில் சொரசொரவென்று இருந்தாலும் நான் என்ற முட்டாள், அது என் வாசிப்பிற்குக் கிடைத்த சலுகையென்று நினைத்திருந்தேன்.

மதியச் சாப்பாட்டிற்கும் இந்தப் பாத்திர பேதம் அரங்கேறியபோது நண்பர்களின் முகத்திலிருந்து அதனுடைய அர்த்தத்தை வாசிக்க முடிந்தது. குஞ்ஞுட்டி சாப்பாட்டைப் பாதியில் நிறுத்திவிட்டு இலையை எடுத்தான். நான் தட்டைக் கழுவ நிமிர்ந்தபோது மேனோன் வேண்டாமென்று விலக்கவும் செய்தார். நான் மேனோனிடம் இந்தப் பாத்திர பேதத்தைப் பற்றிக் கேட்டபோது கிடைத்த பதில் என் காலின் கீழுள்ள மண்ணைப் பறித்தெடுத்தது.

'அதுங்களுக்கு அதுவே அதிகம்... நீ எதுக்குடா இதையெல்லாம் கவனிக்கறே?'

மேனோனும் அவர்களுக்குமான ஜாதி வித்தியாசம், அதைப்பற்றிய என் அறிவின் போதாமை, என் நண்பர்களுக்கு இந்தப் பாத்திரபேதம் கொடுத்த அவமானம்... இவ்வளவும் செவிட்டில் அடியாக எனக்குள் சுட்டு எரிந்தது. பட்டத்துவிளையின், டி.ஆரின், மேதிலின் கதைகள் வாசிக்கும், பெருமாள் முருகனையும் ஓம் ப்ரகாஷ் வால்மீகியையும் ரசிக்கும், ஆங்கில இலக்கியம் படிக்கும் அந்த மனிதனின் கண்களுக்குள் கூர்ந்து பார்த்தேன். அங்கே பிரத்யேகமான பாவ பேதமேதுமில்லை.

அன்றே அந்த வீட்டின் வேலையைப் பாதியில் நிறுத்தி, பொருட்களையெல்லாம் கழுவி எடுத்து நண்பர்களோடு அங்கேயிருந்து புறப்படும்போது அவர்கள் முகத்தில் நான் கண்ட ஆசுவாசம் ஒரு நெருப்புக் கொப்பளமாக எனக்குள்ளே இப்போதும் இருக்கிறது.

ஒரு பெயின்ட் தொழிலாளி என்ற நிலையில் அதிகமான புத்தக அலமாரிகளை வண்ணமடிக்கவும் பாலீஷ் போடவும் நேர்ந்திருக்கிறது. வாசிக்க ஆசைப்பட்டுக் கிடைக்காமல் போன புத்தகங்களை ஆவலோடு பார்த்தபடி நின்றுமிருக்கிறேன்.

நான் கொஞ்சம் வாசிப்பேன் என்று இங்கேயிருப்பவர்கள் தெரிந்து கொள்ளக்கூடத் தயாராய் இல்லாதபோது புத்தகங்களின் உள்ளடக்கத்தைப் பற்றிக் கேட்டால் பல விசித்திரமான கதைகள் அவர்களிடமிருந்து எனக்குக் கிடைக்கும். 'ஆடு ஜீவிதம்' புத்தகத்தைப் பற்றிக் கிடைத்த கதைகளில் மிக சுவாரஸ்யமான உள்ளடக்கம் இதுதான்

'அது நீயெல்லாம் வாசிக்கக் கூடிய புத்தகமல்ல, ஒரு மூர்க்கமான அரபி, நம்ம ஊருக்கு வந்து ஆட்டுப் பண்ணைகள் தொடங்குவதும், தொழிற்சங்கப் போராட்டம் தாங்க முடியாமல் எல்லாத்தையும் தூக்கி எறிந்துவிட்டு கத்தாருக்கே திரும்பிப் போவதும்தான் கதை. அதை இப்போ சினிமாவா எடுத்திட்டு இருக்காங்க. சினிமா பாத்தா உனக்கு ஒருவேளை புரியலாம். புக்கைக் கசக்காமப் பத்திரமா அலமாரியில வெச்சிடு'

புத்தகத்தை உலைத்துப் போடாமல் நான் அதை அலமாரியில் வைக்கும்போது, இந்த ஆள் சொன்ன உபகதையில் ஒரு சிறு கதைக்கான அம்சம் இருப்பதாகவே நினைத்தேன்.

அதே போல 'ஆராச்சார்' குறித்த சிறு உரையாடல்... சொன்னவர் ஒரு வாத்தியார் என்பது உப தகவல்

''இந்தப் புத்தகத்தோட கதை என்ன சார்?''

''அதையெல்லாம் தெரிஞ்சிட்டு நீ என்ன பண்ணப் போறே?''

''சும்மா ஒரு ஆர்வத்திலதான்...''

''ஆ... அது ராஜா ஆட்சிக் காலத்தில் ஆராச்சார்கள் அனுபவித்த சமூகப் பிரச்சனைகளைப் பற்றியும் அவர்களுடைய துக்கமான வாழ்வு பற்றியும் எழுதப்பட்ட காட்சிகள்தான்.''

அதை எதிர்த்து வாக்குவாதம் செய்ய எனக்கு வாய்க்காமல் போன பால்யத்தை நொந்தபடி நான் அந்தப் புத்தகத்தையும் உலைத்துப் போடாமல் அலமாரியில் பத்திரமாக வைத்தேன்.

சமீபத்தில் அதிகமாக வாசிக்கப்பட்ட மிக நல்ல நாவல்கள் என்ற வகையில்தான் நான் இவற்றைப் பற்றி இங்கு பேசுகிறேன். ஃபாமுக்குக்கும் பொலேநேவ்க்கும் மார்க்குவிஸ்க்கும் பெருமாள் முருகனுக்கும் காசாக்கின் இதிகாசத்துக்கும் அல்கெமிஸ்ட்க்கும் எல்லாம் கிடைத்த விமர்சனங்களை வாசித்தால் நீங்கள் உங்கள் வாழ்க்கையையே நொந்து போவீர்கள்.

இவர்களெல்லாம் வாசிக்க வேண்டி, புத்தகங்களை வாங்கவில்லை என்பதை நான் சொல்ல வேண்டியதில்லை இல்லையா? விலை கூடிய தடிமனான புத்தகங்களை அலமாரிகளில் வெறுமனே அடுக்கி வைப்பது பலருக்கும் இங்கே சரியென்றும் நாகரிகமென்றும் தோன்றும் காலத்தில் இருக்கிறோம். ஒருமுறை கூடத் திறந்து பார்க்கப்படாமல் போகும் இந்தப் புத்தகங்கள், தகுதியுள்ள தன் வாசகனை என்றாவது அடையும் என்பதை அழகிய கனவாக நாம் கற்பனை செய்து பார்த்துக் கொள்ளலாமே.

ஏதோ ஒரு மாளிகை வீட்டில் வண்ணமடிக்கப் போன நாளில் ரகசியமாகக் காக்கப்படும் அந்த வீட்டின் நூலகத்தில் நான் நெடு நாட்களாய் வாசிக்க ஆசைப்பட்ட, ஜேம்ஸ் ஜோய்ஸின் புகழ்பெற்ற 'யுலிசஸ்' என்ற நாவலின், என். மூசக்குட்டியின் மொழிபெயர்ப்பைப்

பார்த்து அதை வாசிக்க கேட்டபோதுதான் வாழ்க்கையில் மிகவும் அதிகமாக துக்கமும் அவமானமும் தோன்றியது.

கிராம நிர்வாக அதிகாரியுமான அந்த வீட்டுக்குச் சொந்தக்காரன் அல்பமான பார்வையால் என்னைப் பார்த்து கேட்டார் :

"நீ எத்தனாவது வரைக்கும் படிச்சிருக்கே?"

நான் உண்மையைச் சொன்னேன்.

"எட்டாவது வரைக்கும்..."

அவருடைய மகளைக் கூப்பிட்டு அவளிடம் சொல்வதுபோல சொன்னார்.

"கேட்டியா மகளே... இவனுக்கு... இந்த எட்டாம் கிளாஸ் படிச்சவனுக்கு யுலிசஸ் படிக்க வேணுமாம்"

சொல்லிவிட்டு அப்பாவும் மகளும் சேர்ந்து சிரித்தார்கள். அழகியான அந்தப் பெண்ணின் மிகக் குரூரமான அந்தச் சிரிப்பு இப்போதும் என் காதில் ஒலிக்கிறது. பிறகு கோட்டக்கல் முனிசிபல் லைப்ரரியிலிருந்து யுலிசஸ் எடுத்தபோது அது ஆய்வு மாணவர்களின் பயன்பாட்டிற்கான சிறப்புப் பகுதியிலிருந்தது. நூலகத்து வாசிப்பறையில் ஓய்வு கிடைக்கும் போதெல்லாம் போய் மூன்று மாதகாலத்தில்தான் நான் அந்த மகத்தான நாவலை வாசித்து முடித்தேன்.

அப்படி நான் அவமானப்படவில்லையென்றால் ஒருவேளை அத்தனை சிரமப்பட்டு யுலிசஸ் வாசிக்காமல் கூடப் போயிருக்கலாம். வாசிப்பு நம் உணர்தலிலும் அறிதலிலும் மாற்றங்களைக் கொண்டு வரவில்லையென்றால் அந்த வாசிப்பினால் என்ன பலன்?

என் வாசிப்பைக் குறித்து யாராவது நல்ல விதமாய்ச் சொன்னால் எனக்குத் தெளிவாய்த் தெரியும் முகம் ஒன்றுண்டு. நெற்றியில்

வெள்ளை அடையாளமுள்ள பிரகாசிக்கும் கண்களும் தோள்வரை சுருண்டு விழுந்து கிடக்கும் முடியுமாக ஒரு முகம்...

நான் பார்த்து அதிகமாய் வாசித்த வாசகன், ஆலப்புழா ஜில்லாவில் குட்டநாட்டிலிருந்து கோழிக்கோடு ஜில்லாவரை குட்டியாடிக்குப் பக்கத்திலுள்ள கிராமத்திற்குக் குடியேறிய குட்டநாடன் சேட்டன் என்ற பத்ரோஸ் சேட்டன்.

திருமணத்திற்கு முன்பு அண்ணன் நிறைய வாசித்திருந்தார். குடும்ப பாரங்களேற்றபின் ஊர் ஊராக அலைந்த குட்டநாடன் அண்ணனுக்கு வாசிப்புக் குறைந்து குறைந்து வந்தது.

சூழலோடும் வன விலங்குகளோடும் மல்லிட்டு மண்ணில் வேலை பார்த்து வாழ்க்கை நடத்திய அண்ணன், ஒவ்வொரு வாரத்திலும் குட்டியாடிச் சந்தைக்குப் போய் வரும்போது கொஞ்சம் கொஞ்சமாகப் புத்தகங்களை வாங்கிக் கொண்டு வருவார். மழைக்காலத்தில் ஒழுகித் தீர்க்கும் வீட்டில் சொந்தப் பிள்ளைகளைப் போல அண்ணன் அந்த புத்தகங்களை மார்போடு அணைத்தபடி நின்று கொண்டிருப்பதைப் பார்க்கலாம்.

படிக்க நேரமும் வசதியும் இல்லாமல் போனாலும் குட்டநாடன் அண்ணனின் புத்தகச் சேகரிப்புப் பெருகிப் பெருகி வந்தது. அதிலிருந்து இந்தச் சாமானியனுக்கு இஷ்டம் போல வாசிக்கக் கிடைத்தது. வாசித்த புத்தகங்களைப் பற்றி குட்டநாடன் அண்ணன் ஒருபோதும் என்னிடம் அபிப்பிராயம் கேட்டதில்லை. பதிலாக எனக்கு எழுத்தாளர்களைப் பற்றிய பல கதைகளைச் சொன்னார். 'சங்கம்புழ' உச்சத்திலிருக்கும்போது அவர் நடந்து போன வழித்தடத்தில் அழகிகள் காத்திருந்தார்களாம்... வளையல்களைக் குலுக்கியும் கொலுசை ஆட்டிச் சத்தமெழுப்பியும் அவர்கள் சங்கம்புழயின் கவனத்தை ஈர்த்தார்களாம். மறுநாள் அந்த வழியாகப் போகும்போது அதில் ஏதாவது ஒரு அழகிக்காக அவர் எழுதிய ஒரு கவிதைச்சுருளை மதிலுக்கப்பால் போட்டு விடுவாராம்.

அண்ணனின் புத்தகச் சேகரிப்பிலிருந்துதான் நான் குரு நித்யாவையும் விவேகானந்தனையும் தஸ்தவேஸ்கியையும் மாக்ஸிம் கார்க்கியையும் பொற்றேகாட்டையும் வாசித்தறிந்தேன்.

இரண்டு பெண் குழந்தைகளுக்கும் நல்ல கல்வியைக் கொடுத்து அவர்களுக்கு நல்ல வேலையும், திருமணமும் செய்து கொடுத்த பிறகு, குட்டநாடன் அண்ணனின் காலம் வந்தது, வாசிப்பின் காலம். சத்தமாய்ப் பேசும், அதைவிடச் சத்தமாய் எப்போதும் சிரிக்கும் மேரி அக்கா கணவனின் வாசிப்பிற்குத் தடையாய் இல்லாமலிருக்க தன் குரலின், சிரிப்பின் சத்தத்தைக் குறைத்துக் கொண்டாள்.

அதற்குள் நான் அங்கு தங்குவதை நிறுத்தியிருந்தேன். எப்போதாவது அங்கே சாப்பிடப்போகும் அதிதியாய் மாறிப் போயிருந்தேன். அறுபத்திரெண்டாவது வயதில் கூட அண்ணனுக்குக் கண்ணாடி போட வேண்டிய அவசியம் வரவில்லை.

வாசித்த புத்தகங்களைப் பற்றி அண்ணன் என்னிடம் பேசுவார். வரிசையாய் அழகாய் அடுக்கி வைத்திருக்கும் புத்தக அலமாரியை நான் ஆச்சரியத்தோடும் ஆசையோடும் பார்த்துக் கொண்டிருப்பேன். பழைய ஓலைக்குடிசையிலிருந்து வளர்ந்து கான்கிரீட் கோட்டைக்கு இடம் மாறியபோதும் குட்டியாடிச் சந்தையிலிருந்து முதல் முதலாய் வாங்கிய குமாரன் ஆசானின் கவிதைகளை அண்ணன் பத்திரப்படுத்தியிருந்தார். அதொரு தவம். வார்த்தைகளாய் என்னால் விவரிக்க முடியாத தவம்.

வாசிப்பின் இடைவேளைகளில் தன் வியர்வையையும் ரத்தத்தையும் கண்ணீரையும் குடித்த ரப்பர்த் தோட்டங்களின் காய்ந்த இலைகளின் பாதை வழியாக அண்ணன் நடந்தார். தனியாக இல்லை. தகழி முதல் மிலன் குந்தேரா வரை அந்த நடைக்குக் கூட்டாக வந்தார்கள். குட்டநாடன் அண்ணன் அவர்களோடெல்லாம் பேசினார். அந்தப் பேச்சிற்கு எந்த எழுத்தாளரும் வணங்கிப் போகும் ஒரு மொழியிருந்தது. அந்த மொழியின் புதுமை கண்டு நான் அவர்

நடக்கும் வழிகளில் ஒளிந்திருப்பேன். ஒரு முறை வகையாய் மாட்டிக் கொண்ட என்னிடம் அண்ணன் சொன்னார்:

"இதெல்லாம் தான் என் வாழ்க்கை. இப்படிக்கூட நான் பேசவில்லையானால் கர்த்தாவு என்றோ என்னை மேலே அழைத்திருப்பார்..."

ஆழ்ந்து வாசிக்கவும், கௌரவ வாசிப்பிற்கு நேரத்தைக் கழிக்கவும் அண்ணனின் நூலகத்தைத் தேடிப் பலரும் வந்தார்கள். சொந்த நூலகத்தைவிட அவர்களுக்கு அங்கே சுதந்திரம் இருந்தது. பலரும் புத்தகங்களைத் தேடி அலமாரிகளை அலங்கோலமாக்கி விடுவார்கள். எந்தவொரு புகாருமில்லாமல் முணுமுணுப்புமில்லாமல் அண்ணன் அதையெல்லாம் அடுக்கி வைப்பார். அரை மணி நேரம் அண்ணனிடம் பேசினால் கிடைக்கும் உத்வேகத்தை உங்களுக்குச் சொல்ல என் வார்த்தைகளுக்குப் பலமில்லை.

ஏதோ குளிர்ஜுரமும் கண்களில் அரிப்பும் தொடர்ந்து வந்து அண்ணனின் கண்களுக்குள் இருட்டுப் படர ஆரம்பித்தது. மருந்து சாப்பிட்டும் கண்ணாடி போட்டும் அறுவை சிகிச்சை செய்து முடிந்த பிறகும் அவருக்கு வெளிச்சம் திரும்பவேயில்லை.

தன் வாசிப்பறையில் மனித குலத்திலிருந்து தனிமைப்படுத்தப்பட்டு அண்ணன் இருந்தார். மேரி அக்கா உடன் அமர்ந்து புத்தகங்களை வாசித்துக் காண்பிப்பார். திறந்து வைத்தபடி தூங்கிப் போன அந்தக் கண்களின் இருட்டுக்கு அப்பால் குட்டநாடன் அண்ணன் என்ற யதார்த்த வாசகன், கேட்க மட்டுமே முடிந்த வார்த்தைகளைப் பத்திரப்படுத்தினார்.

அண்ணனைத் தெரிந்தவர்களெல்லாம் அந்த நிலைமையைப் பார்க்க முடியாமல் விசனப்பட்டார்கள். மேரி அக்காவின் கண்களை ஏமாற்றிப் பலரும் புத்தகங்களை எடுத்துக்கொண்டு போவதை உள்கண்ணால் பார்த்து அண்ணன் புன்னகைக்கவும் செய்தார். திரும்பக் கிடைக்காத பார்வையைவிடத் திரும்பக் கிடைக்காத

புத்தகங்கள் அந்த மனிதனை மிகவும் வேதனைப்படுத்தியிருக்கலாம். ஆனால், அவர் யாரிடமும் அதைப் பகிர்ந்து கொள்ளவில்லை. கடைசியாய் குட்டநாடன் அண்ணனைப் பார்த்தபோது அந்தப் புத்தக அலமாரிகள் கண்ணுக்குப் புலனாகாத துக்கத்தை ஒளித்து வைத்துத் தரிசுநிலமாக மாறிப் போயிருந்ததைப் பார்த்தேன். அன்று நான் பொன்குந்நம் வர்க்கியின் 'சப்திக்கும் கலப்பை' என்ற கதையை அண்ணனுக்கு வாசித்துக் கொடுத்தேன். குட்டநாடன் அண்ணனுக்கு மிகவும் பிடித்த கதை அது.

மேரி அக்கா இப்போதும் புத்தகம் வாசித்து அண்ணனைக் கேட்க வைக்கிறார். பிள்ளைகள் அனுப்பிய ஆடியோ புத்தகங்களை வேண்டாமென்று ஒதுக்கி வைத்துத் தன்னுடன் சுக துக்கங்களில் பங்கெடுத்த இணையின் குரலில் குட்டநாடன் அண்ணன் வாசிக்கிறார். இந்த அறுபத்தியொன்பதாம் வயதிலும் விக்டர் ஹ்யூகோவின் லெஸ் மிசரபிளைப் பற்றி இரண்டு மணிநேரம் பேச முடிகிற அண்ணனை சல்யூட் செய்யவில்லையென்றால் வேறு யாரை நான் தலை வணங்குவது?

ஒரு வாரத்திற்கு முன்னால் ஃபோனில் கூப்பிட்டபோது நான் அந்தக் குரலில் தடுமாற்றத்தை உணர்ந்தேன். ஆனாலும், அண்ணன் அன்று உற்சாகத்துடன் எஸ். ஹரீஷின் ஆதம் என்ற கதையைப் பற்றிப் பேசினார்.

ஆமாம்.

இப்படியும் சிலர் இந்தப் பூமியில் வாழ்ந்துகொண்டிருக்கிறார்கள். அதனாலும் தான் இந்தத் துயரக்காலங்களிலும் கூட வாழ்க்கை இவ்வளவு நன்றாகப் பூர்த்தியாகிறது. கடவுளின் வாசிப்பைத் தோற்கடித்துவிட்டு இனியும் அதிக நாட்கள் குட்டநாடன் அண்ணனுக்கு மேரி அக்காவின் குரல் வழியாக வாசிக்க வாய்க்கட்டும் என்ற பிரார்த்தனையோடு...

## மன்னிப்பு வேண்டுகிறேன்

கோழிக்கோட்டின் புதிய பஸ் நிலையத்திற்குப் பக்கத்தில் புஹாரி ஹோட்டலில் எச்சில் தட்டுகள் கழுவும் வேலை செய்து கொண்டிருந்த நாட்களில் எனக்கு மற்றொரு வேலையும் கிடைத்தது. வெயிட்டர் பாஸ்கரண்ணன் அந்த வேலையை எனக்குக் கொடுத்தார்.

வேலை சுலபமானது... நேர்த்தியானது...

கஞ்சா விற்பனை...

ஏதாவது உடல்நிலை சரியில்லையென்று ஹோட்டலில் சொல்லிவிட்டு பாஸ்கரண்ணன் தரும் சிறிய பொட்டலங்களை எடுத்துக் கொண்டு கடற்கரைக்குப் போய் விடுவோம். அவர் பத்துப் பொட்டலங்களைத் தருவார். சின்னச் சின்ன பாலித்தீன் கவர்களில் இருக்கும் அவை கஞ்சாவென்றோ போதைப்பொருள் என்றோ அதை விற்பது குற்றச் செயலென்றோ அன்றெனக்குத் தெரியாது. அந்த நாளில் பதினைந்து ரூபாய்க்கு அதை விற்பனை செய்ய வேண்டும். பத்துப் பொட்டலங்கள் விற்றால் நூற்றைம்பது ரூபாய் கிடைக்கும். அதில் நூற்றுப்பத்து ரூபாயை, பாஸ்கரண்ணனிடம் கொடுத்தால் போதும். மீதி நாற்பது ரூபாய் போதைப்பொருள் வியாபாரத்தில்

லாபம். ஒரு நாளில் பன்னிரெண்டு மணி நேரம் ஹோட்டலில் எச்சில் தட்டுகள் கழுவினால் பத்து ரூபாய்தான் கூலி கிடைக்கும். அதற்குள்ளாக மேனேஜரிலிருந்து வெயிட்டர் வரை சொல்லும் கெட்டவார்த்தைகளையும் கேட்க வேண்டும்.

எச்சில் தட்டுகளைக் கழுவும்போது ஒரு தட்டோ கிண்ணமோ உடைந்தால், அது யார் பார்வையிலும் படாமல் தூக்கியெறிய முடியாமல் போனால், அதற்கான பணத்தை எங்கள் கூலியில் பிடித்து விடுவார்கள். அவசரத்தில் கழுவும்போது ஒன்றோ இரண்டோ பாத்திரங்கள் உடையும். எல்லா நேரங்களிலும் அதை மறைத்து வீசிவிடவும் முடியாது.

பிறகு அந்த நாற்றம்... இப்போதும்கூட மூக்கில் துளைத்து ஏறி நாற்றமடிக்கும் எச்சில் கிண்ணங்களின் துர்நாற்றம்... அதிலிருந்து கொஞ்சம் தப்பிக்கலாமே என்று நானும் பொட்டல விற்பனையில் ஈடுபட்டேன். அதிகாலையில் புஹாரி ஹோட்டலின் மொட்டை மாடிக்கு பாஸ்கரண்ணன் பொட்டலங்களை எடுத்துக்கொண்டு வருவார். பேப்பர்களால் அடுக்கப்பட்ட எங்கள் மெத்தையில் எனக்கும் மணிக்குமான பொட்டலங்களை, வைத்துவிட்டுப் போய் விடுவார். முந்தைய நாளின் வசூலான நூற்றுப்பத்து ரூபாயை அப்போதுதான் அவர் எங்களிடம் வாங்குவார். மணியின் வீடு பாலக்காடு. அவனும் என்னைப் போல வீட்டையும் ஊரையும் விட்டுவிட்டு வந்தவன். ஹோட்டல் மேனேஜரின் பார்வைக்குப் படாமல் தோசையையும் தேநீரையும் குடித்துவிட்டு நாங்கள் விடிய ஆரம்பித்திருக்கும் நகரத்தின் வழியாகக் கடற்கரையை நோக்கி நடப்போம். லுங்கியின் நுனியில் பொட்டலங்களை மடித்தும் மறைத்தும் வைத்திருப்போம். செய்யும் தவறின் தீவிரம் முழுக்கத் தெரியாததால் பயமும் பெரிதாக இருக்கவில்லை. ஆனால், கடற்கரையில், கடல்பாலத்தின் நான்காவது தூணில் மட்டுமே உட்காரவேண்டுமென்று பாஸ்கரண்ணன் சொல்லியிருந்தார். அங்கே உட்கார்ந்தால் தேவைப்படுபவர்கள்

முகம்மது அப்பாஸ்

எங்கள் பக்கத்தில் மெல்ல வருவார்கள். சரியான விலையான பதினைந்து ரூபாய் இருக்கிறதென்று உறுதியாய்த் தெரிந்தபின் ஒரு பொட்டலத்தை இடுப்பு வேட்டி நுனியிலிருந்து அவிழ்ந்து எடுத்துக் கொடுப்போம்.

நானும் மணியும் கடலுக்கு அப்பால் இருக்கும் உலகங்களை எங்கள் கனவுகளில் கண்டு ஆச்சரியப்படுவோம். அங்கே பாலைவனங்களும் ஒட்டகங்களும் சுல்தான்களும் தங்க மலைகளும் இருக்கும். எங்ளுடைய புத்தியில் மனிதர்களின் உடலில் காணப்படும் தங்க நகைகள் எல்லாம் அந்த மலையிலிருந்து கட்டிகட்டியாய் வெட்டியெடுத்துத் தான் செய்கிறார்கள். அப்படியான மலைகளுக்கு நீந்திச் செல்லவும் அங்கேயிருந்து சற்றேறக்குறைய ஒரு பெரிய கட்டியையெடுத்துத் திரும்பி நீந்தி வரவேண்டிய சக்தியைத் தர வேண்டுமென்று மணி எப்போதும் கடவுளிடம் பிரார்த்தனை செய்தான்.

சாந்தமாகவும் கொஞ்சமே பேசக் கூடியவர்களும்தான் எங்களிடம் பொட்டலம் வாங்குபவர்களில் அதிகம். அவர்கள் கடல் பாலத்தில் நின்றும் அதிகமில்லாத தூரத்தில் உட்கார்ந்தும் பொட்டலத்தைப் பிரித்து கஞ்சாவை உள்ளங்கையிலிட்டுக் கசக்கிப் பீடியில் நிறைத்துப் புகைப்பார்கள். சிறிது நேரத்திற்குப் பிறகு அவர்களில் சிலர் பாட்டுப் பாடுவார்கள். சிலர் உரக்கச் சிரிப்பார்கள். சிலர் கையிலிருக்கும் பழங்களில் கொஞ்சம் எடுத்து எங்களுக்குத் தருவார்கள். தினமும் கவிதைகளை உரக்க வாசிக்கும் ஒரு தாடிக்காரர் இருந்தார். அவர் கசங்கி அழுக்கான பேண்ட் பாக்கெட்டிலிருந்து சிறிய நோட்டையும் சட்டைப் பையிலிருந்து பேனாவையும் எடுத்து என்னென்னமோ எழுதுவார். எழுதி முடித்தவுடன் அதைத் தனியாக வாசித்து மௌனமாய் அழுவார். பிறகு அந்தக் காகிதங்களைக் கிழித்தெடுத்துக் கடலை நோக்கி வீசி எறிவார். அதன்பின் சுட்டெரிக்கும் மணலில் மல்லாந்து படுத்து நெடு நேரம் தூங்குவார்.

சற்றுத் தொலைவில் படகுகள் திரும்பி வந்து கொண்டிருக்கும். வெயில் ஏறிவிட்டால் கடற்கரையிலிருந்து முச்சந்தியின் சர்பத் கடைக்கு வந்து ஒரு சர்பத் குடிப்போம். மத்தியானத்திற்குள் பொட்டலங்கள் விற்றுத் தீர்ந்திருக்கும். பிறகு சினிமா என்ற அற்புதத்தைப் பார்க்க ஓடிவிடுவோம். மதியக் காட்சி பார்த்துவிட்டு, வேறு திரையரங்கில் மாலைக்காட்சியும் பார்த்தபிறகு நானும் அவனும் கைகோர்த்து நடந்த அந்தக் கோழிக்கோட்டு வாசம் நேற்றென்பது போலவே தோன்றுகிறது. நாங்கள் சிறுபிள்ளைகளாக இருந்ததால் போலீஸ் சந்தேகப்படாது என்பதுதான் பொட்டல விற்பனையின் வெற்றி ரகசியம். அப்பறம் இன்றைக்கு மாதிரி கஞ்சா புகைப்பவர்கள் அன்றைக்கு அவ்வளவாக இல்லை.

அன்றன்று கிடைக்கும் பணத்தை அன்றன்று செலவு செய்தோம். சேர்த்து வைக்கப் பணப்பெட்டிகளோ, கனவு காண ஆழ்ந்த உறக்கமோ எங்களுக்கு இல்லை. நாங்கள் மட்டுமல்லாமல் எங்களை விடப் பெரியவர்களும் கஞ்சா விற்பனை செய்து கொண்டிருந்தார்கள். ஆனால், அவர்கள் எப்போதும் போலீஸின் கண்காணிப்பிலேயே இருந்தார்கள். பாஸ்கரண்ணன் கூட நிறைய நாட்கள் இந்த வேலை செய்து சிறையிலிருந்து வெளியே வந்தவர் என்பதெல்லாம் எங்களுக்கு அன்று தெரியாது.

அப்படி சுகமாக ஆற்றொழுக்காய் கொஞ்ச நாட்கள் போய்க் கொண்டிருந்தன. பல நாள் திருடன் ஒரு நாள் அகப்பட்டே தீருவான் தானே! பிடிபட்டோம். கையிலிருந்த பொட்டலங்களைத் தூக்கி எறிந்து நானும் மணியும் ஒவ்வொரு பக்கமாக ஓடினோம். அலறி ஓடும் நகரப் பைத்தியங்களுக்கு நடுவில் நாங்களும் ஓடினோம். பயந்து மூச்சிரைக்க ஓடினோம்.

பல வருடங்களுக்குப் பிறகு நான் மணியை, கோழிக்கோடு குட்டியாடி ரூட்டில் ஓடும் தனியார் பேருந்தில் பயணச்சீட்டுப் பரிசோதகராகப் பார்த்தேன். அன்றைய ஓட்டத்தில் வேர் பிரிந்து

போனவர்களல்ல நாங்கள். போலீஸுக்குப் பயந்து ஓடிய அன்று இரவு புஹாரி ஹோட்டலின் மாடியில் வழக்கம்போல வந்து தங்கினோம். இரண்டு பேரும் ஓடிய தொலைவுகளைப் பற்றி பரஸ்பரம் நாங்கள் பேசிக்கொள்ளவேயில்லை.

இதெல்லாம் தெரியவந்தபோது பாஸ்கரண்ணன் இந்த வியாபாரத்தை நிறுத்த முடிவு செய்தார். மணி அதற்குப்பிறகும் கொஞ்சநாட்கள் என்னோடு எச்சில் மேசைகள் துடைத்தும் எச்சில் தட்டுகள் கழுவியும் வேலை செய்தான்.

பிறகு சட்டென ஒருநாள் என்னிடம்கூடச் சொல்லிக் கொள்ளாமல் அவன் வாழ்வெனும் பெருங்கடலில் ஒரு நீண்ட பாய்ச்சலில் மறைந்து போனான். கடல்களில் நீந்தித் தங்க மலைகளின் நாட்டில் அவன் போய்ச் சேர்ந்திருப்பானென்றும் அங்கிருந்து ஒரு பெரிய தங்கக் கட்டி எடுத்துவர கடவுள் அவனுக்குச் சக்தி கொடுத்திருப்பாரென்றும் நான் முட்டாள்தனமாக அடிக்கடி கற்பனை செய்து கொள்வேன்.

லாட்டரி விற்பனையிலும் சாலை போடும் வேலையிலும் எச்சில் தட்டு துடைப்பதிலும் ரப்பர் தோட்ட வேலையிலும் வீட்டுக்கு வண்ணமடிப்பதிலும் என் வாழ்வு அதன் வெயில் நாட்களில் தகித்து முன்னகர்ந்து போய்க் கொண்டிருந்தது. நான் அவனை மறந்தே போனேன். என்னுடைய எச்சில் துர்நாற்றங்களும் மெல்ல மறையத் தொடங்கின. அந்தக் கடல் பாலத்தையும் நான்காம் தூணையும் மறக்கத் தொடங்கியிருந்தேன். இதயத்தைக் கையில் பிடித்து ஓடிய அந்த மதிய வெயிலையும்கூட....

குட்டியாடியிலுள்ள தாய்மாமாவின் வீட்டிற்குப் போகும் பயணத்தில் நான் மீண்டும் அவனைப் பேருந்தில் பயணச்சீட்டுப் பரிசோதகராகப் பார்க்கிறேன். நாங்கள் மிகவும் வளர்ந்திருந்தோம். ஆனாலும், கடல்களுக்கு அப்பால் இருக்கும் தங்க மலைகளின் நாட்டைக் கனவு கண்ட அந்தக் குழந்தையை நான் அவனில் பிரித்துணர்ந்தேன். அடர்ந்த புருவங்களும் காதுகளின் வெளியே

திமிறி நிற்கும் ரோமங்களும் சிரிக்கும்போது தெளிவாய்த் தெரியும் நிலவொளி போன்ற புன்னகையும் என்னை அடையாளம் காண முடியாத அவனில் நான் கண்டேன்.

அவனில் ஏற்பட்டிருந்த மாற்றங்களை ஒவ்வொன்றாய்ப் பார்த்தபடி அவனுக்குப் பக்கத்திலுள்ள பின் சீட்டில் உட்கார்ந்திருந்தேன். மிகவும் கம்பீரமான அந்தக் குரலைக் கேட்கவேண்டி அவனிடம் பேச்சு கொடுத்தேன். அவன் என்னைத் தெரிந்து கொள்வான் என்றே நான் நினைத்தேன். பஸ் குட்டியாடி நிறுத்தத்திற்கு வந்து நிற்கும்வரை அவன் என்னோடு ஏதேதோ பேசினான். ஆனால், அவனுடைய ஞாபகங்களில் எங்கேயும் நானென்ற அந்தச் சின்னப் பையன் இருக்கவேயில்லை. ஞாபகங்களுக்கு வராத வண்ணம் அவன் தோண்டிப் புதைத்த அந்த எச்சில் நாற்றத்தில் என் நாற்றமும் இருந்திருக்கவேண்டும்...

மணி...

அன்று உன்னிடம் சொல்லிக்கொண்டு கிளம்பும்போது, நீ என்னைப் பின்னாலிருந்து கூப்பிடுவாயென்றும், என்னை ஏமாற்றினாயென்றும், எனக்கு உன்னை ஞாபகமிருக்கிறதென்றும் சொல்லி, புஹாரி ஹோட்டலின் மொட்டை மாடியில் காகிதங்களால் அடுக்கப்பட்ட மெத்தையில் படுத்து என்னை இறுக்கிக் கட்டியணைப்பது போலக் கட்டியணைப்பாயென்றும் நான் நினைத்தேன். நான் ஆசைப்பட்டேன். அதற்காகப் பேருந்திலிருந்து இறங்கி நான் மெதுவாய் நடந்தேன். சற்றே பின்னால் நீ இருக்கிறாய் என்ற குதூகலத்தில் நான் திரும்பிப் பார்த்தேன்.

ஆனால் மணி...

நீ நண்பர்களோடு உன் புதிய வாசனைகளுக்குள் நடந்து அகன்றாய். அன்று அந்தப் பேருந்து நிலையத்தில் அத்தனை பேருக்கும் முன்னால் சிறுபையனாக மாறி உரக்க அழ வேண்டுமென்று தோன்றியது. நீயும் நானும் ஆபத்துகளை உணராமல் கத்திச் சிரித்து

நடந்த கோழிக்கோட்டின் சாலைகள் எனக்குள்ளாகக் கடல்போலக் ஆர்ப்பரித்தன. நான் உன்னிடம் சொல்லியிருக்கலாம், காலங்களுக்கு முன்னால் நாம் ஒன்றாய் எச்சில் பாத்திரங்கள் கழுவியிருக்கிறோம் என்பதையும், கடல்பாலத்தின் நான்காம் தூணுக்கருகில் அமர்ந்து தங்க மலைகளைக் கனவு கண்டோம் என்பதையும் சொல்லியிருக்கலாம். நான் உன்னைத் தெரிந்து கொண்டேன் தானே! நீயும் என்னைக் கண்டுபிடித்திருக்கலாம்.

நான் உன்னிடம் பழைய அப்பாஸ் என்று சொல்லியிருக்கலாம், ஆனால் சொல்லவில்லை.

சொல்லாமல் போகும் வார்த்தைகளின் வலிகளைச் சுமக்க, எனது உணர்வின்மைக்குப் பிடித்திருக்கலாம். பிரிய நண்பனே... உன்னைத் தெரிந்துகொண்டும் கட்டியணைக்காமல் போன நண்பனை மன்னித்துவிடு.

## பித்தின் முதலாம் அத்தியாயம்

மலையாள மொழியை எழுதவும் படிக்கவும் சுயமாகக் கற்றுக் கொண்ட ஒருவன் வாசிப்பின் வசந்தத்திற்கும் பித்து மனநிலைக்கும் அலைந்து திரிந்ததில் ஆச்சரியப்படுவதற்கு ஒன்றுமில்லை. ஆனால், அந்த அலைவுறுதல் அவனை ஒரு மனநல விடுதியில் கொண்டுபோய்ச் சேர்த்தது என்பதில் கொஞ்சம் ஆச்சர்யமுண்டுதானே!

நாவல்களையும் சிறுகதைகளையும் கவிதைகளையும் மிகுந்த ஆவலோடு வாசித்துத் தீர்த்த நான் பொருளாதாரத்திற்கும் இயற்பியலுக்கும் அதன் வழியாக மனோவியலுக்கும் கூடவே வேதாந்த தரிசனங்களுக்கும் எப்படிப் போய்ச் சேர்ந்தேனென்று புரியவேயில்லை. வேதாந்தங்களும் உபநிஷத்துகளும் சிந்தனையைச் சூடேற்றினாலும், மனோதத்துவம்தான் அந்தச் சூட்டை எரியும் நெருப்பாக மாற்றியது. ஃபிராய்டும் யுங்கும் தொடங்கி இப்போது யோசித்துப் பெயர் சொல்ல முடியாத அநேக சிந்தனையாளர்களின் ஆய்வுகள் வழியாகக் கடந்து வந்த நான் போய்ச் சேர்ந்தது, பிரித்து உணர்ந்து சொல்ல முடியாத ஒரு மனநிலையாக இருந்தது.

மழையும் சங்கீதமும் நிலவும் கவிதைகளும் பிடித்திருந்த, காதல்களை நேசித்திருந்த நான் என்ற இளைஞனின் மூளை, பற்றி எரிந்து கொண்டிருந்தது.

வாசிப்பு...

சிந்தனை...

வாசிப்பு...

சிந்தனை...

சின்னச் சின்னச் சோதனைகள்... யுக்திகள்... வெளிச்சத்தின் பற்பல அளவுகள். அந்த அளவுகளை, மிகத் துல்லியமாக வண்ணமடிக்கிற வேலை செய்யும் ஒரு சாதாரண வேலைக்காரனான என்னை சிவப்பு, மஞ்சள், பச்சை, நீலம், ஆரஞ்சு போன்ற வண்ணங்களின் அறிவியல் சார்ந்த மனோபாவங்கள் அதிர வைத்தன.

பார்க்கும் காட்சிகளுக்குப் பின்னால், தென்படுகிற வெளிச்சம் என்கின்ற எல்லையற்ற சக்திகளின் உறைவிடம் என்னைப் பயமுறுத்தியது.

சிந்தனையின் ஒரு கட்டத்தில் முன்பு எப்போதோ நான் ஒதுக்கித் தள்ளிய தெய்வங்களும் தரிசனங்களும், மூளையின் கல்லறைகளில் கிடந்து இரைச்சலிட்டன. லௌகீகவாதியின் உறைந்துபோன மண்ணும் ஆன்மிகவாதியின் ஆகாயமும் எனக்கு நட்டமடைந்தன. பூமியில் நான் மட்டுமே இருக்கிறேனென்றும் மற்ற எல்லாம்... இந்த எல்லையற்ற பிரபஞ்சங்களெல்லாம் என் நினைப்பு மட்டுமே என்ற விசித்திரமான நம்பிக்கையில் நான் உருக்குலைந்து போனேன். சாந்தமற்ற அலைகளுமாய் அநேக கடல்கள் மூளையில், காதுகளில், கண்களில், உணர்வில், ருசியில் அலைந்தாடி...

உப்பு நீரின் மூச்சுமுட்டலிலிருந்து ஓர் இரவில் வீட்டில் அனைவரும் ஆழ்ந்த நித்திரையிலிருக்கும்போது நான் நடு முற்றத்தில் இறங்கி நின்று கத்தினேன்.

''நான் தூங்க வேண்டும்... நான் தூங்க வேண்டும்...''

நான் தூங்கி அன்றோடு ஐந்து நாட்களாகின்றன. அந்த உறக்கமின்மையில் துவங்கிய பித்து அதன் எல்லாக் கைகளையும் நீட்டி என்னை இறுக்க அணைத்தது. சகலமும் பாழ் என்ற நினைவினூடே எனக்கு மனநிலை பிறழ்ந்துவிடும் என்ற காரணமில்லாத பயத்தின் சுழலில் விழுந்து நான் சுற்றியலைந்தேன்.

பிறகு மனநல மருத்துவர்களைக் காணும் பயணங்களாக அவை மாறின. மலப்புரத்தில் முதல் மனோதத்துவ நிபுணர் ஃபரீத், அவசியமில்லாத புத்தகங்களையெல்லாம் யாருடைய உதவியுமில்லாமல் வாசித்து மண்டையில் ஏற்றியதால்தான் இந்தப் பயம் ஏற்பட்டது என்றார். அதை ஒத்துக் கொள்ளவும் நான் தயாராக இருந்தேன். நான் எல்லோரையும் போலத் தூங்க வேண்டும், அவ்வளவுதான், ருசி உணர்ந்து சாப்பிட்டால் போதும். கட்டியிருக்கும் உடைகளைக் கழற்றி வீசி உச்சி வெயிலில் இறங்கி ஓடி விடலாம் என்ற எண்ணத்தை என்னால் தடுத்து நிறுத்த முடிந்தால் போதும்.

அவர் எழுதிக் கொடுத்த மருந்துகளைச் சாப்பிட்ட பிறகு நான் என்னையுமறியாமல் தூங்கினேன். தேவைக்கும் அதிகமாகச் சாப்பிட்டேன். ஆனால், தூக்கம் தெளியும் வேளையில் அந்த பயம்... எனக்குப் பைத்தியம் பிடித்துவிடும் என்ற காரணமில்லாத அந்த பயம் என் வயிற்றைக் கலங்கடித்தது இப்போதும் ஞாபகமிருக்கிறது... அவருடைய இரண்டாவது சந்திப்பில், வழியோரத்துக் கறிக்கடையில் தொங்கி ஆடும் கறியின் தொங்கலைப் பார்த்து நான் பயந்தேன். பயம் என்பதை வார்த்தையால் விவரிக்க முடியாத பயத்தில் ஒடுங்கிப்போய் எல்லாவற்றையும் கண்டு பயந்திருந்தேன்.

பயம்...

இப்போது...

இந்த நிமிடம்...

அடுத்த நிமிடம்...

அது சமீபிக்கிறது...

பித்துப் பிடிக்கிறது...

பயம் மூளையில் மூண்டு காதுகள் வழியாக இறங்கி, நெஞ்சம் கனத்து வயிற்றுக்கு இறங்கியது. வயிறு பிரட்டியது. ஆட்டோவை நிறுத்தி, பொதுச்சாலை என்ற உணர்வுகூட இல்லாமல் சாலையோரம் உட்கார்ந்து மலம் கழித்தேன். எந்தவொரு அசிங்கமுமில்லாமல் பக்கத்தில் தெரிந்த வீட்டில் ஏறி அங்கே இருக்கும் குழாயில் உட்கார்ந்து சுத்தப்படுத்திக் கொண்டேன். உடனிருந்த அண்ணனும் நண்பனான ஆட்டோ ஓட்டுநரும் என் பைத்தியத்தின் உச்சம் பார்த்து அதிர்ந்து போனார்கள்.

ஃபரீத் மருத்துவரிடமிருந்து மஞ்சேரியிலிருக்கும் மருத்துவர் உண்ணிகிருஷ்ணன் வரை என்னுடன் என் நண்பன் மட்டுமே வந்தான். நீண்ட காத்திருப்பின் முடிவில் எனக்கான அழைப்பு வந்தது. உள்ளே போய் அந்தக் குண்டான மனிதரிடம் என் பயத்தைப் பற்றியும் அது காதுகள் வழியாக இறங்கி வருவதைப் பற்றியும் நல்லவிதமாகவே சொன்னேன்.

மற்ற எல்லா நோயாளிகளையும் பார்ப்பது போல என்னுடைய நிறுத்தாமல் பேசும் பேச்சை உம் கொட்டிக்கேட்டு எனக்கு மருந்து எழுதினார். இன்றாக இருந்தால் அது என் மனைவி எழுதும் மளிகைக் கடைக்கான பட்டியல் என்று உவமித்திருக்கலாம்.

ஆனால், அன்று மனித மனதைக் குறித்துப் படித்த அந்த மனிதன் எனக்கு எழுதிய மாத்திரைகள் எதற்காகவென்றெல்லாம் விவரித்துச் சொன்னார். சீட்டு முழுக்க அழகான வயலட் நிறத்தில் ஆங்கில மருந்துப் பெயர்கள்... ஒன்று பயத்திற்கு, மற்றொன்று பதற்றத்திற்கு,

மூன்றாவது தூக்கத்திற்கு, நான்காவது நெஞ்சு பாரத்திற்கு, ஐந்தாவது தலை பாரத்திற்கு, ஆறாவது மிதமான பசிக்கு, ஏழாவது என் கண்களின் ஒளி திரும்பக் கிடைக்க...

ஏழுவிதமான மாத்திரைகள். எல்லா யுக்திகளும் கைவிட்ட என்னை அந்த மாத்திரைகளை நம்ப வைத்து அவரையும் நம்ப வைத்தார். ஏழுவிதமான மாத்திரைகளையும் வாங்கினேன். மருத்துவர் சொன்ன விதத்தில் சாப்பிட்டேன். எங்கேயென்று தெரியாமல் படுத்துத் தூங்கினேன். பஸ்ஸில், வேலை இடங்களில், வீட்டு வராந்தாவில், பேருந்து நிறுத்தத்தில், வீட்டு முற்றத்தில்... தூக்கம், சாப்பாடு, மலம் கழித்தல், தொடரும் சுழற்சிகள்... பிறகு மறுபடியும் பசி... மறுபடியும் சாப்பாடு... மறுபடியும் மலம்... இதற்கு நடுவில் நேரம் காலம் இல்லாத தூக்கம்...

கவிதையும் சங்கீதமும் இலக்கியமும் காதலும் மழையும் என்னைக் கைவிட்டன. எப்போதும் நான் விளையாடும் செஸ் கூட விளையாடத் தோன்றவில்லை. ஒரு ஸ்டூலில் ஏறி நின்று வண்ணமடிக்கக் கூட முடியவில்லை. ஒளியிழந்து மரித்த கண்களும் தடித்து வீங்கின உடலும் சுமந்து நான் நடந்தேன், ஒரு எந்திர மனிதனைப் போல... நண்பர்கள் அகன்று போனார்கள். பயம் மட்டும் அதனுடைய தீவிரத்தைக் கூட்டிக் கொண்டிருந்தது. ஒரு யோசனைக்கும் மறு யோசனைக்கும் நடுவில் வெளிச்சப்பொட்டுகள் ஒளிரத் தொடங்கின. அந்த வெளிச்சப்பொட்டுகள் பெரிதாக, பெரிதாக மாறி என்னை பயமுறுத்தின. நானென்ற மனிதன் சின்னதாகச் சுருங்கிச் சுருங்கி ஒரு கடுகுமணி போலச் சிறுத்து அந்த வெளிச்சக் கடலுக்குள் வீழ்ந்தேன்.

எனக்கு என்ன நேர்கிறதென்று யாரும் சொல்லவில்லை. அதை நான் சுயமாகப் புரிந்து கொள்ளவும் முடியவில்லை. என் தம்பி மட்டும் மேலும் சில மனநல மருத்துவர்களிடம் போக உடன் வந்தான். மிகவும் நெருங்கிய நண்பன் கூட நேரடியாக முகத்திலறைந்தது போலச் சொன்னான்.

''நான் இன்னும் கல்யாணம் ஆகாத ஆளு. உன்கூட இந்தப் பைத்தியங்களுக்கு சிகிச்சை தரும் இடங்களுக்குத் தொடர்ந்து வந்தால் இந்த ஊர் இல்ல, எந்த ஊர்லயும் எனக்குப் பொண்ணு கிடைக்காது. என்னை இனி இந்த வேலைக்குக் கூப்பிடாதே அப்பாஸே...''

அவனுக்குக் செய்து கொடுத்த உதவிகள் எதையும் நான் கணக்கிலெடுக்கவில்லை. சரியாகச் சொல்ல வேண்டுமானால் நான் எதையும் அப்போது யோசித்துகூடப் பார்க்கவில்லை. இரண்டரை வருடங்களாக என்னைப் பிடித்து உலுக்கும் அசாதாரணமான பயத்தில், அதற்காக விழுங்கிய கைப்பிடி அளவுள்ள மாத்திரைகளில், என்னுடைய நரம்புகளின் சக்தியும் மூளையிலுள்ள நினைவுகளும் என்னை விட்டுப் போயிருந்தன. அந்த நாட்களில் உலகின் மிகப் பெரிய அழகியே என் முன்னால் வந்து என்னுடன் சேர விருப்பம் தெரிவித்தாலும் எந்தவித உணர்வும் எனக்குத் தோன்றியிருக்காது. மரணம்வரை மனிதனைப் பின்தொடரும் என்று சொல்லப்பட்ட, பாலுணர்வுக்கான தூண்டல் கூட என்னோடு கோபித்துக்கொண்டுத் தனித்து நின்றிருந்தது.

மழையைப் பார்த்தால் ஆனந்தப்படும் என் கண்களுக்கு முன்னால் எத்தனையோ மழைகள் கடந்துபோயின. மழையில் நனைய ஆசைப்படும் நான் எத்தனையோ மழைகளில் சுய நினைவின்றி நனைந்தேன். ஒரு மொட்டு, பூவாக விரியும் மணித்துளிகளையும் நாட்களையும் துள்ளலோடு எண்ணிக் கொண்டிருந்த என் முன்னால் அநேக வசந்தகாலங்கள் கடந்து போயின. விரிந்தும் வாடியும் மணமுள்ளதும் நிறமுள்ளதுமான பூக்கள், வெறும் பொருட்களாக என் முன்னால் நின்றன. வானவில்லைக் கரும்பாறையைப் பார்ப்பது போல விரக்தியில் பார்த்தேன். வீட்டிலுள்ளவர்களுடன் யாரெல்லாமோ என் வாசிப்பை, அது எனக்குக் கொண்டு வந்து சேர்த்திருக்கும் இப்போதைய நிலமையைப் பரிகசித்தார்கள்.

நான் போகும் ஒன்பதாவது மருத்துவர், கோழிக்கோட்டின் மருத்துவர் விஜயன். அவர் மிகவும் புகழ் பெற்ற மருத்துவரென்றும் மிலிட்டரி சேவை முடித்து இங்கு வந்து நல்லவிதமாய் மருத்துவம் பார்க்கிறாரென்றும் அண்ணனின் நண்பர்கள் சொன்னாரென்று நான் அங்கே போனேன்.

பல வருட மருந்துச் சீட்டுகளின் கட்டுகளுடன் நிறைய நோயாளிகள் அவருக்காகக் காத்திருந்தார்கள். அந்த நாட்களிலெல்லாம் நான் என் பயத்தோடு சமரசப்படத் தொடங்கியிருந்தேன். பயத்தின் தீவிரம் குறையவில்லையானாலும் வரும் வருமென்று பயந்திருப்பதற்கு பதில் பைத்தியம் பிடித்தாலே போதுமென்று இருந்தது எனக்கு. நிஜமாகவே பைத்தியம் பிடித்துவிட்டால் பிறகு அதற்காக பயப்பட வேண்டியதில்லையே...

அங்கே காத்திருக்கும்போது ஒரு பெண் சட்டெனெ எழுந்து விசித்திரமான சத்தங்கள் செய்து தன் துணியை இழுத்துக் கிழித்தாள். பிறகு தலையைக் குனிந்து உட்கார்ந்து முடியை முன்னால் போட்டு வட்டமாக ஆட்ட ஆரம்பித்தாள். அவளுடைய வெளுத்த நிர்வாண உடலைப் பார்க்கத் துடிக்கும் பல கண்களை நான் பார்த்தேன். கடவுளையும் சாத்தானையும் சபித்தபடி அவளுடைய உம்மா அவளை பலமாகப் பிடித்திழுத்து வேறு பகுதிக்குக் கொண்டு போனாள். மனப்பித்தின் தரிசு நிலங்களில் முடி அவிழ்த்துத் துணியைக் கிழித்துத் தன்னுடைய நிர்வாணத்தைக் காண்பித்த அவளுக்கா பைத்தியம், அல்லது அந்த நிர்வாணத்தை ஆவலுடன் காண ஆசைப்பட்ட கண்களுக்குப் பைத்தியமா என்று பிரித்துணர முடியாமல் பயத்தின் சூட்டில் தகித்திருந்தேன். தலைக்கு மேலே சுழலும் காற்றாடியிலிருந்த சுழற்சியின் சுடுகாற்று சுற்றிலும் பரவியது.

வெள்ளை சஃபாரி சூட் அணிந்து ஏ.சி.யின் குளிரில் நகரத்தின் வெயில் தெரியாமல் மருத்துவர் விஜயன் உட்கார்ந்திருந்தார். அண்ணனிடம் குடும்பத்தைப் பற்றிக் கொஞ்சம் கேட்டுத்

தெரிந்துகொண்ட பிறகு அவரை வெளியே நிற்கச் சொன்னார். அடைக்கப்பட்ட அறையின் குளிரில் நானும் மருத்துவரும் மட்டுமேயிருந்தோம். பெயரையும் ஊரையும் படிப்பையும் கேட்டறிந்த பிறகு மருத்துவர் தன் கண்களைக் குறுக்கி என் கண்ணைப் பார்த்துக் கேட்டார்:

"காதில் அசரீரி போல ஏதாவது கேட்கிறதா...?"

"இல்லை" நான் பதில் சொன்னேன்.

"யாராவது தாக்க வருவது போலத் தோன்றுகிறதா...?"

"இல்லை" என்றே மீண்டும் நான் பதில் சொன்னேன்.

"எல்லோரும் அப்பாஸைக் குறை சொல்வதாக நினைக்கிறீர்களா...?"

கொஞ்ச நேரம் யோசித்துவிட்டு அதற்கும் மிகச் சரியாக 'இல்லை' என்ற பதிலையே சொன்னேன். வேறு ஒன்றும் கேட்காமல் அவர் சீட்டில் மருந்துகளை எழுத ஆரம்பித்தார்.

புகழ்பெற்ற அந்த மருத்துவர், நான் சொல்ல வேண்டிய எதையும் கேட்கவில்லை. அண்ணன் என் பயத்தைப் பற்றிக் குறைந்த வார்த்தைகளில் சொன்னதை வைத்து அவருக்கு என்னைப் பற்றி என்ன புரிந்திருக்கும் என்று ஆச்சரியமாக இருந்தது. மருத்துவர் விஜயன் என்னுடைய கடைசி நம்பிக்கையாக இருந்தார். அன்றைய நாட்களில் இருநூறு ரூபாய் அவருடைய கட்டணம். பதினைந்து நாட்கள் மருந்து சாப்பிடச் சொல்லி அடுத்த நோயாளியைப் பார்ப்பதற்குத் தயாராய் பெல்லடித்து எங்களை வழியனுப்பினார்.

அந்த இளம்பெண் வெளியே நீண்ட வராந்தாவில் அம்மாவின் பிடியை உதறி ஓடினாள். அம்மா அணிவித்த மாற்று துணிகளையும் அவள் இழுத்துக் கிழித்தாள். அநேகக் கண்கள் அந்த நிர்வாணத்தை ஆவலோடு, கூரிய அம்புகளைப் போலப் பாய்ந்து பார்ப்பதை வலியுடன் நான் கவனித்தேன். அவள்தான் பிறகொரு நாள்

மருத்துவமனையில் உள்நோயாளியாய்ச் சேர்ந்தபோது நான் படுத்திருந்த பதிமூன்றாம் அறைக்குப் பக்கத்தில் பதினான்காம் நம்பர் அறையில் படுத்திருந்து தன்னை விடப் பெரிதான, கடலை விடப் பெரிதான பாம்பைப் பார்த்து அலறிக் கத்தியவள்.

பதினாறு நாட்கள் மருத்துவமனையில் மருத்துவம் பார்த்தும் என்னுடைய பயத்திற்குக் குறிப்பிடத் தகுந்த மாற்றமொன்றும் வராமல் போன பிறகு மருத்துவர், எனக்கு மின் அதிர்ச்சிச் சிகிச்சை வேண்டுமென்று பிடிவாதம் பிடித்தார். அன்று அப்பாவும் அண்ணன்களும் சேர்ந்து கட்டாயப்படுத்தி மருத்துவமனையிலிருந்து வெளியேற அனுமதிச்சீட்டு வாங்கவில்லையென்றால் இன்றைக்கு இந்த வார்த்தைகளை எழுத சுய புத்தியுடன் நான் இருந்திருக்க மாட்டேன்.

இப்போது எனக்கு எல்லாம் புரிகிறது. அறிவின் கடலை நீந்த ஆசைப்பட்ட நானென்ற முட்டாளுக்குத் தேவையாக இருந்ததும், என் பயங்களுக்குத் தேவையாக இருந்ததும், உடம்பைத் தளர்த்திப் போட வேண்டிய மருந்துகள் அல்ல, மனதென்ற அற்புதத்தின் சஞ்சார வழிகளைப் பற்றிச் சொல்லிக் கொடுக்க முடிகிற ஒரு நண்பனைத்தான் அது தேடியது. என்னுடைய குருட்டுக் கேள்விகளுக்குத் திருப்திகரமான பதில்கள் சொல்ல ஒரு நண்பன் தேவைப்பட்டான். அவன் மனதைக் குறுக்குவெட்டாய்க் கீறிப் படித்துவிட்டுப் பட்டங்களின் மாலையை அணிந்திருக்க வேண்டுமென்பதில்லை. அன்போடு என்னை அணைத்துப் பிடித்து, என் சந்தேகங்கள் வெறும் நீர்க்குமிழிகள்தான் என்று சொல்லித்தர, சூடு பறக்கும் என் உச்சியில் பிரியத்தோடு முத்தமிட முடிகிற உதடுகள்தான் எனக்குத் தேவையாயிருந்தன.

என் பித்து மனநிலையை அழுது தீர்க்க, அந்தக் கண்ணீர் முழுவதையும் ஏற்றெடுத்துக் கொள்ள முடிகிற களங்கமற்ற ஒரு மனதுக்குச் சொந்தக்காரன்தான் எனக்கு வேண்டியிருந்தான்.

மருத்துவமனையில் நான் படுத்திருந்த அந்தப் பதினாறு நாட்களிலும் இரண்டு வேளைகள் வீதம் மருத்துவர் என்னிடம் கேட்டுக் கொண்டேயிருந்தார்...

''காதில் அசரீரி போல ஏதாவது கேட்கிறதா...?''

'' யாராவது தாக்க வருவது போலத் தோன்றுகிறதா...?''

''எல்லோரும் உங்களைக் குறை சொல்வதாக நினைக்கிறீர்களா...?''

இல்லை என்ற பதிலுக்கு பதிலாக ஆமாம் என்ற பதிலைத்தான் அவர் எதிர்பார்க்கிறாரோ? தெரியாது... அந்தக் காலத்தின் தூசும் தும்பும் என் இரவுகளை இப்போதும் அமைதியற்றதாக்குகின்றன. அப்போதெல்லாம் நான் படுத்திருந்த பதின்மூன்றாம் நம்பர் அறையின் இளம்நீலநிறச் சுவரில் கறுப்பு பால்பாயிண்ட் பேனாவால் எழுதி வைத்த வார்த்தைகளை இப்போதும் நான் நினைத்துப் பார்க்கிறேன்.

இதற்கு முன்பு இங்கே தங்கியிருந்த நண்பனே... இனி இங்கு வந்து தங்கப்போகும் நண்பனே... நம்மை பந்தமேற்படுத்தும் சரடுகள் ஒன்றுமில்லையானாலும் நாம் பங்கிட்ட இடைவழிக் கோவில்தான் இது. வாழ்க்கையை மிகவும் நேசித்ததால்தான் நாம் இந்த அறையில் அடைபட்டிருக்கிறோம். இந்த மழைக்காலங்களுக்குப் பிறகு வசந்தகாலம் நமக்காகக் காத்திருக்கிறதென்று எப்போதும் ஞாபகத்தில் வைத்துக் கொள்ளுங்கள்...

அன்புடன்...

அப்பாஸ்

# கவி அய்யப்பனும் ரத்தத்தின் விலையும்

முன்பு... அப்படி முன்பெல்லாம் இல்லை. கல்யாணம் முடிந்து மூன்று வருடங்கள் கடந்திருக்கும். தொட்டிலில் என் மகள் சொர்க்கத்தின் ரம்மியமான காட்சிகளைக் கண்டு சிரித்தபடி தூங்கும் நாட்கள்...

கோழிக்கோடு மிம்ஸ் மருத்துவமனையில் படுத்திருக்கும் நோயாளியின் அறுவை சிகிச்சைக்கு ரத்தம் கொடுக்க நான் போயிருந்தேன். தெரிந்தவரின் அம்மாதான் நோயாளி. ரத்தத்தை அப்படிச் சும்மா கொடுக்கப் போகவில்லை. என்னை அழைத்து எவ்வளவு பணம் தருவோமென்று உறுதிப்படுத்திக் கூட்டிப் போனார்கள். முகம் சுளித்துப் போகாதீர்கள், சும்மா ரத்தம் கொடுக்க வேண்டிய நேரங்களில் ரத்தம் கொடுத்திருக்கிறேன், இப்போதும் ரத்தம் கொடுத்துக் கொண்டுதானிருக்கிறேன்.

ஆனால், அன்று எங்கள் நான்கு பேருக்கும் முந்நூற்றைம்பது ரூபாய் வீதமும் பிறகொரு நல்ல சாப்பாடும் உறுதிப்படுத்திய பிறகுதான் போனோம். சாராயம் கலக்காத ரத்தத்திற்கு அன்றெல்லாம் நல்ல தேவையிருந்தது. நோன்பு நாட்களாக இருந்ததால் வேலையும் இருக்கவில்லை. சட்டைப்பையில் தேவையான பொருட்கள்

வாங்குவதற்கான நீண்ட பட்டியலும் சீலைப்பேனின் எச்சமும் மட்டுமே இருந்தன.

ரத்தம் கொடுத்து, பிரியாணியெல்லாம் சாப்பிட்டு முடிந்தபோது உடனிருந்தவர்கள் கடற்கரைக்குப் போக வேண்டுமென்றார்கள். பார்த்துப் பார்த்துக் கடலைப் பெரிதாக்கவெல்லாம் இல்லை, கடல் அலைகளில் நனையும் பெண்ணுடல்களைப் பார்க்க ஆசைப்பட்டார்கள்.

அவர்களை அவர்களின் ஆசைக்கு விட்டுவிட்டு நான் முந்நூற்றைம்பது ரூபாயில் பயணச்சீட்டும் வாங்கிக்கொண்டுத் திரும்ப வந்துவிட்டேன். மனைவி நோன்பிலிருக்கிறாள். நான் வீட்டுக்கு வந்து சேர்ந்தபோது நோன்பு திறக்கும் நேரமாயிருக்கவில்லை. அதனால் கோட்டக்கல் மார்க்கெட்டிலிருந்து தர்பூசணியும், முடிந்தால் அரைக்கிலோ கோழிக்கறியும் வாங்கலாமென்ற நல்ல நினைவில் மூழ்கி, பிரியாணி சாப்பிட்ட அசதியில் மயங்கி, தூங்கியெழுந்து பார்த்தால் பேருந்து 'சங்கு வெட்டி' என்ற ஊரிலிருந்தது.

அன்றும் இன்றும் கோட்டக்கல் பேருந்து நிறுத்தத்திற்கு கோழிக்கோடு பக்கங்களிலிருந்து வரும் பேருந்துகளில் ஏறுவதேயில்லை. பயணிகளைச் சங்குவெட்டியில் இறக்கி விடுவதுதான் வழக்கம். இப்போதெல்லாம் சங்குவெட்டி முதல் கீழே கோட்டக்கல் வரை ஒரே அங்காடிதான்.

அன்று சங்குவெட்டியிலிறங்கி, கோட்டக்கல் நிறுத்தத்தில் பேருந்துக்காகக் காத்து நிற்கும்போது பெட்ரோல் பங்கின் முன்னால் கொஞ்சம் ஆட்கள் கூடியிருந்தார்கள். எட்டிப் பார்த்தபோது ஒரு மெலிந்த மனிதன் குப்புறப் படுத்திருப்பது தெரிந்தது. நரைத்த தலைமுடி... கசங்கிய ஆடைகள்... போதையில் மயங்கி நிலைதடுமாறி விழுந்திருந்தார். கூடி நிற்பவர்களுக்குத் தாங்கள் இப்படிக் குப்புறப் படுக்காமல் போனோமே என்கிற ஆசுவாசம் தெளிவாய் முகங்களில் தெரிந்தது. அதனால் சொல்லப்பட்ட பரிகாசங்கள்...

பசி காதல் பித்து     106

"அண்ணாச்சிதான் இது. இவங்களுக்குக் கிடைப்பது எல்லாம் கள்ளுக் குடிக்கத்தான் சரியாயிருக்கும்"

யாரோ சொல்வது எனக்குக் கேட்டது. வேலை செய்து கிடைக்கும் மொத்தப் பணத்தையும் கள்ளு குடித்துத் தீர்க்கும் தமிழ்க் கூலி வேலையாட்கள் கோட்டக்கல் நகரத்தில் அன்று நிறைய இருந்தார்கள். விறகு வெட்டியும் சுமைகள் தூக்கியும் கொளுத்து வேலை செய்தும் கிடைக்கும் பணத்தை அவர்கள் லீனா மதுக்கடையிலும் விராட் மதுக்கடையிலும் கொண்டுபோய்க் கொடுத்தார்கள். அதற்குப் பதிலாக உடலை எரிக்கும் மதுவை வாங்கிக்குடித்து வழியோரங்களில் துணி அவிழ்ந்ததுகூடத் தெரியாமல் நினைவின்றிக் கிடந்தார்கள்.

தினமும் பார்க்கும் காட்சியானதால் நான் அங்கிருந்து முகம் திருப்ப எத்தனித்தபோது, 'செத்துட்டானான்னு தெரிய வேணாமா?' என்றொரு ஆள் கீழே கிடந்தவனை மல்லாத்தி விட்டான்.

அவரை உற்றுப் பார்த்தேன், அவர் அய்யப்பனாக இருந்தார்... கவி அய்யப்பன்.

என் அனுமதியின்றி நான் உரக்கக் கத்திவிட்டேன் 'என் தெய்வமே...'

"உனக்குத் தெரியுமா இந்த ஆளை?"

யாரோ கேட்கிறார்கள், வெயில் ஆறிக் கொண்டிருந்த அந்த மாலையில் நான் அந்த உருவத்தைப் பார்த்துத் தயங்கி நின்றேன். மூளையில் வார்த்தைகள் கிறுகிறுத்தன:

*"இதயத்தைப் பங்கிடமுடியவில்லை என் நேசமே*

*லகரியின் பட்சிகள் பாதியைக் கொண்டு போய்விட்டன"*

நரைத்த மீசையின் கீழே உதடுகளில் எப்போதோ சாப்பிட்ட சோற்றின் மிச்சம். பாதி மூடிய கண்கள். அழுக்கடைந்த சட்டை. இடம் தவறிய வேட்டியினூடாகத் தெரியும் நிர்வாணம்...

எனக்குள்ளே கவிதையும் காலமும் வாழ்க்கையும் நின்றெரிந்தது. ரத்தம் விற்றுக் கிடைத்த பணம் என் சட்டைப்பையில் குதித்தபடி என்னைப் பரிகசித்தது. கவிஞனானவன் இதோ தெருவோரத்தில் சுய நினைவில்லாமல் படுத்திருக்கிறான். கவிஞனாக ஆசைப்படுபவன் ரத்தம் விற்றுக் கிடைத்த பணத்தை வைத்துக் கொண்டு அன்றாடத்தை வாங்க ஆசைப்படுகிறான்.

அங்கே, அந்த கூட்டத்தின் நடுவே நின்று அய்யப்பனின் கவிதையை உரக்கச் சொல்ல வேண்டுமென்று எனக்குத் தோன்றியது.

*''கார் விபத்தில் மரித்த பயணியின்*
*ரத்தத்தில் மிதித்து ஆள்கூட்டம் நிற்க*
*இறந்தவனின் சட்டைப்பையிலிருந்து பறந்த*
*ஐந்து ரூபாயிலிருந்தது என் கண்கள்.*
*நானிருந்தும் தாலி அறுத்த மனைவி,*
*என் குழந்தைகள்,*
*பசியைப் பார்த்துக்கொண்டு நின்ற சோளக்காட்டுப் பொம்மைகள்.*
*இன்றைய இரவு உணவிற்கு இதுவே போதும்.''*

அது அண்ணாச்சியில்லையென்றும் கவி அய்யப்பனென்றும் கூட்டத்தில் உரக்கச் சொல்ல வேண்டும்போல இருந்தது. ஆனால், நாக்கு அசைய மறுக்கிறது. ஓர் அம்பு என் மீது பாய்ந்து வருகிறது. ஓடாமல் இருக்க முடியவில்லை.

அங்கேயிருந்து அன்று திரும்பும்போதும் எனக்கு எந்தவிதமான குற்றவுணர்ச்சியுமில்லை. இப்போதும் தோன்றவில்லை. சீலைப்பேன் எச்சத்தின் வீச்சமடிக்கும் என் சட்டையிலிருக்கும் காசு, சாராயம் குடிக்காமல் இருந்ததால் மட்டுமே விற்க முடிந்த என்னுடைய குருதியின் விலை. அதை வைத்து நான் என் மனைவிக்குச் சாப்பாடு வாங்க வேண்டும். என் மகளுக்குக் கொஞ்சம் இனிப்பு வாங்க வேண்டும்.

வீட்டை அடையும்வரை கீழே விழுந்து கிடக்கும் அவரின் முகமும் பாதி அடைந்த அந்தக் கண்களும் எனக்குள் மங்காமல் அப்படியே நின்றன. நான் அவரை எழுப்பி, ஏதாவது ஒரு ஹோட்டலில் கொண்டுபோய் முகமெல்லாம் கழுவிக் கொடுத்து, எங்கே போக வேண்டுமென்று கேட்டிருக்கலாம்.

ஆனால், பித்திற்கும் தற்கொலைக்கும் இடையில் நூல்பாலத்தில் விளிம்புடைந்த வாழ்க்கையைச் சுமந்து ஓடிக்கொண்டிருக்கிறேன். அம்பு என் பின்னாலுமிருக்கிறது. தீய்ந்த கனவுகளின் மணம் என் காற்றுக்குமுண்டு. என் தெருக்களிலும் ரத்தம் தோய்ந்த பணம் என்னைத் தூண்டிக் கையசைத்துக் கூப்பிடுகிறது. அன்னம் மட்டுமே என்னுடையதும் முதல் கவிதை.

கவி அய்யப்பனின் ஞாபகம் வந்தபோது இவ்வளவும் நினைவுக்கு வந்தன, தயவு கூர்ந்து மன்னிக்க வேண்டும்...

## உள்ளுரையாடல்

இப்போதில்லை...

கோவிட்டுக்கு முன்பு. நான் கோட்டக்கல் ஆர்ய வைத்ய சாலையின் தர்மாஸ்பத்திரியில் மனைவிக்கு மருந்து வாங்க வரிசையில் நின்று கொண்டிருந்தேன். காலையில் ஆறு மணிக்குத் தொடங்கும் வரிசையில் ஆண்களும் பெண்களும் தனித்தனியாக இரண்டு பெரும் பாம்புகளைப் போல நீண்டுநீண்டு மருத்துவமனையின் முற்றமும் கடந்து, பிரதான சாலை வரை நின்றிருந்தார்கள்.

ஒன்பது மணிக்கு மருந்து கொடுக்கத் தொடங்குவார்கள். சுற்றிலும் களிம்பின் மணம், கஷாயத்தின் வாசனை. நிழல் மரங்களில் படர்ந்து ஏறிய கொடிப்பூக்கள் சிரித்துக் கொண்டிருந்தன. கீழே வயலட் நிறப்பூக்கள் உதிர்ந்து கிடக்கின்றன.

வரிசை எதுவாக இருந்தாலும் அதில் தெளிவுள்ள எந்த முகத்தையும் நாம் பார்க்க முடியாது. எல்லா முகங்களிலும் இருப்பதும் இல்லாததுமான உடல் வலிகளின் சுருக்கங்கள்... நீண்ட பெருமூச்சுகள்... முணுமுணுப்புகள்... எல்லாக் கைகளிலும் மருந்து வாங்கத் தேவையான

கண்ணாடி பாட்டில்களும் பாத்திரங்களும் போட்டு வைத்திருக்கும் பிளாஸ்டிக் கவர்கள்... துணிப் பைகள்...

விட்டுப்போகாத குறுக்கெலும்பு வலியையும் மூட்டு வலியையும் முடக்கு வாதத்தையும் பரஸ்பரம் சொல்லி வலியைப் பங்கிடும் மனிதர்கள். முதியவர்களின் பார்வையில் வெளிப்படும் ஆவலின் துகள்களைக் கண்டு சங்கடப்பட்டு நெளியும் பெண்கள்... எல்லா எளிய மனிதர்களையும் போல அந்த தர்மாஸ்பத்திரியின் வரிசையிலும் என் தலை குனிந்தேயிருந்தது.

நான் மருந்து வாங்கிக் கொண்டு வருவேனென்று நம்பிக் கொண்டு, அடுப்பு ஊதும் மனைவியின் முகம் உட்கண்களில் தெளிவாய்த் தெரிந்தபோது, அவளை ஒரு நல்ல மருத்துவரிடம் காண்பித்து மருந்து வாங்கிக் கொடுக்காமல் போன என் இயலாமையின் கரும்படலம் என்மேல் விழுந்தது. அந்த நினைவு மூச்சுத் திணறலாக மாறி மூச்சு விட முடியாமல் தவிக்கும் வேளைகளில் நான் என்னிடமே சொல்லிக் கொள்வேன்.

'இந்தக் காலமெல்லாம் போய் நல்ல காலம் வரும்'

தொண்டை வறள்கிறது. காலையில் கடுங்காப்பி மட்டும் குடித்து விட்டு வந்திருந்தேன். மணி எட்டரை ஆகிறது. எப்படிப் பார்த்தாலும் ஒரு டீயும் உளுந்து வடையும் சாப்பிடத் தேவையான பணம் சட்டைப்பையில் இருக்கிறது. அதுகூட இல்லாத எத்தனையோ மனிதர்கள் இந்த வரிசையில் கூச்சலிடும் வயிற்றுடன் நின்று கொண்டிருப்பார்கள். இந்த நேரத்தில் பசியால் சாகும் எத்தனை மனித உயிர்கள் இந்தப் பூமியில் துடித்தபடியிருக்கும்?

அப்போது அவர்களுக்கிடையில் நான் எவ்வளவோ மேலான காசுள்ளவனும் பாக்கியவானும் தானே! ஆண் வரிசைக்குத் தணல் ஏற்றிக் கொண்டு நிழல் தரும் மரங்கள் நிற்கின்றன. அப்பால் நிற்கும் பெண் வரிசையின் மேல் வெயில் எரிக்கிறது. கையில் வைத்திருக்கும்

பிளாஸ்டிக் கவர்களைத் தலைக்குமேல் மறைத்துக்கொண்டு எதற்குத்தான் இந்த பூமியில் பிறந்தோமோ என்று நொந்தபடி பெண்கள் நின்று கொண்டிருந்தார்கள். இவர்களுக்கெல்லாம் சகோதரர்களும் பிள்ளைகளும் கணவன்களும் இருக்கலாம். எப்படி இவர்களை இந்த வெயிலில் நிற்கவைத்து வீட்டிற்குள் நிம்மதியாய் அவர்களால் இருக்க முடிகிறது?

ஒரு நிமிடத்தில் நான் என்னைத் திருத்திக் கொண்டேன், இவர்களுடைய கணவன்களும் பிள்ளைகளும் சகோதரர்களும் தொழில் இடங்களில் இருக்கலாம். சில நேரங்களில் அவர்களுக்கு மருந்து வாங்கவும் இவர்கள் இந்த வெயிலில் வரிசையில் நின்று கொண்டிருக்கலாம். சுவரின் நிழலுக்குப் பலமுறை ஒதுங்கிய பெண் வரிசையை செக்யூரிட்டிக்காரன் திட்டிவிட்டுப் போகிறான். எல்லாத் திட்டுகளுக்கும் வலிகளுக்கும் பசிக்கும் வாழ்க்கை என்று பெயரிட்டபடி அவர்கள், நிழிலிலிருந்து வெயிலுக்கு நகர்ந்து நிற்பார்கள். அந்த நிழலிடம் இரு சக்கர வாகனங்கள் நிறுத்தும் இடமாயிருந்தது.

பெண் வரிசையில் மிகவும் கடைசியாக, ஒரு குழந்தையைத் தோளில் போட்டுக் கொண்டு மற்றொரு குழந்தையின் கையையும் பிடித்தபடி நிற்கும் பெண்ணின் முகத்தைப் பார்த்தபோது அதிர்ச்சி ஏற்பட்டது. மிகவும் அறிமுகமான முகம். மிகவும் பிடித்தமான முகம். நெருப்பு அனல் வீசும் வெயில் போல அந்தப் பழைய முகம் பேருந்து நிறுத்தத்தில் கல்லூரிக்குச் செல்ல பேருந்துக்காகக் காத்து நின்று கொண்டிருக்கிறது. நான் உட்பட நிறைய இளம் வயதினர் ஆசையோடு அந்த அழகு தேவதையைப் பார்த்துக் கொண்டிருந்தோம்.

ஒரு பார்வைக்கும் அசைந்து கொடுக்காமல் அந்தக் கண்கள் பேருந்து வரும் திசையையே பார்த்துக் கொண்டு நின்றன. அவளுக்காக நிறைய உதடுகள் விசிலடித்துக் கொண்டிருந்தன.

இப்போது தோளில் படுத்திருக்கும் குழந்தையின் தலையில் ஒரு கையை வைத்து மற்றொரு கையில் மகனையும் பிடித்து நிற்கும் இந்த உருவத்தின் கண்களும் வெகு தொலைவில் தானிருந்தன.

எப்போதோ இழந்து போனவற்றை இந்தப் பெண் மனது நினைத்துப் பார்க்கிறதோ? அவளுக்குப் பசிக்குமோ? இந்தக் குழந்தைகளுக்குப் பசிக்குமோ? இந்த தர்மாஸ்பத்திரியின் நீண்ட வரிசையில் நீ இப்படி வந்து நின்றிருக்கிறாய் என்பதை என்னால் நம்ப முடியவில்லை.

யாரையோ திருமணம் செய்து நீ இந்த ஊரைவிட்டே போனவள்தானே. வாழ்க்கை என்ற ஒற்றை வார்த்தையின் பேரலைச்சலில் அகப்பட்டு, பலவற்றையும் மறந்து போனவற்றில் உன்னையும் நான் மறந்துவிட்டேன். கவிதையையும் சங்கீதத்தையும் மற்ற எல்லாவற்றையும் நான் மறந்தேன்.

எல்லா மறதிகளுக்கும் பிறகு, வாழ்க்கை என்ற நீண்ட தர்மாஸ்பத்திரி வரிசையில் நீ என் குரல் கேட்டுக் கொண்டிருக்கிறாய். வறண்ட உதடுகள் ஆச்சரியப்படுகின்றன.

"அப்பாஸா...?"

"அப்பாஸ்தான், யாருக்கு உடம்பு சரியில்லை...?"

உன் கண்கள் தரையில் உதிர்ந்து கிடக்கும் பூக்களின் மேல் விழுந்து கிடக்கின்றன. வயலட் நிறத்தில் சின்ன வெள்ளை கோடுகளுடைய பூக்கள்.

"யாருக்கு உடம்புக்கு முடியல?"

"எனக்குத்தான் முடியல. இரண்டாவது பிரசவம் ஆபரேஷனாயிருந்தது. அப்பயிருந்து இந்த அடிபாக வலி தொடங்கிவிட்டது"

புடவை மறைவுக்கு உள்ளே உன் உடலின் அடிப்பாகத்திற்கு என் கண்கள் போகவில்லை. நட்டமடைந்து போன உன் முக மினுமினுப்பைக் குறித்து நான் நினைக்கவில்லை. இந்தக் கண்களின் ஒரு பார்வைக்காகக் காத்து நின்ற வசந்தகாலத்தை நினைக்கவில்லை.

இப்போது கசங்கிய ஆடைகளும் இந்தக் குழந்தைகளும் விழுந்து கிடக்கும் பூக்களும் உன் உச்சந்தலையில் விழும் வெயிலும்தான் நிஜம்.

இது மட்டும்தான் நிஜம்.

"உனக்குப் பசிக்கிறதா...?"

தயங்கித் தயங்கி நான் கேட்கிறேன், நீ என் குரலைக் கேட்கவேயில்லை.

"குழந்தைகளுக்குப் பசிக்காதா?"

பழைய ஒளி நிறைந்த சிரிப்பின் ஒரு துண்டு வந்துவிழ நீ சொல்கிறாய்.

"அவர்களுக்கு அதெல்லாம் பழகிவிட்டது"

ஆமாம், எல்லோருக்கும் வாழ்க்கை பழகிவிடுகிறது. நீண்ட சில பழக்கங்களின் பக்கத்தில் நாம் நின்று வாழக் கற்றுக் கொண்டிருக்கிறோம். உன்னைக் கட்டாயப்படுத்திக் கூப்பிடவோ சாப்பாடு வாங்கித்தரவோ எனக்கு உரிமையுமில்லை, பணமுமில்லை. ஆனாலும், உன் குழந்தைகளுக்கு, உன் அதே கடலைக்குடித்த கண்களுள்ள இந்தக் குழந்தைகளுக்கு ஒருநேரச் சாப்பாடு மட்டுமாவது வாங்கித்தர என்னால் முடியும். முற்றிலும் புதியவனைப் பார்ப்பது போல நீ என்னைப் பார்க்கிறாய். சற்றும் இரக்கமின்றி நீ கேட்கிறாய்:

"கொழந்தைங்க அப்பாவுக்கு இல்லாத கஷ்டமும் அக்கறையும் உனக்கெதுக்கு...?"

எனக்கும் குழந்தைகள் இருக்கிறார்கள். நான் எனக்குள்ளாகவே சொல்லிக் கொள்கிறேன். இரண்டு பெண் குழந்தைகள்... நாளை ஒருவேளை, அவர்களில் ஒருத்தி இதேபோல இந்த வெயில் நிறைந்த வரிசையில் தோளிலொரு குழந்தையுமாக வந்து நிற்பதை நினைக்கும்போது என் இதயம் கனக்கிறது. மூளைக்குள் தீப்பிடித்து எரிகிறது. என் மகள் இப்போது கல்லூரிக்கான பேருந்துப் பயணத்திலிருப்பாள்.

மகளே, அப்பா இங்கே இந்த வெயில் சுட்டெரிக்கும் வரிசையில் ஒருநேரச் சாப்பாட்டுக்குள்ள உரிமைகூட கோர முடியாத முகத்திற்கு முன்னால் நின்று கொண்டிருக்கிறேன். ஒரு காலத்தில் இந்த முகத்திற்கு உன் முகத்தின் பொலிவு இருந்தது. அது என் இதயத்துக்குள் இப்போது சுட்டெரிக்கும் வெயிலாக நின்றெரிகிறது.

"ஏன் அப்பாஸ் நீ அழறே...?"

நான் என் கண்களைத் தொட்டுப் பார்த்தேன். ஆமாம், நான் அழுது கொண்டிருக்கிறேன்.

எதற்காக?

யாரை நினைத்து?

ஆனால், எனக்கு அழவேண்டியிருந்தது. பாரம் நிறைந்த இதயத்துடன் நான் அந்த முற்றத்திலிருந்து, நிழல் மரங்களின் தணலுக்கு நடந்து சென்றேன். அந்த நிழலில், குளிர் இருட்டில், ஒரு பெண்பிள்ளை பேருந்திற்காகக் காத்து நிற்கிறாள். அவளுடைய ஒரு பார்வைக்காகச் சில ஆண்பிள்ளைகள் அவளைச் சுற்றி விசிலடித்துக் கவனத்தை ஈர்த்துக் கொண்டிருந்தார்கள்.

ஆமாம்,

நான் அழுது கொண்டிருக்கிறேன்,

எதற்காக?

## மரணக்குறிப்பை எழுதாத நண்பனே...

நீ என்னை விட்டுப் பிரிந்து நிறைய நாட்களானது போலத் தோன்றுகிறது. மாதங்கள் இத்தனை நீண்டதா என்று நான் அதிர்ந்து போகிறேன். நீ இந்தப் பூமியை விட்டுப் பிரிந்து இன்றைக்கு மிகச் சரியாய் ஒன்பது மாதங்களாகி விட்டன. இந்த ஒன்பது மாதங்களுக்கு முன்பு, நாம் ஒன்றாய் நடந்த வழிகளில் இப்போதும் மழை பெய்கிறது. வெயிலும் கொளுத்துகிறது. உதயாஸ்தமனங்கள் வழக்கம் போல நடந்து கொண்டுதான் இருக்கின்றன. ஒரு விநாடி கூட ஓய்வில்லாமல் உன் ஞாபகம் என் மூளைக்குள் உருண்டு புரள்கிறது. இரவில் நீ என் வீட்டு வாசல் கதவைத் தட்டுகிறாய்.

"நாம கொஞ்சம் வெளியே போலாமா...?"

"இந்த ராத்திரிலயா...?" நான் கேட்கிறேன்

"அதனாலென்ன...?"

இரவுகளில்தானே நீ என்னைத் தேடி அடைகிறாய். பகல் முழுக்க வேலைகளுக்கு நடுவே பேசிக் கொண்டிருந்தாலும், ஒவ்வொரு இரவிலும் நீ என் வீட்டுக் கதவைத் தட்டுகிறாய். நாம் ஒன்றாக நடந்த சாந்தமற்ற இரவுகளின் இருள் வாசங்கள் இப்போதும் என்னைச் சுற்றிச் சுழல்கின்றன.

இருள் போர்த்திப் படுத்திருக்கும் பாதைகளின் வழியாக நாம் நடந்தோம். நம்மைக் கடந்து போனவர்களெல்லாம் என்னென்னவோ கேட்டார்கள். எதையெதையோ பதிலாய் நாம் அவர்களுக்குச் சொன்னோம். அந்த இரவுப் பயணங்களெல்லாம் மறவன் சோலையின் ஜல சங்கீதத்தில்தான் போய்ச் சேர்ந்தன. அங்கே சோலைக்குக் கீழே தண்ணீர் வரும் பாறைகளுக்கு மேலே உட்கார்ந்து நாம் பேசினோம்.

நம்மைச் சுற்றிலும், மதம் வெறியாய் மாறிச் சத்தமிட்டுத் துள்ளுவதைப் பற்றியும், எல்லாக் கொடிகளிலும் பூசணம் பூத்து ஏறி வருவதைப் பற்றியும், கதைகளென்ற பெயரில் அச்சடித்து வருவனவற்றைப் பற்றியும், நமக்கு முன்பே இந்தப் பூமியில் வாழ்ந்து இறந்து போனவர்களைப் பற்றியும், சரித்திரத்துக்கு மேலே சாயம் தடவும் பித்தைப் பற்றியும், அதெல்லாம் எதற்கு, நம் கிராமத்துக்குப் புதுப் பெண்ணாய் வந்து சேர்ந்தவளின் கண்ணழகைப் பற்றிக்கூட நாம் பேசினோம்.

நாம் புகைத்துத் தள்ளுவது கஞ்சாதான் என்று தீர்மானித்தவர்களை நீ திருத்த முயற்சிக்கவில்லை. பத்து ரூபாய்க்குக் கிடைக்கும் இரண்டு கட்டு சுபாஷ் பீடியில்தான் நாம் ஆனந்தத்தை அடைந்தோம் என்று நானும் சொல்லவில்லை. ஆனால், இப்படி நாம் செய்யும் காரியங்கள் வீட்டில் தவறாகப் புரிந்து கொள்ளப்பட்டு திட்டு வாங்கிக் கொண்டிருந்தபோதும், சில உறவுகளில் கீறல் விழுந்தபோதும் ஊர்க்காரர்கள், வீட்டு மனிதர்களுடைய நம்பிக்கையை நாம் திருத்த முயலவில்லை.

எழுதப்போகும் நாவலைப் பற்றியும் அதன் கருவைப் பற்றியும் அதற்குள் நிகழப்போகும் அன்பின் தரிசனத்தைப் பற்றியும் நீ சொல்லிக் கொண்டிருந்தாய். நீ அப்படியான ஒரு நாவல் எழுதப் போகிறாய் என்றே நான் முழுமையாக நம்பினேன். எழுதிய பகுதிகளை வாசிக்கக் கேட்கும் போதெல்லாம் நீ சொன்னாய்.

'வாசிக்கத் தரும் அளவுக்கு இன்னும் எழுதவில்லை, எழுதிவிட்டால் நான் முதலில் உனக்குத்தானே தருவேன்'

எனக்கு நம்பிக்கையிருந்தது. நீ எழுதப் போகும் நாவல் கசாக்கிற்குப் பிறகு மலையாளத்தின் மிகவும் சிறந்த படைப்பாக வருமென்று நான் நினைத்தேன். ஆனால், நீ ஒன்றும் எழுதவில்லை. இதயப் பக்கங்களில் எழுதிய எதையும் நீ காகிதத் தாள்களுக்கு மாற்றவேயில்லை. எழுதுவதற்கு நமக்கு ஐம்பது ரூபாய்க்கு ஒரு கிலோ வீதம் கிடைக்கும் நியூஸ் பிரிண்ட் தாள்களே கிடைத்துக் கொண்டிருந்தன.

வீட்டுக்கு வண்ணமடிக்கும் வேலை செய்யுமிடத்தில் ஒரு நாள், முகநூலில் கவிதையெழுதும் இளம்பெண்ணின் அறையில், இரண்டு முறை பட்டி அடித்துவிட்டு, ஸ்பிரே பெயிண்டிங் செய்யும்போது ஒருமுறை நான் சொன்னேன்.

'முகநூலில் மழையைப் பற்றிக் கவிதை எழுதுகிற சௌகரியத்தைப் பாருடா...'

விசாலமான அந்த அறையில் நிறைய புத்தகங்களும் எழுத்து மேசையும் லேப் டாப்பும் மற்ற எல்லா சௌகரியங்களும் இருந்தன. என்னுடைய அந்தப் பேச்சுக்குப் பதிலாக நீ சொன்னது எனக்கு இப்போதும் நினைவிலிருக்கிறது.

'எதுக்குடா பொறாமைப்படறே? ஏ.சி. அறையில் உட்கார்ந்து எழுதுபவர்கள் எழுதட்டும். நாம நியூஸ் பிரிண்ட் பேப்பரில் எழுதி இந்த உலகைக் கீழடக்குவோம்'

உலகைக் கீழடக்காமல் நீ போய்ச் சேர்ந்துவிட்டாய். முழுமை அடையாத வாசகத்தின் கூக்குரலாய், என்னைச் சுற்றிலும் உன் பிரகாசிக்கும் கண்கள் வெளிச்சம் தெளிக்கின்றன. இங்கேயிருந்து அவ்வளவு தூரத்தையும் நீ தனியாகவே கடந்தாய். கையில் வைத்திருந்த தூக்க மாத்திரைகளை விழுங்கி, ஆள் அரவமற்ற ரயில்

பாதையின் ஒற்றைத் தண்டவாளத்தில் தலையை வைத்து நீ படுத்துவிட்டாய். எதற்காக இப்படிச் செய்தாய் என்று நான் கேட்க மாட்டேன். வாழ்க்கையே ஒரு பெரிய மரணமாகும்போது நீ ஏன் மரணமொழி எழுதி வைக்காமல் போனாய் என்றும் கேட்க மாட்டேன்.

ஆனால் அப்படிப் படுப்பதற்கு முன்னால், மருந்துகள் உன் நினைவை அழிப்பதற்கு முன்னால் நீ என்னென்ன நினைத்திருந்தாய்...? உனக்காகக் காத்திருக்கும் முகங்களை நினைத்துப் பார்த்தாயா...? உன் அதே கண்களைக் கொண்டு பிறந்துள்ள, எவ்வளவு பசித்தாலும் அழாத உன் மகளை நினைத்தாயா...? நீ போனால் அவள் இந்த பூமியில் தனித்து விடப்படுவாளே என்பதை யோசித்தாயா...? உன் சின்னச் சின்னப் பைத்தியக்காரத் தனங்களையெல்லாம் சகித்தபடி நனைந்த விறகடுப்பில் உங்கள் எல்லோருக்காகவும் உணவைச் சமைக்கும் உன் மனைவியை நினைத்தாயா...? என்றாவது ஒரு நாள் தன் மகன் இந்த உலகமே பாராட்டும் எழுத்தாளனாக வருவானென்று முழுமையாய் நம்பிய உன் அம்மாவை நினைத்தாயா...?

இல்லையென்றால் நீ எல்லாவற்றையும் நினைத்திருக்க வேண்டும். பிரளய ஜலம் போலச் சுற்றிலும் பெருகிவரும், உன்னை மூழ்கடிக்கும் கடன் பற்றி நினைத்திருக்கலாம். நம்முடைய பிரஷ்ஷும் ரோலரும் பெயிண்டைப் பார்க்காமல் கட்டிலுக்கடியில் படுத்திருந்த பட்டினி நாட்களை நினைத்திருக்கலாம். வீட்டு வாடகை கேட்டு எப்போதும் சிரமப்படுத்தும் வீட்டுச் சொந்தக்காரரை நினைத்திருக்கலாம். அவருடைய கெட்ட வார்த்தைகளைக் கேட்டு அதிர்ந்துபோய் நின்ற உன் மகளை நினைத்திருக்கலாம். தலை குனிந்து நிற்கும் மனைவியை நினைத்திருக்கலாம். கண்ணில் நீர் நிறைந்து நிற்கும் வயதான தாயை நினைத்திருக்கலாம். மளிகைக்கடைக்காரனின், மீன்காரனின் கடன் பக்கங்களை நினைத்திருக்கலாம்.

சொந்தமாக ஒரு வீடு என்ற கனவினை நினைவில் வைத்திருக்கலாம். நினைவுகளால் அடுக்கப்பட்ட மூளை உன் இதயத்தை மறந்திருக்கலாம்.

உள்ளேயிருக்கும் ஈரப்பதத்தைக் கடலெடுப்பதைப் பார்த்து கடைசிக் கவிதையை நீ எழுதியிருக்க வேண்டும். யாரும் வாசிக்காமல் போன அந்த வரிகளில் ஒரு ஜென்மத்திற்கான முழு வலிகளையும் மறைத்து வைத்திருப்பாய். அந்த வார்த்தைகளுக்கு நடுவில் நீ தாண்டிய கனல் பாதைகள் கொதித்துக் கொண்டிருக்கலாம். வாசிப்பவர்களின் கண்கள் சுட்டெரிந்து போவதற்கான நெருப்பு அந்த வரிகளுக்கிடையில் இருந்திருக்கலாம்.

அன்றைய இரவிலும் எப்போதும்போல மறவன் சோலையின் ஜல சங்கீதம் கேட்டு சுபாஷ் பீடி பிடித்து நாம் உன் நாவலைப் பற்றித்தான் பேசிக் கொண்டிருந்தோம். ஒருபோதும் எழுதப்படாத அந்த அற்புதத்தைப் பற்றிப் பேசினோம். எத்தனை அர்த்தமற்றது இந்த வாழ்க்கையென்று உனக்குத் தோன்றியிருக்கலாம். அங்கேயிருந்து திரும்பும்போது நேரம் புலரத் தொடங்கியிருந்தது. நம் வழிகளில் குந்தேராவும் நெருடாவும் மார்க்குவிஸும் விஜயனும் ஆனந்தும் சுள்ளிக்காடும் உடன் வந்தார்கள்.

அன்று கடைசியாய் நீ என்னைக் கட்டிப் பிடித்துக்கொண்டாய். உன் கண்களில் ஒளி இருக்கவில்லை. மரணத்திற்கு ஒப்புக்கொடுத்த, ஜீவித மொழிகள் அணைந்த கண்வெளிச்சத்துடன் என்னை விட்டகன்று போனாய். வீட்டை அடைந்தவுடன் அடுப்பெரிக்க விறகோ, சமைக்கப் பொருட்களோ கை வசம் இல்லாத உன் மனைவி தலைகுனிந்து உட்கார்ந்து அழுவதைப் பார்த்திருக்கலாம். உன் மகள் அந்த வாடகை வீட்டில் காவி நிறத்தரையில் குளிரில் நடுங்கி ஓரம் கிழிந்த பாயில் சுருண்டு படுத்திருப்பதைப் பார்த்திருக்கலாம். மகனே... என்றழைத்த அம்மாவின் அடி வயிற்று உதிரம் அன்று சுண்டிப் போயிருக்கவேண்டும். உன்னை கர்ப்பம் சுமந்த அந்த வயிற்றுக்குத் தெரிந்த உன் வலிகளை வேறு ஒருவரால் புரிந்து கொள்ள முடியுமா நண்பனே!

கடனைத் தீர்த்து முடிக்காமல் இனி ஒன்றும் வாங்க இங்கே வரவேண்டாமென்று மகளிடம் சொல்லி அனுப்பிய மளிகைக்கடைக்காரனை நீ சபித்திருக்கமாட்டாய். அவருடைய குடும்பத்தையும் நினைத்துப் பார்த்திருக்கலாம். சொந்தப் பசியை விட அந்நியனின் பசிக்காக நொந்து துயரப்படும் மனசுடையவனாகத் தானே நண்பா நீ இருந்தாய்!

அன்றைய பகலும் இரவும் முடிந்து மறுநாள்தான் உன் மரணச்செய்தி எனக்குக் கிடைத்தது. முன்னால் தெரியும் பாதைகள் உண்மையாக இருந்தால், நான் கேட்டதும் நிஜமென்று எனக்குத் தோன்றியது. உன் மரணத்தை நான் சற்றும் எதிர்ப்பார்த்தவனில்லை. ஆனால், அப்போது அந்த நொடியில் முற்றத்துப் பச்சையில் விழுந்து கிடந்த அதிகாலைப் பனியைத் தொட்டபோது அந்தப் பரிசுத்தமான குளிரினூடாக நான் உன் மரணத்தைப் புரிந்து கொண்டேன். கடைசித் துடிப்பிற்குக் கூட உணர்வில்லாமல் நீ படுத்திருந்தது தூரத்து ரயில் தண்டவாளத்தில் அல்ல. என் கண் முன்னே, புலரிப் பனித்துளியின் சில்லிப்பில்தான் கிடந்தாய்.

மீள முடியாத நினைவுகளில் என் இதயம் கனக்கிறது. மூளை கனக்கிறது. அப்பாவின் மரணத்தை ஏற்றுக்கொள்ள முடியாமல் உன்னை எதிர்பார்த்து உன் மகள் வாசலில் உட்கார்ந்திருக்கிறாள். அபூர்வமாக எப்போதாவது மட்டுமே நீ அவளுக்கு வாங்கிக் கொடுத்த கடலை மிட்டாய்களின் ருசியை நினைத்தபடி அவளின் இளம் தளிர் உதடுகளில் எச்சில் ஊறுகிறது. உன் படைப்புகள் உலகம் முழுக்க வாசிக்கப்படுவதைக் கனவு கண்டு உன் அம்மா கயிற்றுக் கட்டிலில் இப்போதும் படுத்துக் கொண்டிருக்கிறாள். இனி எந்த அடுப்பின் கனலை உன் மனைவி ஊத வேண்டும்? எந்தப் புகைச்சலில் அவளுடைய கண்கள் எரிந்து அடங்க வேண்டும்? உமித்தீ போல அவளின் உள்ளே கனன்று நிற்கும் உன் ஞாபகங்களை அவள் இனி என்ன செய்வாள்?

எதையும் நினைக்கவில்லையே நண்பனே...?

இல்லை எல்லாவற்றையும் நினைத்துப் பார்த்தாயா...?

நினைவுகளுக்கும் மறதிகளுக்கும் அப்பால் பூமியின் சப்தங்கள் தேடி அடைய முடியாத தொலைவில் நீ இப்போது என்ன செய்து கொண்டிருக்கிறாய்? உன்னுடைய அந்த நாவலை அங்கேயிருந்து எழுதிக் கொண்டிருக்கிறாயா?

இனியும் வாசிக்கத் தராத அந்தப் படைப்புக்கு முன்னுரை எழுத நீ என்னிடம் சொல்லாதே.

# கண்ணீருக்கப்பால் மஞ்சுளா

தோரணக்கல் ஸ்டீல் பிளாண்டில் கலாசியாய் நான் வேலை பார்த்த நாட்கள். கர்நாடகாவுக்கும் ஆந்திராவுக்கும் எல்லையில்தான் இந்த ஸ்டீல் பிளாண்ட்.

பகல் முழுக்கக் கொடும் வெயிலும், மாலை ஆறு மணியானால் குளிர்காற்றும் வீசத் தொடங்கும். தாடை எலும்புகள் குளிரில் கொட்டி அடிக்கும். ஆங்கங்கே மட்டும் எரியும் விளக்கு வெளிச்சத்தில் பிளாண்ட் பயங்கர அரக்கன் போலக் கண்களுக்குத் தெரியும். இரவு நேரப் பணியாளர்களின் கூச்சல் கேட்டபடியேயிருக்கும். கலாசிப் பாட்டுகளும் இருக்கும்...

இரவு நேரங்களில் தொழிலாளர்களின் கேம்புகள் மதுநெடியால் நிறையும். மலையாளியும் தமிழனும் தெலுங்கனும் ஹிந்திக்காரனும் ஒன்றாய் அமர்ந்து சிரிப்பும் கும்மாளமுமாகத்தான் குடிக்கத் தொடங்குவார்கள். உற்சாகம் சேர்க்கச் சீட்டு விளையாட்டும் இருக்கும். ஆரம்பத்தில் கட்டி அணைத்தும் பரஸ்பரம் முத்தமிட்டும் வீட்டு விஷயங்களைப் பகிர்ந்தும் முன்னேறும் அந்த வட்டங்களின் சுற்றில் சட்டென அடிதடி ஆரம்பிக்கும். எதற்கென்றோ யாருக்கென்றோ

கண்டுபிடிக்க முடியாது. முதல்அடி விழும்போதே முன்னேற்பாடாகச் சுவரில் மாட்டியிருக்கும் பல்பை யாராவது கழற்றி வைத்திருப்பார்கள்.

நான் அந்த ஹாலிலிருந்து வெளியே போய் நிற்பேன். யார் யாரோ சண்டையிட்டுக் கொள்கிறார்கள். அலறுகிறார்கள். கண்ணாடி டம்ளர்களும் மற்ற பொருட்களும் வெளியே பாய்ந்து வருகின்றன. தரையில் விழுந்து உடைந்து சிதறுகின்றன. அலை ஓசை, தோற்றுப் போகும் கெட்ட வார்த்தைகளின் கூச்சலுக்கு வெளியே நிற்கும்போது நான் எங்கள் ஊரை நினைத்துக் கொள்வேன். நண்பர்களை நினைத்துக் கொள்வேன். ஒரு பியர் வாங்கி மூன்று பேர் பங்கிட்டுக் குடித்து, சுள்ளிக்காட்டின், கடம்பநிட்டவின் கவிதைகள் பாடிக் கொண்டிருந்த நாட்கள் ஞாபகத்தில் வந்து போகும். நானில்லாத அந்தப் பாரப்புறத்து கிராமத்தில் இப்போதும் கவிதைகள் சொல்லிக் கொண்டிருக்கலாம். பியர் நொப்பும் நுரையுமாகப் பொங்கி வழிந்து கொண்டிருக்கலாம்.

பகலில் பிளாண்ட் சுற்றிலும் இரும்புக் காடாக மாறும். இரும்பு மட்டுமே... இரும்பின் மிகப் பெரிய தூண்கள். வளைவுகள். திரிகோணங்கள். பிரமிடுகள். கால் மிதிபடும் இடமெல்லாம் இரும்பின் கனத்த தகடுகள்... வெயிலேற்றுச் சுட்டுக் கொப்பளித்துக் கிடக்கும் இரும்பு நிலங்கள்... சுற்றிலும் இரும்புத் துணுக்குகளின் மண்மேடான குன்றுகள். மூவாயிரம் ஏக்கரில் பரந்து கிடக்கும் அந்தப் பிளாண்டின் பூர்வீகம் கரப்பனஹல்லி என்ற கிராமத்தைச் சார்ந்தது. கால்நடைகளும் மல்லாட்டை விளைச்சலும் சூரியகாந்தித் தோட்டங்களும் குடிசைகளும் மனிதர்களுடன் சேர்த்து சுட்டெரிக்கும் அந்த இரும்புக் காட்டுக்கடியில் குழி தோண்டிப் புதைக்கப்பட்டவைதான்.

வாழ்க்கையும் வேலையும் குடிசைகளும் சிதைந்துபோன அந்தத் துயரங்களை மறக்க வேண்டி, செயின் ப்ளாக் இழுக்கும் கலாசிகளுடன் நானும் அந்த கலாசிப் பாட்டுகளைப் பாடுவேன்.

கட்டர் மினவரும் வெல்டர் தாமுவும் ஃபிட்டர் ஸ்டாலினும் ஃபாப்ரிகேட்டர் வாசு அண்ணனுமெல்லாம் அந்த வெயிலுக்குக் கீழே

வேர்த்து நனைந்து வேலை செய்து கொண்டிருப்பார்கள். முந்தைய இரவு அடியின் அடையாளங்களை அந்த முகங்களிலும் கைகால்களிலும் தோய்ந்த ரத்தத்தில் பார்க்கலாம். கிடைக்கத் தாமதமாகும் சம்பளமும் கிடைக்குமென்று நம்பிக் கொண்டிருக்கும் ஓவர் டைமின் எதிர்பார்ப்புகளும் அந்த முகங்களில் இருக்கும். ஊரிலிருந்து வரும் கடிதங்களின் வழியாக எங்களை வந்தடையும் தேவைகளின் நீண்ட பட்டியலுக்கு முன்னால் மறுபடியும் அடிதடிகள் அதிகமாகும்.

வெயிலும் குளிரும் மழையும் ஓணமும் வருடப்பிறப்பும் பெருநாட்களும் இரவு அடிகளும் கடந்து போகின்றன. மீண்டும் மீண்டும் நடந்தேறும் முடிவில்லாத வெயிலில் ஈரப்பதம் நட்டமடைந்து போய் இரும்பின் காடுகளுக்குள் நாங்கள் நடந்தோம்... கை தொடும் இடங்களிலெல்லாம் வெயிலேற்றுப் பழுத்த இரும்புகள்தான் இருந்தன. கால் தடங்களிலும் இரும்புகளாக இருந்தன. சுற்றிலும் கேட்கும் அலறலிலும் இரும்பின் உக்கிரத் தாளங்களே இருந்தன.

ஆனாலும், எங்களுக்கு உணவு கிடைத்திருந்தது. பிளாண்டில் மெஸ் இருந்தது. டோக்கன் கொடுத்தால் சோறும் கறியும் மீனும் லெசியும் கிடைத்தன. அந்த இரும்புக் காட்டின் வெட்டவெளியில் வேலை செய்யும் சிவில் தொழிலாளிகளுக்குச் சாப்பாடு கூடச் சரியாகக் கிடைக்கவில்லை. எங்களுக்குக் கிடைக்கும் கூலியில் மூன்றில் ஒரு பங்கு கூட அவர்களுக்குக் கிடைக்கவில்லை. ஆனாலும், வேலை செய்வதற்காகவே அவர்கள் வாழ்ந்தார்கள்.

அவர்களுடன் அபூர்வமாகவே பெண் உடல்களைப் பார்க்க முடிந்தது. தலையில் பெரிய கருங்கல்லும் சுமந்து காலில் செருப்புகூட இல்லாமல் நெருப்பில் மிதித்து அவர்கள் நடந்தார்கள். அவர்களின் நரைத்து நிறம் மங்கின சீலைத் துணிகளில் கடந்த கால நினைவுகளாய் நிறங்கள் கோடு வரைந்திருந்தன.

அது அவர்களுடைய மண்ணாயிருந்தது. அவர்களுடைய விளை நிலங்களாயிருந்தது. அவர்கள் ஆர்ப்பரித்துச் சிரித்து ஓடி விளையாடிய சாலைகளாகயிருந்தன. இப்போது அந்த மண்ணில் விழுந்து கொண்டிருக்கும் அவர்களின் கண்ணீரை அளக்க பூமிப்பந்தின் எந்த அளவீடுகளும் போதாது. அங்கிருந்து அடித்து விரட்டப்பட்ட ஆண்களும் பெண்களும் குழந்தைகளும் முதியவர்களும் நேரகாலங்களின்றிக் குறைந்த கூலிக்கு உயிர் வாழ்தலின் நிர்ப்பந்தம் கருதி அங்கேயே வேலை செய்தார்கள்.

அரிசியும் காய்கறிகளும் ஒன்றாய்ப் போட்டுப் பொங்கிய ஒருநேரச் சாப்பாட்டை மட்டுமே அவர்கள் அந்த நெருப்புச் சூட்டில் உட்கார்ந்து சாப்பிட்டார்கள். எல்லா வேதனைகளுக்கும் நெருப்புச் சூட்டிற்கும் நடுவில் மஞ்சுளா என்ற பெண் சூர்யகாந்தித் தோட்டங்களின் குளிர்காற்றாக என்னைக் கடந்து போனாள். அவளுடைய தாவணியும் ஜாக்கெட்டும் அடர்த்தியான நிறங்களுடன் இருந்தன. அவளுடைய ஒற்றைக்கல் மூக்குத்திக்கு வெயிலின் ஜொலிப்பிருந்தது. அந்த வர்ணமும் ஜொலிப்பும் என்னை வசீகரித்தபடியால் அவள் சகித்த துக்கங்களையோ பசியின் அலையடிப்புகளையோ நான் கவனிக்கத் தவறிவிட்டேன்.

நான் சோர்ந்திருக்கும் நேரங்களில் அவளுடைய உடல் எனக்கு வசீகரமாயிருந்தது. மூக்குத்தியின் ஒளியைத் தோற்கடிக்கும் கண்ணொளி என்னை ஈர்த்தது. என்னைக் கடந்து முன்னால் போகும்போதெல்லாம் அவள் என்னைப் பார்த்தாள். நான் லேபர் கேம்ப்புக்குத் திரும்பும் போதெல்லாம் என் கையில் சாப்பாட்டுப் பொட்டலம் இருந்தது.

தொழிலாளிகளெல்லாம் ஒரே தொட்டியிலிருந்துதான் தண்ணீர் குடிப்போம். அந்தக் குழாயிலிருந்து அவள் தண்ணீர் குடிக்கும் போதெல்லாம் நானும் தண்ணீர் குடித்தேன். எனக்குத் தெரிந்த

தெலுங்கில் அவள் பெயரைக் கேட்டேன். அவள் பெயரைச் சொல்லவில்லை. அவளிடம் ஒரு கழுதையிருந்தது. அவள் வேலைக்கு வரும்போது அதுவும் கூடவே வந்தது. அவள் தண்ணீர் குடித்தால் கழுதையும் தண்ணீர் குடிக்கும். அவளுடைய கழுதை மற்ற வேலையாட்களுக்குப் பணியில் இடையூறு செய்தால் அவர்கள் அவளுடைய பெயரைச் சொல்லித் திட்டுவார்கள். அப்படித் திட்டியதிலிருந்துதான் அவளுடைய பெயர் மஞ்சுளா என்றெனக்குப் புரிந்தது.

எப்போதாவது மழை பெய்தால் வெல்டிங், கட்டிங்கையெல்லாம் நிறுத்தி வைத்துவிட்டு, கேபிள்களை அள்ளிக் கிடங்கில் கொண்டுபோய்ப் போட்டுவிட்டு நாங்கள் ஓய்வெடுப்போம். சிவில் தொழிலாளிகள் அப்போதும் மழையில் நனைந்தபடி கல்லும் மெட்டலும் சுமந்து கொண்டிருப்பார்கள். தன் உடலால் தாங்க முடிவதற்கும் மேலான பாரமுள்ள கல்லும் சுமந்து மழையில் நனைந்தபடி நடந்து போகும் மஞ்சுளாவின் தேக அழகை என் கண்கள் ரசித்தன. அவளுடைய தேகத்திற்கு சூர்யகாந்தியின் மணமுண்டென்று நான் நினைத்துக் கொண்டேன். மழை நனைந்த உடலுமாக நாயகிகள் வெள்ளித்திரையிலிருந்து இறங்கி வந்து என்னுடைய இதயத் துடிப்பின் வேகத்தைக் கூட்டினார்கள்.

மழை ஒருநாள் நீண்டால் சைட்டில் தண்ணீர் நிறைந்துவிடும். பிறகு தண்ணீர் வடிந்து போகும்வரை இரண்டு மூன்று நாட்கள் எங்களுக்கு விடுமுறை. லேபர் கேம்பில் போதை பாட்டில்கள் ஆனந்த நடனமாடும். சீட்டு விளையாட்டு ரத்தக் களறியாக மாறும். தலையிலிருந்து ரத்தம் ஒழுக யார் யாரெல்லாமோ இறங்கி ஓடுவார்கள். மனிதர்கள்... வெறும் மனிதர்கள்... தங்களின் வாழ்வோடு, அதன் தீராத்துயரங்களோடு, போதையோடு பரஸ்பரம் அடித்தும் உதைத்தும் சண்டையிட்டுக் கொண்டுமிருந்தார்கள்.

அந்த ஹாலின் கதவுக்குப் பக்கத்தில் தரையில் விரித்த கோரைப்பாயில் படுத்தபடி, போர்வையால் உடல் மூடி, நான் மஞ்சுளாவின் தேகம் தேடிச் செல்வேன். அவளின் மழை நனைந்த தாவணியின் மணத்தைக் காற்றில் தேடியடைவேன். சூரியகாந்திகளுடைய மணம் என்னுடைய கை அசைவுகளுக்கு வேகத்தைக் கூட்டும். நானோ அந்த மூக்குத்தியின் வெயில் சில்லில் முத்தமிடுவேன். அவளின் வஸ்திரக் கதவுகளெல்லாம் எனக்குள்ளே திறக்கப்படும்.

அவள் அப்போது அவளைவிடப் பெரிய கல்லைச் சுமந்து மண் பாதைகள் வழியாக நடந்து கொண்டிருக்கலாம். அவள் எப்போதும் பட்டினியாகவேயிருந்தாள். குடிசைகளிலிருந்து செய்து கொண்டுவரும் ராகிக்களி வயிற்றில் எரிந்து சாம்பலாகிக் கொண்டிருந்தன. இரண்டோ மூன்றோ ராகி உருண்டைகள் மட்டுமே சாப்பிட்டு பதினெட்டு மணிநேரம் வேலை செய்யும் அவர்களுடைய சகிப்புத்தன்மையின் பெயரும், வாழ்க்கையென்பதாகவே இருந்தது.

வேலை இல்லாத மழை நாளொன்றில் மெஸ்ஸுக்குச் சாப்பிடப் போகும்போது நான் அவளை வழியில் பார்த்தேன். வேலை தீராத கருங்கல் சுவரில் தன் கழுதையையும் இழுத்துப் பிடித்துக்கொண்டு அவள் உட்கார்ந்திருந்தாள். அவளது ஆடைகள் நனைந்து ஊறிப் போயிருந்தன. அந்தச் சரீர வளைவுகளில் அசந்து பிரமித்துபோய் நிற்கும் என்னைப் பார்த்து அவள் சிரித்தாள். மழை பெய்து தீர்ந்து போன வானத்தினடியில் கம்பி வேலிகளுக்கு அந்தப்பக்கம் மல்லாட்டைச் செடிகளினூடாகக் காற்று கடந்து போனது.

மெஸ்ஸிலிருந்து சாப்பிட்டு விட்டு இரவிற்கான சாப்பாட்டையும் வாங்கிக் கொண்டு நான் திரும்பி வரும்போது சுவரிலிருந்து கொஞ்சம் நகர்ந்து புதர்க்காட்டின் சேற்றில் தன் கழுதையையும் இழுத்துப் பிடித்தபடி மஞ்சுளா உட்கார்ந்திருந்தாள். நான் சுற்றிலும் பார்த்தேன்.

சூழல் ஆள் அரவமற்றிருந்தது. மழை நனைத்த சினிமா நட்சத்திர உதடுகள் எனக்குள் தெச்சிப் பழங்களாக மாறின. அவள் என்னைப் பார்த்தாள். அந்தப் பார்வையில் நான் ஆர்வமேறியவனாய் மாறிப்போனேன். அழுக்கேறிய கழுத்தில் கறுப்பு நிற மரு சிரிப்பதை நான் கண்டேன்.

அவள் என் கையைப் பிடித்தாள். என் தேகம் நடுங்கியது. என்னுள்ளிருக்கும் கோழை, பிடியை விடத் துடித்தான். ஆனால், முடியவில்லை. அவள் என்னை அந்தப் புதர்க்காட்டுக்கு இழுத்துக் கொண்டு போனாள். என்னை விட நான்கைந்து வயது சிறியவளான அவளின் கைகளுக்கு மிகுந்த பலமிருந்தது. அவள் என்னைச் சேற்றில் இழுத்து தள்ளிவிட்டாள். அலறலுடன் நான் சேற்றில் விழுந்தபோது அவள் என் கையிலிருக்கும் சாப்பாட்டுப் பொட்டலத்தைப் பிடுங்கினாள். அந்தச் சாப்பாட்டைப் பிரிக்கும்போது அவள் சொன்ன சில வார்த்தைகள், வயிற்றில் எரியும் பசியைப் பற்றியென்று மொழி தெரியாமலிருந்த எனக்கும் புரிந்தது. அது புரியவில்லையென்றாலும் பூமியில் பசிக்கு ஒரே மொழிதானே...

எனக்கு முதுகு காட்டியபடி உட்கார்ந்து அவள் அந்தச் சாப்பாட்டை அள்ளி அள்ளி சாப்பிட்டபோது அவள் என்னைப் பார்த்த பார்வைக்கெல்லாம் அர்த்தம் புரிந்தது. என் கையிலுள்ள சாப்பாட்டுப் பொட்டலத்துக்குத்தான் அவள் பார்வையெல்லாம் வந்து விழுந்தது என்ற புரிதலில் என் இதயம் கனத்தது. நான் கண்களை இறுக மூடிக் கொண்டேன். அவளுடைய கழுதை என்னைப் பிரியத்தோடு உரசி நின்றது. அதனுடைய பசித்து ஒட்டிய வயிற்றைப் பார்த்தபோது என்னை மோகம் கொள்ள வைத்த சரீர வளைவுகளெல்லாம் எனக்குள்ளிருந்த பசி என்ற மகா சமுத்திரத்திற்குள் கரைந்து போனது.

ஏதோ தூரதேசத்தில் ஒரு சமையலறையில் கரி மெழுகிய மண் தரையில் அடுக்கி வைக்கப்பட்ட விளிம்பு உடைந்த அலுமினியப் பாத்திரங்களை என்னால் பார்க்க முடிந்தது. அந்தப் பாத்திரங்களில்

ஒவ்வொரு கரண்டி கஞ்சியையும் அளவாய் எடுத்துப் பரிமாறும் உம்மாவின் முகத்தையும் என்னால் பார்க்க முடிந்தது.

இதயப் பக்கங்களில் நடுக்கத்துடன் நான் எழுதினேன்:

‘உம்மா... உங்களுடைய மகன் இப்படியான துயரில்தான் வாழ்கிறேன். என்னுடைய உணவைத் தட்டிப் பறித்து எனக்கு முன்னால் ஆவலோடு சாப்பிடும் இந்தப் பெண்ணுக்குப் பரிமாற உங்கள் மண்சட்டியில் ஒரு கரண்டி கஞ்சி கிடைக்குமா...?’

‘பசித்து எரியும் வயிறுகளுக்கு அன்னம் பரிமாற, தெய்வங்கள் இல்லாத இந்த இருளில் உம்மாவின் மகன் தனியாக உட்கார்ந்திருக்கிறான்’

அன்று உணவு சாப்பிட்டுவிட்டு சங்கடத்துடன் என்னைப் பார்த்துத் தாவணியை அவிழ்க்கத் துணிந்த மஞ்சுளாவின் உணர்வுகளற்ற முகம் மனசில் மிதந்து வருகிறது. நினைக்கும்போது உள்ளே நெருப்பு எரிகிறது. சாப்பாடு கிடைத்ததற்குப் பிரதி உபகாரமாய்... உள்ளே ஒரு கடலின் இரைச்சல் கேட்கிறது... கடவுளே...

என் முன்னால் காட்சிகளை மறைத்த அந்தக் கண்ணீர்த்திரை உள்ளே மிதந்து வருகிறது. லேபர் கேம்பிலிருந்து வந்த அந்தச் சாராயக் கூச்சல்களும் குளிர்ந்த காற்றும் எனக்குள்ளே நடுக்கத்துடன் படர்கிறது. திரும்பி நடந்த என்னைப் பின்னாலிருந்து அழைத்த அந்தப்பெண் இப்போது வாழ்ந்து கொண்டிருக்கிறாளா என்றெனக்குத் தெரியாது. அன்று நான் நடந்த தூரங்கள் முழுவதும் பசியென்ற நெருப்பின் சக்தி நின்று எரிந்து கொண்டிருந்தது.

அன்றைய நாள் திருவோணமாகவும் இருந்தது.

## இதுவும் நான்தான்

கொரோனா கால முழு அடைப்பில் நோன்பு நாட்கள் கடந்து சென்றன. வேலை இல்லை. சட்டையில் காசில்லை. அன்றன்றைய சாப்பாட்டுக்கு வழி தேடிக் கொண்டிருக்கும்போதுதான் நோன்புக் காலம் வேறு வந்து நிற்கிறது. காலத்திற்கொன்றும் பெரிய பிரச்சனையில்லை. *ஒன்றுக்கு எழுபதாயிரம் பிரதிபலன்கள் திரும்பக் கிடைக்கும் நாட்கள். மனைவியும் மகளும் நோன்பிலிருக்கிறார்கள். எனக்கு நோன்பு எடுப்பதும் விடுவதும் வாழ்க்கை போனபோக்கில் பழக்கப்பட்ட காரியங்களாக மாறியிருந்தன.

இரண்டு மணிக்கே கடைகளை எல்லாம் அடைத்துவிடுவார்கள். பாதை முழுக்க வெயில் சுட்டெரித்துக் கொண்டிருந்தது. ஒரு வெயிலுக்கு எழுபதாயிரம் அனல் பறந்து கொண்டிருப்பதால் கூட இருக்கலாம்... மொத்தமே என்னிடம் இருபது ரூபாய்தான் இருந்தது. இருபது ரூபாய்... ஒரு முழு வாழ்க்கையின் சம்பாத்யம்.

---

*ஒன்றுக்கு எழுபதாயிரம் திரும்ப வரும் - குரானில் ஒன்றுக்குப் பல திரும்பிவரும் என்ற பொருளுக்கு உவமைப் படுத்தப்படும் வாக்கியப் பிரயோகம்

இருபது ரூபாய்க்கு வாங்கவேண்டிய பொருட்களின் பட்டியல் மனதில் வெயில் போலச் சுட்டெரித்துக் கொண்டிருக்கிறது. எவ்வளவு அடித்தாலும் திருத்தினாலும் தவிர்க்கவே முடியாதவை எனப் பட்டியலில் சில இருக்கின்றன.

நோன்பு திறக்கும்போது தேநீருக்குச் சர்க்கரை வேண்டும். சோறோ, பத்திரியோ, தோசையோ மனைவி செய்து விடுவாள். அதற்கான அரிசி மாவு இடித்தது வீட்டிலிருக்கிறது. நோன்பு திறந்தவுடன் வெறும் சோற்றை அள்ளித் தின்றுவிட முடியாது. அதற்குத் தொடுகறியோ குழம்போ வேண்டும். ...

வாழ்க்கை எத்தனை ருசிகரமானது! புதியதாய் எழுதிக் கொண்டிருக்கும் நாவல் குவார்ட்டஸிலேயே இருக்கிறது. அதன் கதாபாத்திரங்களும் வறுமையில்தான் இருக்கிறார்கள். வாழ்வில் அனுபவித்து உணர்ந்தவற்றைத்தானே கதையாக்க முடியும்... அப்படித் தொடங்கியதுதான் இந்த எழுத்து.

முன்பெல்லாம் சிந்தனையில் ஹாஸ்யம் இருந்தது. இன்று ஞாபகப்படுத்தி எடுக்கமுடியாதவண்ணம், அந்த ஹாஸ்யத்தைப் பற்றிய சிந்தனையே வராதவண்ணம் அது கூடு விட்டு கூடு மாறிப் போயிருந்தது.

கையில் பலவகையான பழங்களின், மீன்களின், இறைச்சிகளின் பைகளைப் பிடித்தபடி, என்னென்னவோ பேசிச் சிரித்துப் பலரும் என்னைக் கடந்து போய்க் கொண்டிருக்கிறார்கள். நூறு ரூபாயாவது கிடைத்தால் இன்றைய நோன்புத் திறப்பை எப்படியாவது சமாளித்துவிடலாம்... ஆனால் வேலையில்லாத, வீடு வண்ணமடிக்காரனுக்கு நூறு ரூபாய் என்பது இரண்டு பூஜ்ஜியங்களை உள்ளடக்கியதுதானே?

சுட்டெரிக்கும் வெயிலுக்குக் கீழே ஒரே சிந்தனை மட்டுமே உள்ளது.

என்ன செய்வது?

என்ன செய்யமுடியும்... நடக்கத்தான் முடியும்... நடந்து... நடந்து... கால்களை இழுத்துகொண்டும் இழுக்காமலும் நடந்து கொண்டிருந்தேன்...

மளிகைக்கடையிலிருந்து இருநூறு மில்லி எண்ணெய் வாங்கலாம். அதை அவர் கடனாகத் தருவார். ஆனால், எண்ணெய் ஊற்றிச் சோறு சாப்பிட முடியாதே... தோசை செய்யலாம்... மகளுடைய பசித்துச் சோர்ந்த முகம் எனக்கு முன் நீண்டிருக்கும் பாதையில் இன்னும் நீண்டு கிடக்கிறது. அதன் ஓரத்தில் மனைவியின் முகம்... நான் என்ற இம்சையைச் சகித்துக் கொள்ளும் அந்த முகத்தில் என்றைக்குத்தான் என்னால் சந்தோஷத்தைத் தர முடியும்...?

பழக்கப்பட்டவர்களும் பழக்கமில்லாதவர்களும் சிரிக்கிறார்கள். ஒரு சிரிப்புக்கு எழுபதாயிரம் சிரிப்பின் பிரதிபலன் கிடைப்பதால் கூட இருக்கலாம். முச்சந்தியில் சில கடைகளும், கடுமையான போலீஸ் காவலும் இருக்கின்றன. அந்த வழியாக வெளியே போனாலும் குழம்புக்குக் காய் வாங்க முப்பது ரூபாயாவது வேண்டும்.

சிக்கன் ஒரு கிலோ 220 ரூபாய் விற்கிறது.

நூறு ரூபாய் இருந்தால்...? மறுபடியும் அதே நூறு ரூபாய்... அதே சர்க்கரை... அதே வாழ்க்கை... நாவல் எழுதி முடிக்கவேண்டுமென்றால் இன்னும் கொஞ்ச நாட்கள் ஆகலாம். இப்போது நாவல் எழுதுவதைத் தவிர வேறென்ன செய்ய முடியும். யாருக்கும் வீட்டுக்கு வண்ணமடிக்க வேண்டாம். மற்ற எல்லா வேலைகளும் முடங்கிக் கிடக்கின்றன. அரசும் லாட்டரிச் சீட்டுகளை முழுக்க முடக்கிப் போட்டிருக்கிறது. யாரும் அதிர்ஷ்டத்தை விற்பதில்லை. அதிர்ஷ்டத்தைச் சோதித்துப் பார்ப்பதுமில்லை. நிஜத்தில் இப்போதுதான் அதிர்ஷ்டத்தை விற்க முடிகிற நேரமும், சோதிக்க முடிகிற காலமும்...

எனக்கு முன்னால் நடக்கும் சிறுமி இரண்டு மாஸ்க்கை அணிந்திருக்கிறாள். போன வருடத்துப் பள்ளிச் சீருடையின் கருத்த நிறத்திலான முழுக்கால்சட்டையைப் போட்டிருக்கிறாள். மஞ்சளில் கருப்புப் புள்ளி போட்ட இந்த மேல்சட்டையைப் போன பெருநாளுக்கு வாங்கியிருக்கலாம். வெயிலில் அவள் நடந்து போய்க் கொண்டிருக்கிறாள்... அவள் ஒருவேளை நோன்பில் கூட இருக்கலாம். பொருட்கள் வாங்க வீட்டில் வேறு யாரும் இல்லாததால் உம்மா கடைக்கு அனுப்பியிருக்கலாம்.

இவ்வளவையும் நான் நினைத்து முடிக்கும் நேரத்தில் அவளுடைய கையிலிருந்து என்னவோ தரையில் விழுந்தது. காகிதமாயிருக்கலாம்... இல்லை, காகிதமில்லை. இருநூறு ரூபாய் பணம். அதை அவள் கவனிக்கவில்லை. சுருட்டிப் பிடித்த கையில் ரூபாய் இருக்கிறதென்ற நம்பிக்கையில் அவள் முன்னேறி நடந்து கொண்டிருக்கிறாள்...

என் கால்கள் என்னையுமறியாமல் நின்றுவிட்டன... நான் சுற்றிலும் பார்க்கிறேன்... அவளுக்கு முன்னால்தான் ஆட்கள் இருக்கிறார்கள். அதுவும் இரண்டு மூன்றுபேர் மட்டுமே... எங்களுக்குப் பின்னால் யாருமேயில்லை... சாத்தான்கள் காவல் நின்றிருந்த எரி வெயிலில் என்னைப் பார்த்துச் சிரித்தபடிக் கிடக்கும் அந்த இருநூறு ரூபாயைச் சடாரெனக் குனிந்து எடுத்தேன். எடுத்ததைவிட வேகமாய் அதைச் சட்டைப்பையில் வைத்தேன். சாத்தான்கள் அருகிருந்த ஆசுவாசத்தில் நான் அவளைத் தாண்டி நடக்க ஆரம்பித்தேன்.

என் முன்னால் வெயில் போல என்னுடைய மகளின் முகம் மட்டுமேயிருக்கிறது. நூறு ரூபாய்க்கு அரைக்கிலோ கோழிக்கறி வாங்கலாம். வீட்டிலிருக்கும் வெங்காயமும் தக்காளியும் சேர்த்து மனைவி குழம்பு வைத்துவிடுவாள். நூறு மில்லி எண்ணெயும் கால்கிலோ சர்க்கரையும்கூட வாங்க முடிந்தால் மனைவியும் மகளும் இன்றைக்கு நிம்மதியாய் நோன்பு திறப்பார்கள்.

வெயில் இப்போது நிலா போலக் குளிர்கிறது... ரமலான் மாதம் எவ்வளவு சூடாக இருந்தாலும் நோன்பு நோற்றால் அந்தச் சூடொன்றும் தெரியாதென்று உம்மா எப்போதும் சொல்வாள்.

சம்மதப் பத்திரமொன்றும் எழுதிச் சட்டைப் பையில் வைத்திருக்கவில்லை. நாவல் எழுதுகிறவனுக்கு எதற்குச் சம்மதப் பத்திரம்? ஆனால் போலீஸ்காரர்களுக்கு என்னுடைய நாவலின் முக்கியத்துவமொன்றும் தெரியாது. அவர்கள் சம்மதப்பத்திரம் கேட்பார்கள். மளிகைக் கடையிலிருந்து பேனாவும் படிவத்தையும் வாங்கி எழுதினேன்.

எழுதிக் கொண்டிருப்பதற்கு இடையில் மின்னலாக அந்தச் சிறுமி அழுதுகொண்டே திரும்பி வருகிறாள். அவளுடைய கண்கள் சலையிலும் ஓரங்களிலும் அந்த ரூபாயைத் தேடுகின்றன. அவளுடன் ‘பணத்தை பத்திரமாப் பாத்துக்க வேண்டாமா’ என்று உபதேசித்தபடி ஒரு பெரியவர், அவளுடைய அழுகையை அதிகரித்துக் கொண்டு கூடவே வந்து கொண்டிருந்தார். அவர்கள் என்னைக் கடந்து போனபிறகுதான் நான் பிடித்து வைத்த மூச்சைப் பெருமூச்சாய் வெளியேற்றினேன்.

பணத்தைப் பத்திரமாகப் பார்த்துக்கொள்ள வேண்டுமென்றும் இல்லையென்றால் நாம் அதைத் தொலைத்து விடுவோமென்றும் இந்தக் காலத்தில் அப்படிக் கிடைத்த பணத்தை யாரும் உரியவர்களிடம் கொடுக்க மாட்டார்களென்றும் நான் என்னிடமே சொல்லி உறுதிபடுத்திக் கொண்டேன்.

அப்படியும் பாதையின் இருபக்கத்திலும் எதிர்பார்ப்புடன் பார்த்து அழுதுகொண்டே என்னைக் கடந்துபோன அவளுடைய உருவம் உள்ளே அப்படியே புகைந்து எரிந்து தெளிவாய் நின்று கொண்டிருந்தது.

முன்னால் நடக்கும்போது நான் திரும்பிப் பார்த்தேன். அவள் வளைவு தாண்டி மறைந்து போயிருந்தாள். ஆசுவாசம்... கண் முன்னே பார்க்கும்போதுதான் வலிகளுக்கு ஆழம் கூடிப் போகிறது. மாலையில் நோன்பு திறக்கும் மனைவியின், மகளின் முகங்களை மனதில் கொண்டுவந்து, சூழலுக்குக் கொஞ்சமும் பொருந்தாமல் கர்னல் ஆரேலியானோ *புவேன்டியாவை நினைத்து நான் முன்னாலேயே நடக்கத் தொடங்கினேன். கொஞ்சம் தூரம்தான் நடந்திருப்பேன்.

பின்னால் அலறி அழுதபடி அந்தச் சிறுமி மீண்டும் ஓடி வந்தாள். அவளுக்குப் பின்னால் வீட்டில் அணியும் உடையோடு வருகிறோம் என்ற உணர்வுகூட இல்லாமல் அவளுடைய உம்மா பெரிய தடியை எடுத்துக் கொண்டு அடிக்க ஓடி வருகிறாள்.

முன்னால் வெயில் ரமலான் சூட்டிலிருந்தது.

எனக்குப் பக்கத்தில் அடி வாங்கித் துடித்தழும் ஒரு குழந்தை. மொத்தமாய் இருக்கிற இருநூறு ரூபாயையும் தொலைத்து விட்டு வந்து நிற்கும் மகளைக் கருணையேயில்லாமல் அடிக்கும் அவளுடைய உம்மா...

'அடிக்காதீங்க உம்மா' என்றழுவது அவளல்ல, அது என் மகள். பின்னால் ஓடி வந்தது என் மனைவி. கைகால்கள் வழியாக மின்சாரம் கடந்து போகிறது. பிசாசுகள் மொத்தமாய்த் தங்கள் இருப்பிடமகன்ற வெட்டவெளியில், அந்தச் சிறுமியின் அலறல் மட்டும் உருகி வழிந்த ஈயத்தைப் போல என் காதுகளை வந்தடைந்தது.

ஓடி நடந்த அவர்களுக்குப் பின்னால் இப்போது நான் மட்டுமே இருந்தேன். எனக்குப் பின்னால் யாருமேயில்லை... ஒரு வண்டியும், ஒரு சிவப்பு காரும் சாலையைக் கடந்து போனபோது

---

*கர்னல் ஆரேலியானோ புவெண்டியா - மார்க்வேஸின் தாத்தா. மாய யதார்த்தவாதத்தை அவருக்குக் கற்றுக் கொடுத்தவர்.

நானே அறியாமல் என் கை சட்டைப்பைக்கு நீண்டு அந்த இருநூறு ரூபாய் நோட்டையெடுத்துத் தார்ச்சாலையோரத்தில் போட்டது.

என்னுடைய கோழிக்கறியும் சர்க்கரையும் எண்ணெயுமெல்லாம் சேர்ந்த சாப்பாடு காய்ந்த ஒரு சருகில் இருநூறு ரூபாய் நோட்டாய் சுருண்டு கிடந்தது.

கார் என்னைத் தாண்டியபோது, காரைவிட வேகமாய் நான் கைதட்டி அந்தப் பெண்ணைக் கூப்பிட்டேன். கார் அவர்களையும் தாண்டியபோது பின்னால் நின்றிருந்த என் குரலை அவர்கள் கேட்டார்கள். அவர்கள் என்னை வந்தடைய எடுத்துக் கொண்ட அந்த நேரம் முழுவதும் நான் கடவுளுக்கும் பிசாசுக்கும் இடையில் தொங்கும் நூல் பாலத்தில் வெறும் மனிதனாய் நின்று கொண்டிருந்தேன்.

அந்தப் பெண்ணிற்கு பின்னால் சிறுமி அடி வாங்கி தடித்துப்போன இடத்தைத் தடவிப் பார்த்தபடி நின்றிருந்தாள். அந்தக் கண்களில், அதன் முனைகளில் இப்போதும் வழியும் கண்ணீரின் ஈரத்தில் நான் என் மகளைப் பார்த்தேன்.

இதயத்தில் நடுக்கத்தோடு நான் எழுதினேன்...

'மகளே, அப்பா தப்பேதும் செய்யவில்லை. செய்தேன் என்று உனக்குத் தோன்றினால் அப்பா அதைத் திருத்திக் கொள்கிறேன்...'

நான் அவர்களுக்கு அந்த ரூபாயைச் சுட்டிக் காட்டினேன். பிறகு சொன்னேன் :

'குழந்தைதானே, அவங்க கையிலிருந்து தவறவிட்டாலும் அது அவர்களுக்குத் தெரியாமலேகூட இருக்கலாம் இல்லையா?'

சொந்தக் குழந்தையைத் தூக்கும் லாவகத்தோடும் பிரியத்தோடும் அந்த அம்மா அந்த ரூபாயைக் குனிந்து எடுத்தாள். அதுவரை காரணமறியாமல் அடித்த மகளைச் சேர்த்தணைத்தாள். அந்தக் குழந்தை என்னைப் பார்த்துச் சிரித்த கண்ணீர் சிரிப்பில் என் கண்கள்

மின்னலேற்றது போல மங்கலாகிப் போயின. மகளின் கையைப் பிடித்துக் கொண்டு போகும் அந்த உம்மாவைப் பார்த்தபடி நான் அப்படியே நின்றேன்.

எனக்கு முன்னால் வேலையாக, கூலியாக, சர்க்கரையாக, காய்கறிகளாக ஏதாவது ஒன்று ஆகாயத்திலிருந்து வந்து விழுமென்று நான் மிக நிச்சயமாக நம்பி அங்கேயே நின்றேன். நீண்ட நேரம்... இல்லை... நீண்ட காலம்...

## ஏனென்று கேட்காதே

நேற்று நீ என் வார்த்தைகளை வாசித்தாய். இல்லை நேற்றுதான் என் வார்த்தைகளை நீ வாசிக்கிறாய் என்பதை நான் அறிந்தேன்.

முகநூல் கடலில் எத்தனையோ முறை உன் முகத்தை நான் தேடியிருக்கிறேன். உன் பேரைப் பார்த்தாலும் உன் முகத்தைப் பார்க்கவில்லை. ஆனால், நான் உன் பழைய பெயரைத் தான் தேடினேன். கணவனின் பெயரை இணைத்துக் கொண்ட உன் புதிய பெயரையல்ல.

இங்கே உட்கார்ந்துதான் நான் உன்னைத் தேடினேன். என்னுடையதும் உன்னுடையதுமான கிராமத்திலிருந்து தேடினேன். நான் ஏதேதோ எழுதுவதை உனக்குத் தெரியப்படுத்த வேண்டுமென்பதால் மட்டுமே உன்னைத் தேடினேன். அது சாத்தியப்படவேயில்லை. நேற்று காற்றற்ற பலூன் மாதிரி அகத்தில் ஏதுமற்றுப் போனபோது செல்ஃபோன் வெளிச்சத்தில், முகநூலில் உன் முகம்... என் கனவுகளில் ஒரு காலத்தில் நிறைந்திருந்த அதே முகம்...

என்னைப் பற்றி நீ எழுதியிருந்தாய். நான் ஒரு எழுத்தாளனென்று நீ நம்புகிறாய். அங்கீகரிக்கிறாய். அன்று அதைப் படித்தபோது என்

மனதில் தோன்றியதைப் பகிர்ந்து கொள்ளும் மொழிகூட இல்லாதவன் நானென்பது உனக்குத் தெரியுமா?

நினைத்துப் பார்க்கிறேன்...

உன் வீட்டு முற்றத்தில் விரிந்து கிடந்த பெயர் தெரியாத பூக்களை... நீ வெட்டி ஒதுக்கிய பச்சை புல்வெளிகளை... அதன் மேல் சீராய்ப் பெய்யும் மழைத் துளிகளை... உன் வீட்டு முற்றத்தில் விழுந்த வெயிலை... அங்கேயிருந்த புல் நுனிகளில் சூரியனைக் காத்து நிற்கும் பனித்துளிகளை...

நினைத்துப் பார்க்கிறேன்...

என் இருபதுகளை, உன் வசந்தங்களை, கண்களில் நீ விரியவிட்ட வன நிலவுகளை, சிறிய நெற்றியில் பூசணி விதைபோலத் தெளிவாய் தெரிந்த சிவந்த பொட்டுகளை... உன்னைப் பார்க்க மட்டுமே அந்தச் சாலையில் நடந்த நிறைய யௌவனங்களை...

நினைத்துப் பார்க்கிறேன்...

இரவுக்காட்சி முடிந்து மழையில் நனைந்து வரும்போது மின்னல் வெளிச்சத்தில் தெளிவாய்த் தெரிந்த உன் ஜன்னல்களை... அந்த ஜன்னல் கம்பிகளுக்குப் பின்னால் தூங்காமலிருந்து நீ படித்துக் கொண்டிருக்கலாம்... உன் காற்றாடி மரங்கள் கிளைகளைத் தாழ்த்தி என் பார்வையை மறைத்துக் கொண்டிருக்கலாம்.

பகல்களில், மாலைகளில் கையிலொரு புத்தகமுமாய் நீ உன் வீட்டு வராந்தாவில் நடக்கிறாய். உன் ஒற்றைப் பார்வைக்கும் புன்சிரிப்புக்குமாக நம் கிராமத்து இளைஞர்கள் எல்லோரும் உன் வீட்டு வாசல் பாதையின் வழியாக நடந்தார்கள். நீ யாரையும் பார்க்கவில்லை. யாரிடமும் சிரிக்கவில்லை. நீ வாசிப்பதற்காக நான் கவிதைகளெழுதி, உன் வீட்டு முற்றத்தில் சுருட்டி வீசியெறிந்தேன். அந்தச் சுருள்களை நீவி, என்னுடைய வார்த்தைகளை வாசிக்க வேண்டிய அவசியம்

உனக்கு வரவில்லை. எப்போதும் விடியலிலேயே உன் அம்மா அதையெல்லாம் பெருக்கிக் கூட்டி எரித்து விடுவார்கள். அந்தப் புகைச் சுருள்கள் சொன்ன காதல்மொழிகள் எதையும் நீ கேட்கவேயில்லை...

என் கவிதைகளுக்கும் பைத்தியத்திற்கும் கனவுகளுக்கும் மேலாக, உன்னை நேசித்த என் நண்பன் நெற்றியில் சந்தனத் தீற்றலிட்டு சலவைக்கல் போன்ற கண்களையுடைய அவன், இளநீலக் காகிதங்களைப் பிரித்து வைத்தான். பிறகு அதில் உனக்கான காதல் வரிகளை எழுத என்னிடம் கேட்டுக் கொண்டான்.

பஷீரையும் விஜயனையும் கூட்டிக் குழைத்து நான் எழுதிய அந்தக் காதல் வரிகள் உன் புத்தக உள் தாள்களில் புதைந்து கிடப்பதை நான் பிறகு தெரிந்துகொண்டேன். உன் கண்களில் அவனுக்காக நட்சத்திரங்கள் பூப்பதையும், மிக அழகான உன் இதழ்கள் அவனிடம் சிரிப்பதையும் நான் பார்த்திருக்கிறேன். என்னுடன் சேர்ந்துதான் அவன் உன் வீட்டு வாசலில் நடந்திருந்தான். அந்த நடையிலெல்லாம் என் தலை தாழ்ந்தபடியேதான் இருந்தது.

நீ அவனுக்காக எழுதிய பதில்களில் சிலாகித்தது என் வரிகளாக இருந்தது என்பதை நீ ஒரு போதும் அறிந்திருக்கவில்லை. பல நேரங்களில் அதைச் சொல்வதற்காக உன் முன்னால் வந்த என்னை அவனுடைய நட்பு தடுத்து நிறுத்தியது.

எனக்கு நினைவு இருக்கிறது... பஷீருடையதோ விஜயனுடையதோ வார்த்தைகள் இல்லாமல் நான் எழுதிய வார்த்தைகள் தான் உன்னை மிகவும் ஈர்த்தன. அதை உணர்ந்த எனக்குள்ளே விரிந்த பூக்கள் உன் வண்ணத்திலிருந்தன. உன் அழகோடிருந்தன. உன் பாடப் புத்தகங்களில் ஒளிந்திருந்த என் வார்த்தைகளுக்கு நீ எழுதிய பதில்களையெல்லாம் அவன் எனக்கு வாசிக்கக் கொடுத்திருந்தான்.

இப்போது நானும் நீயும் பார்க்காத ஒரு தேசத்தில் மனைவியும் குழந்தைகளுமாக அவன் வாழ்கிறான். எப்போதாவது

கூப்பிடும்போது நான் உன்னைப் பற்றிக் கேட்பதுண்டு. அதற்குப் பதிலாக அவன் சொல்வது, ‘அதெல்லாம் ஒரு வயதுக் கோளாறுதானடா’ என்பதாக இருந்தது. ஆமாம், அந்தப் பருவத்திலிருந்து மூன்று பேரும் வளர்ந்திருக்கிறோம்.

நீ திருமணம் முடிந்து இந்தக் கிராமத்தை விட்டுப் போனதைக்கூட அவன்தான் என்னிடம் சொன்னான். அரிசிக்கும் மளிகைக்கும் காய்கறிகளுக்கும் நாட்கணக்காய் ஏறிவிட்ட பற்றுக்கும் பதில் சொல்ல வேண்டி உன் வீட்டு முற்றம் வழியாக ஒரு கையில் வண்ணக்கலவைகளின் டப்பாக்களும் மறு கையில் பிரஷுமாக ஓடும்போது என் மனதில் நீயிருக்கவில்லை. ஜுரவேகத்தில் சுட்டெரிக்கும் என் மகளின் உடலைத் தோளில் போட்டுக்கொண்டு பஸ்ஸுக்குக் கூடக் காசில்லாமல் தர்மாஸ்பத்திரிக்கு நாலு கிலோ மீட்டர் நடப்பவனுக்குள்ளே கடந்தகாலம் இருக்காது. பூக்களும் கவிதைகளும் காதலும் சங்கீதமும் இருக்காது.

‘நீ இப்போதும் அந்தக் கடிதங்களைப் பத்திரப்படுத்தி வைத்திருக்கிறாயா’ என்று அவனொருமுறை எனக்குக் கடிதம் எழுதும்போது கேட்டிருந்தான்.

அந்த நாட்களில் உன் குழந்தையோடு நீ இந்தக் கிராமத்தில் இருந்தாய். அவசியத் தேவைகளின் நீண்ட பட்டியலுடன் எப்போதும் ஒத்துப்போகாத குறைந்த பணத்துடன் நான் அல்லாடி நடக்கையில், நீ உன் பிஞ்சு மகனின் கையைப் பிடித்தபடி என்னருகில் வந்தாய். எனக்கு நினைவு இருக்கிறது, கறுப்பில் சிவந்த கரையுள்ள புடவையை நீ உடுத்தியிருந்தாய். முன்பிருந்ததைவிட உனக்கு இந்த உடை பொருந்தியிருக்கிறதென்று நான் அப்போது நினைத்தேன்.

நீ என்னிடம் என்னவோ கேட்டாய். நான் அதற்குப் பதில் சொன்னேனா என்றெனக்குச் சரியாக நினைவில்லை. சர்க்கரை அளவைக் குறைத்தால் என் குழந்தைகள் இனிப்பில்லாத் தேநீர் குடிக்க

வேண்டி வருமே என்பதே அன்றைய என்னுடைய கவலையாக இருந்தது. பெருமழையில் நனைந்தபடி உன்னை ஒருமுறை பார்த்து விட்டால் போதும் என்று நான் நடந்த அந்தச் சாலைகள் ஏதும் என் மனதில் இப்போதில்லை.

கொஞ்ச நாட்கள் நீ நம் நகரத்திலேயே வேலை பார்த்துக் கொண்டிருந்தாய். அந்த நாட்களில்தான் நான் உன் கணவனைப் பார்த்தேன். என்னை வைத்துக் காதல் வார்த்தைகள் எழுதச் சொன்ன நண்பனைவிட இவர் உனக்குப் பொருத்தமாக இருக்கிறாரென்று நினைக்கவும் செய்தேன். நாம் பரஸ்பரம் பார்த்திருக்க வேண்டும்... என்றைக்கும் கீழே தொங்கவிட விதிக்கப்பட்ட என் சிரசின் மேல் அப்போது வாழ்க்கையென்ற பெரிய பாரம் ஏறி அமர்ந்திருந்தது. உன் காலில் ஒளிர்ந்து துள்ளிய தங்கக் கொலுசுகளை அடகு வைத்தால் கிடைக்கப் போகும் பணத்தைத்தான் என் மனம் கணக்கிட்டுக் கொண்டிருக்கும்.

உன் நெற்றியில் குன்றுமணி போல சிவந்த பொட்டு அன்றிருக்கவில்லை. வகிட்டில் மட்டும் செந்தூரம் இருந்தது. வியர்வையில் கரைந்த செந்தூரத்தைவிட நான் உன்னுடைய காதில் பளபளக்கும் தங்க ஜிமிக்கிகளைத்தான் பார்த்துக் கொண்டிருந்தேன்.

வாழ்க்கை இப்படித்தான்... பார்வை இப்படித்தான்... எல்லாவற்றையும் விட நான் இப்படியாகத்தானிருக்கிறேன்...

நீ பாதுகாத்து வைத்திருந்த அந்த காதல் மொழிகளில் என் இதயமும் ஒளிந்துள்ளது என்பதை இந்தக் குறிப்பினை வாசிக்க முடியுமானால் நீ புரிந்து கொள்ள முடியும். அப்படித் தெரிந்து கொண்டால் என்னைப் பற்றிய உன் அனுமானங்கள் அப்படியே தலைகீழாகலாம். என் தலைமுடியிலும் உன் தலைமுடியிலும் ஆயுசு ஒடுங்குவதன் முதல் அடையாளமான நரை விழத் தொடங்கிவிட்டது.

தாகமெடுக்கும்போது கிடைக்காமல் போகும் நீருக்கான வலியை வார்த்தைகளுக்குப் பகிர்ந்தளிக்க முடியாது.

ஆனாலும், கொடுங்காற்று போலக் கடந்து போன அந்தக் காலம் எனக்குள்ளே இருக்கிறது. சர்க்கரைக் கணக்காலும் மருத்துவமனைக்குச் செலுத்த வேண்டிய பணத்தாலும் அழித்துக் கொள்ள முடியாமல் அந்த வீட்டு முற்றம் எனக்குள்ளே தங்கியிருக்கிறது. குன்றுமணி போலச் சிவந்த பொட்டும் அவிழ்த்துத் தொங்கவிடப்பட்ட முடியுமாக, புத்தகங்களை அணைத்த உன் மெலிந்த கை விரல்களும், அந்த விரல் நகங்களில் வயலட் வண்ணமும் உள்ளேயே கிடக்கிறது.

சில நேரங்களில் நான் அந்தக் காலத்தின் பெருமழைக்குள் நிற்பதுண்டு. காட்சிகளை மறைக்கும் அந்தக் காற்றாடி மரங்கள் இப்போதும் அங்கேயே நிற்கின்றன.

உனக்கு வாசிப்பதற்காக, அவனுக்காக நானெழுதிய வார்த்தைகளுடைய மீதி எனக்குள்ளிருக்கும் சின்ன நோட்டுப் புத்தகத்தில் இப்போதுமிருக்கிறது. யாரும் வாசிக்காத அந்த வார்த்தைகள் செல்லரிக்காமல், மழையில் நனையாமல் நான் கடந்து போன காலம் முழுவதும் பத்திரப்படுத்தியிருக்கிறேன்.

"எதற்கு...?" என்று கேட்காதே. சில கேள்விகளுக்குப் பதில்களில்லையே. பதில்களில்லாத கேள்விகளின் மொத்தத்திற்கும் சேர்த்துத்தானே ஜீவிதமென்ற பெரிய இந்தக் கண்ணீர்த்துளிகள்.

# இருபத்தி இரண்டு வருடங்கள்

இருபத்தி இரண்டு வருடங்கள்...

இன்றைக்கு இருபத்தி இரண்டு வருடங்களுக்கு முன்னால் புதியவர்களான இரண்டு மனிதர்கள் ஒன்றாய் வாழ ஆரம்பித்திருந்தோம். யோசித்துப் பார்த்தால் ஆச்சரியமாக இருக்கிறது... இமை மூடித் திறக்கும் வேகத்தில் இருபத்தி இரண்டு வருடங்கள் கடந்து போயிருக்கின்றன.

சிரித்தும் அழுதும் ஒன்றாய்ப் பட்டினி கிடந்தும் பிடித்த உணவுகளை ரசித்துச் சாப்பிட்டும் வழிகளில் கிடக்கும் முள்ளில் கிழித்து ரத்தம் கொட்டியும் மூலிகைச் சாறெடுத்து பரஸ்பரம் காயம் ஆற்றியும் வசந்தங்களுக்கு நேராகக் கண் திறந்து பார்த்தும் சுட்டெரியும் வெயிலில் கொப்புளமேற்றும் சின்னச் சின்னச் சண்டைகளில் முகம் திருப்பியும் சேர்ந்து நடந்த இருபத்தி இரண்டு வருடங்கள். கண்ணீரின் உப்பும் வியர்வையும் வெள்ளைப்பூண்டின் மணமும் புகையிலை நாற்றமுமாய்க் காவல் நின்ற முத்தங்களின் எல்லையற்ற கடல். முதல் காமத்தின் அதே ஆனந்தத்தோடு அதே ஆவேசத்தோடுமுள்ள இணை சேரல்கள்.

மரணத்துக்குப் பக்கத்தில் போய்த் திரும்பிய இரண்டு தற்கொலை முயற்சிகளுக்குப் பிறகு, குருதி அடையாளங்களில் என் உச்சியில் விழுந்து வடுவாய்ப் போன இந்தக் கண்ணீரின் சொந்தக்காரியை, சகிப்புத் தன்மையின் மொத்த உருவத்தை என்ன பெயர் சொல்லி நான் அழைப்பேன்! சொந்தமாக ஒரு குடிசைகூட இல்லாதவனுடன் இருபத்தி இரண்டு வருடங்கள் அவனுடைய பித்துகளை, அலைவுறுதலை, சோம்பேறித்தனத்தை, பீடி நாற்றத்தை, வியர்ப்பின் உப்புகள் வரைந்த சகிக்க முடியாத வெள்ளோவியங்களை, வாசிப்பின் லகரியை ஏற்று வாங்கிக்கொண்டு நடந்த நடப்புக்கு தாம்பத்யம் என்றல்ல பெயர், வாள்முனை நுனியின் தடத்திலான பயணம் என்று தான் பெயர்.

என் கடல்கள் இங்கே இவளிலிருந்துதான் தொடங்குகின்றன. என் சூரியன் இங்கே உதயாஸ்தமனம் கொள்கிறது. என் வசந்தங்களும் பருவ காலங்களும் கொட்டித் தீர்க்கும் மழைகளும் இங்கே இந்தக் கண் இமைகளுடைய சீரான வரப்பில்தான் தொடங்குகின்றன. என் பித்துகள் இங்கே, இந்த இதயத்தில், உதட்டின் மேலிருக்கும் பொடி மீசையில், வியர்வை நாற்றத்தில் ஒதுங்கிக் கொள்கின்றன.

காதலையும் தாபத்தையும் காமத்தையும் அன்பையும் பொறாமையையும் குறும்பையும் இல்லாமையையும் நாங்கள் ஒன்றாய்ப் பங்கிட்டுக் கொள்கிறோம். எங்களைச் சுற்றிலும் ஆடம்பரம் என்ற போர்வை இல்லாமலிருக்கலாம். சொந்தமாகவொரு வீடு இல்லாமலிருக்கலாம், ஒரு சைக்கிள்கூடச் சொந்தமாக இல்லாமலிருக்கலாம். ஆனால், பரஸ்பரம் பகிர்ந்துகொள்ள நிறைய இருக்கிறது. குளிரில் சூடேற்றவும் சூட்டில் குளிர வைக்கவும் முடிகிற, எந்தக் கொடும் பசியையும், எந்தக் கொடுங்காலத்தையும் நடந்தே எதிர்கொள்கிற பக்குவம் எங்களுக்கு இருக்கிறது. வார்த்தைகளால் பகிர்ந்து கொடுக்க முடியாத மற்ற பல விஷயங்களும் இருக்கின்றன. பரஸ்பரம் எவ்வளவு முடியுமோ அவ்வளவையும் சொட்டச் சொட்ட

எடுக்க முடிகிற நீரூற்று எங்களுக்குள்ளிருக்கிறது. அதை எங்களுக்குள்ளாக நிறைந்து வழிகிற சங்கீதமாய் நாங்கள் கேட்டு கொண்டேயிருக்கிறோம்.

மருத்துவமனையில் சீட்டுப் போடுவதற்கான இரண்டு ரூபாய்கூட இல்லாமல் நாங்கள் பரஸ்பரம் பார்த்துக் கொண்ட பார்வையில் அதிகாரம் செலுத்தும் நோக்கமில்லை. அதில் இயலாமை மட்டுமேயிருக்கிறது. மகளுக்குக் கொடுத்து முடித்த பிறகு மீதியானதை ஒரே பாத்திரத்திலிருந்து அள்ளிச் சாப்பிடும்போது நாங்கள் கணவனோ மனைவியோ அல்ல, இயலாமையிலும் வறுமையிலும் உழன்ற இரண்டு மனித ஜீவன்கள் மட்டுமே. நேசிக்க முடிந்த, குறைகளையும் நிறைகளையும் பரஸ்பரம் பங்கிட முடிந்த இரண்டு மனித ஜீவன்கள் மட்டுமே.

முகநூலில் ஏன் நான் இவளைக் காண்பிப்பதில்லையென்று என்னுடைய பல நண்பர்களும் கேட்பதுண்டு. அவள் சுதந்திரமான ஒரு மனுஷியென்றும் அவளுக்குச் சொந்தமான பார்வையும் அரசியலும் நிலைப்பாடும் இருக்கிறதென்றும் இங்கே வெளிப்பட வேண்டுமென்ற தீர்மானம் அவள் முடிவு செய்ய வேண்டியது மட்டுமேயென்றும் அதை மதிக்க என்னால் முடியவேண்டுமென்றும் நான் திடமாய் வைத்திருக்கும் புரிதல்களாலும் தான், இதோ இவள்தான் என் மனைவியென்று முகநூலில் போடாமலிருந்தேன்.

இப்படி ஒரு புகைப்படம் போட அனுமதி கேட்டபோது வெறும் புகைப்படம் மட்டும் போடாமல் அதனுடன் ஏதாவது எழுதிப் போட வேண்டும் என்ற ஆசையை மட்டுமே அவள் சொன்னாள்.

உன்னைப் பற்றி நான் என்ன எழுதுவது...? இருபத்தி இரண்டு வருடங்களுக்கு முன்னால் ஒரு ஜனவரி மாதத்தில் என் முன்னால் தலைகுனிந்து நின்ற அந்தப் பெண்ணை, அவளுடைய பிள்ளைகளுடன் நிம்மதியாய்ப் படுத்துக் கிடக்க இத்தனைக் காலங்கள் கடந்தும் சொந்த வீடில்லையென்றா?

அவ்வளவுக்கு அதிகமாக நேசிப்பதால் கண்கள் நிறைந்து ததும்பாமல் உன்னைப் பற்றி ஒரு வார்த்தை கூட என்னால் எழுத முடியாதுதானே? இந்த இருபத்தி இரண்டு வருடங்களும் நாம் ஒன்றாய்த்தான் சிரித்தோம், ஒன்றாய்த்தான் அழுதோம், ஒன்றாய்த்தான் தேற்றிக் கொண்டோம், ஒன்றாய்த்தான் இந்தப் பூமியை, இதன் ஆதரவற்ற வாழ்க்கையைப் பார்த்திருக்கிறோம்.

ஐம்பது ரூபாய்க்கு வாங்கும் மீனில் பாதியைப் பக்கத்து வீட்டில் பகிர்ந்து கொடுக்க முடிகிற இந்த நல்ல மனதுதான் என்னுடைய எப்போதுமான எதிர்பார்ப்பு. அந்த எதிர்பார்ப்பில்தான் நான் என் எழுத்து மோகங்களுக்கு வண்ணமடித்துக் கொண்டிருக்கிறேன். நம்முடையது மட்டுமேயான உலகத்திற்கு வெளியே உனக்கு உன்னுடையதான உலகமிருக்கிறது. எனக்கு என்னுடையதான உலகமுமிருக்கிறது. அந்த உலகங்களுக்குள், அங்கேயுள்ள நல்ல காரியங்களுக்குள், ரகசியங்களுக்குள் நாம் ஒளிந்து பார்க்கவில்லை என்று இதயம் தொட்டுச் சொல்லிவிட முடியும்.

எந்தக் காரணத்தால் என் இதயம் பாரமாகும் என்பதை நீ அறிவாய். உன் கண்களில் படரும் நீர் எந்த ஊற்றிலிருந்து என்று எனக்கும் தெரியும்.

இனியும் தீராத காதலுக்கும், காமத்திற்கும், அன்பிற்கும், புதிய எதிர்பார்ப்புகளுக்கும் நாங்கள் நடந்து கொண்டிருக்கிறோம். முன்னாலோ பின்னாலோ அல்ல நாங்கள் சேர்ந்தே நடக்கிறோம். பெருமூச்சுகளைச் சேர்ந்தே கேட்கிறோம். இதயத்துடிப்புகள் எண்ண முடியுமளவுக்குச் சேர்ந்து...

எங்களுக்கு நடுவில் அதிகாரமில்லை. அனாதைத்துவம் மட்டுமே இருக்கிறது...

## வாடகை வீடுகள்

பழைய கூட்டுக்கே திரும்பிப் போயிருந்தோம். கூடு விட்டுக் கூடு மாறுதல் என்ற அற்புதம் இதுவாகக்கூட இருக்கலாம். நாம் மற்ற எல்லா நியாயங்களையும் உண்மைகளையும் பேசினாலும் பூமி என்ற இந்தக் கண்ணீர்ப் பள்ளத்தாக்கின் ஆதி ஊற்றில், சொந்தமானதொரு மேல் கூரையில்லாதவர்களின் துக்கத்தை அது குறைக்காது.

இந்தக் கூட்டுக்கு இரண்டரை மாதங்களுக்குப் பிறகு திரும்பி வந்தபோது, வாடகை கொடுக்க முடியாததால் இந்தக் கூடு மறுக்கப்பட்ட என் பக்கத்து வீட்டுக்காரரின் குழந்தைகளை நினைத்துப் பார்க்கிறேன்.

அன்று கழிவறையின் செப்டிக் டேங்க் உடைந்து வழியும்போது வாசலில் அவர்கள் ஓடி விளையாடிக் கொண்டிருந்தார்கள். அவர்களுடன் பலவிதத்திலும் கையாலாகாதவனாக நின்றிருக்கும் அவர்களுடைய உப்பாவை எல்லோரும் கேலி செய்து கொண்டிருந்தார்கள். அந்தக் கேலியின் கபடங்கள் தெரியாத, முகமூடிகள் இடாத குழந்தைகளுக்கு அது புரியவேயில்லை. அவர்கள் ஒவ்வொரு வீட்டு வாசல்களையும் தட்டிக் கூப்பிட்டார்கள். கொஞ்சம் தேநீர் இலைக்கு, சர்க்கரைக்கு, கொஞ்சம் மீன் குழம்புக்கு...

அவர்களுடைய பழைய துணிகள் நைந்துபோய் நிறமிழந்திருந்தன. கிழிந்த இடங்களில் அவர்களுடைய உம்மா கண்ணீர் கோர்த்துத் தைத்த பின்னல்கள் தெளிவாய்த் தெரிந்தன. பசி தாங்க முடியாமல் அவர்கள் பக்கத்து வீடுகளின் சமையலறையிலிருந்து பொரித்த மீனையும் அப்பளத்தையும் எடுத்துச் சாப்பிட்டார்கள். கொரோனா காலமானதால் சொந்தக் குழந்தைகளுக்குச் சரியாய் எண்ணிப் பொரித்து வைத்த மீனும் அப்பளமும் காணாமல் அயல்வாசிகள் அந்தக் குழந்தைகளைத் திட்டித் தீர்த்தார்கள். தின்னும் அவசரத்தில் உதட்டில் தங்கிவிட்ட அப்பளத்துண்டுகள் இருப்பது தெரியாமல், குழந்தைகள் தங்களைத் திட்டுபவர்களைப் பார்த்த பார்வைகள் மிகவும் வெறுமையாயிருந்தன.

வேலை இல்லாமல் போனதாலும், இருந்த வேலையின் கூலியை வைத்து மது குடிக்கச் செலவிட்டதாலும் அவருக்கு என்ன கிடைத்தது என்றெனக்குத் தெரியவில்லை. ஆனால், அவருடைய மனைவி பிள்ளைகளின் தீராத பசிக்கிடையில் தாய்மை எல்லாம் நட்டப்பட, சொந்தக் குழந்தைகளைக் குரூரமாக அடித்தாள். அன்னம் திருடிய குற்றத்திற்காகத் திட்டு வாங்கும் தன் குழந்தைகளின் பசிக்கு முன்னால் மனிதத் தன்மைகளையெல்லாம் அவள் இழந்திருக்கலாம். அப்போதும் குடித்துவிட்டு வரும் கணவனிடம் பணத்துக்காகக் கெஞ்சினாள். கிடைக்காமல் போனபோது சட்டைப் பையில் மீதமிருந்த ரூபாய்களைச் சொல்லாமல் எடுத்துச் சாமான்களை வாங்கினாள்.

அழுவதற்குக் கண்ணீரில்லாத குழந்தைகளின், உம்மாவின், துக்கங்களின் இந்தப்பக்கம் அமர்ந்து, நான் அர்த்தமற்று எதைஎதையோ எழுதினேன். எனக்கு என் மேலேயே எள்ளலும் வெறுப்பும் தோன்றியது. இரவுகளில் என்னுடைய வாசிப்பிற்கு இடையூறாக, கணவனுக்கான அவளுடைய சாப வார்த்தைகள் காதுகளைத் துளைத்து ஏறின. அதில் நான் நிம்மதியிழந்தேன்.

என் மனைவி சமையலறையின் கதவுகளைத் திறந்து சாப்பாட்டைப் பகிர்ந்து வேறு யாருக்கும் தெரியாமல் அவர்களுக்கு எப்போதும் கொடுத்துவிட்டு வந்தாள்.

அவரவர்களின் அடுப்பைப் பற்ற வைக்கவே படாத பாடு. நான் என்ற மனிதன் அரை வயிறுமாய் உறங்கும் அந்தக் குழந்தைகளை நினைத்துத் தூக்கம் இழந்தவனானேன். சுட்டெரிக்கும் வேனல் தரைகளில் தண்ணீர் ஊற்றி, அதில் படுத்துப் பெருமூச்சு விட்டேன். என் பைத்தியங்களைப் பற்றித் துல்லியமாய் புரிந்து வைத்திருந்த மனைவி நம்முடைய பாதி மத்தி மீனையும் பாதி தக்காளியையும் அவர்களுக்குக் கொடுத்திருக்கிறேன் என்று சொல்லி என்னை அரவணைத்துக் கொள்வாள்.

பங்கிடப் பாதிகூட இல்லாத நாட்களில் அவள் அந்தக் குழந்தைகளுக்குச் சோறு ஊட்டிவிட்டாள். என் குழந்தைகளில் சின்னவள், அந்தக் குழந்தைகளைக் கேலி பேசாமலிருக்க எப்போதும் கவனமாக இருந்தாள்.

இப்போது அவர்கள் வேறு ஒரு வீட்டில் இருக்கிறார்கள். நடந்து போகும் தூரத்தில்தான் இருந்தாலும் நான் அவர்களைத் தேடிப் போவதில்லை. நான் என் குழந்தைகளின், என் மனைவியின் பசியைப்பற்றி மட்டுமே நினைக்கிறேன். என்னுடைய மகளின் தேர்வுக்கான கட்டணத்தை எப்படி அடைப்பேனென்று மனச் சஞ்சலமடைகிறேன். என் உலகம் எனக்குள்ளாக மட்டுமே சுருங்குகிறது.

என் மனைவியின் உலகத்தில் இப்போதும் அவர்கள் இருக்கிறார்கள். இந்த இரண்டரை மாதங்களுக்கிடையில் பலமுறை அவள் அங்கே சென்றதாகவும் அந்தக் குழந்தைகளுக்குப் பழங்களும் காய்கறிகளும் அரிசியும் கொண்டு போய்க் கொடுத்ததாகவும் நேற்றுதான் என்னிடம் சொன்னாள். மெத்தையில் நான் அவளை

அணைத்துக்கொண்டேன். பகல் முழுவதும் வீடு மாற்றல் வேலைகளைச் செய்து சோர்ந்துபோன அவளை அப்படிச் சேர்த்தணைக்கும்போது இந்த ஜென்மத்தில் இப்படியொரு இணையைக் கிடைக்க நான் என்ன புண்ணியம் செய்தேன் என்றும், அது எப்படியான புண்ணியமென்றும் என் இதயம் புளகாங்கிதம் அடைந்தது.

அவர்கள் காலி செய்த அறைக்குப் பதிலாக வந்தவர்கள் முப்பத்திஐந்து வருடங்களாக பதினாறு வாடகை வீடுகளில் வசித்தார்களென்றும் இது பதினேழாவது கூடென்றும் என்னிடம் சொன்னார்கள். நான் அவர்களை ஆச்சரியத்தோடு பார்க்கிறேன், அவர்களை அல்ல... வாழ்க்கையை... வாழ்க்கையென்ற மகா அற்புதத்தை, அதன் எண்ணிலடங்காத் துயரங்களை, அர்த்தமற்ற காட்சிகளை, வெயில் பாதைகளை, கண்ணீர் மழைகளை...

ஜீவிதம்...

ஜீவிதம்...

ஜீவிதம்...

என்னைச் சுற்றிலும் வாழ்க்கை அலையடித்து கொண்டிருந்தது. யாரெல்லாமோ நீந்தித் தளர்ந்து போகிறார்கள். யாரெல்லாமோ அக்கரைக்குப் போகிறார்கள். யாரெல்லாமோ அந்த அலைகளில் மூச்சு முட்டி மரணத்திற்குப் பயணப்படுகிறார்கள்.

வீடுள்ளவர்கள்...

வீடில்லாதவர்கள்...

உணவைத் திருடும் நிலைமைக்குத் தள்ளப்பட்டவர்கள்.

உணவை பிளாஸ்டிக் கவர்களில் இட்டு பெட்ரோல் ஊற்றித் தீ வைப்பவர்கள்.

நொந்து அழைக்க எனக்குள் கடவுள் இல்லாத நான் அர்த்தமற்று என்னென்னவோ எழுதுகிறேன். நேரத்தைக் கொல்ல நீங்கள் அதை வாசிக்கிறீர்கள். அப்போதும் நம்மைச் சுற்றிலும் சொந்தமாகவொரு மேல் கூரைக்காக, குழந்தைகளின் எரியும் வயிற்றில் அன்னமிட, மனிதர்கள்... லட்சக்கணக்கான மனிதர்கள் ஜீவிதம் என்ற இந்தத் தொங்குபாலத்தில் சஞ்சரித்துக் கொண்டிருக்கிறோம்... சஞ்சரித்துக் கொண்டேயிருக்கிறோம்... தற்கொலைக்கும் பைத்தியத்திற்கும் நடுவில் தொங்குபாலத்தில் நின்றுகொண்டு நான் வாழ்க்கையைப் பார்த்துச் சிரித்துக் கொண்டிருக்கிறேன். இது பைத்தியக்காரனின் சிரிப்பல்ல. வாழ்க்கை என்ற மகா அற்புதத்தை நினைத்து வந்த சிரிப்பு. எந்த நிமிடமும் இந்த நூல்பாலத்தின் விளிம்பில் நின்று நான் கால் இடறி விழுந்து விடலாம். ஆனால் எனக்கு இப்போது சிரித்தால் மட்டுமே போதும்...

தயை கூர்ந்து என்னைப் பொறுத்துக் கொள்ளுங்கள்.

## ப்ரிய மகளுக்கு

இருபது வருடங்கள்...

இன்றிலிருந்து இருபது வருடங்களுக்கு முன்பு ஒரு மருத்துவமனையின் நீண்ட நடைபாதையில் நான் இதயத்தைக் கையில் பிடித்தபடி நடந்து கொண்டிருந்தேன். அடைக்கப்பட்ட அடர்ந்த கண்ணாடிக் கதவுகளுக்கு உள்ளே என் மனைவி நிறைமாதக் கர்ப்பிணியாகப் படுத்துக் கிடந்தாள்.

பிறக்கப்போகும் உயிரைவிட என்னுடன் அரைப்பட்டினியைப் பங்கிட்ட என் இணையைப் பற்றிய கவலை எனக்கு அதிகமாக இருந்தது. அது பெரிய வசதியெல்லாம் உள்ள மருத்துவமனை அல்ல. அப்படியான மருத்துவமனைகளில் அவளைச் சேர்க்கத் தேவையான பணவசதி எனக்கில்லை.

பிரசவ அறைக்குச் செவிலியின் கையைப் பிடித்து நடந்துபோன என் மனைவியின் காலில் நீர் கோர்த்து வீங்கியிருந்தது. ரத்தக் கொதிப்பின் அளவும் கூடியிருந்தது. சுகப்பிரசவம் ஆக என்னுடைய சொந்தக்காரர்களும் அவளுடைய அம்மாவும் பிரார்த்தனை செய்து கொண்டிருந்தார்கள். பிரசவம் என்பது சுகமான காரியமல்ல என்பதைக் குறித்த தெளிவு உள்ளதால், மரணத்திற்கு ஒப்பான வலியின் உள்காட்டின் வழியாக நடக்க வேண்டிய மனைவிக்காக எந்தக்

கடவுளிடம் பிராத்தனை செய்ய வேண்டுமென்று தெரியாமல் நான் பதறிப் போய் நின்றிருந்தேன்.

நான் அந்த வராந்தாவில் நடந்து கொண்டிருந்தேன். நேரம் விடிய ஆரம்பித்திருந்தது. வெளியே சாலைகளில் வாகனங்கள் மிகுந்த சத்தத்துடன் போக ஆரம்பித்திருந்தன. கொண்டு வந்த பொருட்களிருந்த பையை ஓரிடத்திலிருந்து மற்றொரு இடத்திற்கு மாற்றி, பின் அங்கேயிருந்து வேறு ஒரு இடத்திற்கு மாற்றி, நான் என்னுடைய அலைவுறுதலுக்கும் இதயத் துடிப்பிற்கும் விடிவு தேடிக் கொண்டிருந்தேன். நீண்ட வராந்தாவின் கடைசியிலிருக்கும் ஜன்னல் வழியாகப் போய் நின்று நிறைய சிகரெட்டுகளைப் புகைத்தேன்.

பிரசவ அறையின் கண்ணாடிக் கதவிற்கப்பால் எனக்குத் தெரியாத உலகமிருந்தது. எனக்குத் தெரியாத மனிதர்கள் இருந்தார்கள். அங்கே எனக்கு மிகவும் பிடித்தமான ஒருத்தி எங்களுடைய குழந்தையை இந்த பூமிக்குக் கொண்டுவர வலியின் பெருங்கடலை நீந்திக் கொண்டிருக்கிறாள். பேரலைகள் அவளை மூச்சுமுட்ட வைத்திருக்கலாம். அந்தச் சின்ன நெற்றியில் வியர்வையின் ரேகைகள் கோடிட்டுப் படர்ந்திருக்கலாம்.

நர்ஸுகள் நீட்டும் சீட்டிலிருக்கும் மருந்துகளை வாங்கியதால் என் சட்டைப்பையிலிருக்கும் பணத்தின் அளவு குறைந்துகொண்டே போனது. புலரியின் பறவைகளும் பாதைகளும் மாலைக்கு வழி தவறிப் போகிறது. முந்தைய இரவு சாப்பிட்ட உணவிற்குப் பிறகு நிறைய கடும் தேநீரும் சிகரெட்டுமில்லாமல் நான் வேறெதையும் சாப்பிட்டிருக்கவில்லை. ஆனால், அப்போது பசியென்பதே எனக்குத் தெரியவில்லை. என் நடையில் வேகம் அதிகரித்திருந்தது. யாரெல்லாமோ என்னைப் பார்த்துக் கொண்டிருக்கிறார்கள். சொந்தக்காரர்கள் என்னைக் கேலி செய்து சிரிக்கிறார்கள். என் படபடப்பைக் கூட்டிக்கொண்டு நிறைய கர்ப்பிணிகள் தங்களுடைய சோர்வான பார்வைகளை எனக்குள் கடத்திச் சென்று கொண்டிருக்கிறார்கள்.

யுகங்களின் நீளமுள்ள காத்திருப்பின் அலைவுறுதலில் தவித்திருக்கும்போது நர்ஸ் கதவைத் திறந்தார். தலை மட்டும் வெளியே நீட்டி அவர் சொன்னார்:

''நசீமாவுக்குக் குழந்தை பிறந்துவிட்டது, பெண் குழந்தை...''

சொந்தங்களில் சிலருடைய முகங்கள் சட்டென வாடிவிட்டன. அடைக்கப்பட்ட கதவுகளுக்கு உள்ளே என் மனைவி என்ன செய்து கொண்டிருப்பாள் என்று நான் மனசஞ்சலமடைந்தேன். இனிப்புகள் வாங்க யாரோ என்னிடம் பணம் கேட்டார்கள். பணத்தைக் கொடுத்தபோது முட்டாளான நான் அந்தச் சொந்தக்காரனிடம் என் மனைவியை நான் இப்போது பார்க்க முடியுமா என்று கேட்டேன். அவர்கள் கேலியாய்ச் சிரித்தபடி அந்தக் கேள்வியைப் பலருக்கும் கைமாற்றிக் கொடுத்தார்கள்.

எனக்கு அவளைப் பார்க்க வேண்டும். வலியின் முள்காடுகளில் ஒதுங்கி மிக அதிகமாய்க் காயப்பட்ட அவளுடைய நெற்றியில் உதட்டைப் பதிய வைக்க வேண்டுமென நினைத்தேன். நான் ஒரு அப்பாவாகி விட்டேனென்ற சிந்தனை என் மண்டையில் ஏறவேயில்லை. நர்ஸ் கதவைத் திறந்து நசீமாவிற்கு அணிய ஒரு மாற்றுத் துணி கேட்டபோது நான் கொண்டுவந்த பையிலிருந்த துணியெல்லாம் உபயோகித்து முடிந்து விட்டதென்று தெரிந்தது. மனைவி பிரசவ அறையில், தொடர்ந்து வாந்தி எடுத்துக் கொண்டிருந்தாள். அந்த வராந்தாவில் நின்றுகொண்டு நான் என் சட்டையை அவிழ்த்து பிரசவ அறைக்குக் கொடுத்தேன். தோளில் ஒரு துண்டை மட்டும் மறைத்துக்கொண்டு நிற்கும்போது மூத்த சகோதரி வந்து சொன்னாள்.

''*வுளூ எடுத்திட்டு வா, குழந்தையின் காதில் *பாங்கு கொடுக்கணும்''

---

*வுளூ - பாங்கு கொடுப்பதற்கு முன் உடலின் அத்தனை துவாரங்களையும் சுத்தம் செய்தல்.

என் யுக்திகளுக்கும் தர்க்கங்களுக்கும் எந்தவொரு மரியாதையும் இருக்கவில்லை. மருத்துவமனையின் கழிவறைக்குப் போய் கையும் காலும் கழுவி, தலையில் ஒரு சொம்பு தண்ணீர் ஊற்றி தலை துவட்டி வெளியே வரும்போது சகோதரி என் கைகளுக்கு வெள்ளைத் துணியில் பொதிந்த சின்னதொரு வசந்தத்தை என்னிடம் தந்தாள். நான் அதை நெஞ்சோடு சேர்த்தணைத்தேன்.

"பாங்கு கொடுடா முட்டாள்..."

நான் வெள்ளைத் துணியில் பொதிந்த வசந்தத்தைக் கையில் ஏந்தியபடி வராந்தாவின் கடைசியிலிருக்கும் ஜன்னலுக்கருகில் நடந்தேன். திறந்திருந்த ஜன்னலுக்கப்பால் வெயில் நிறைந்திருந்தது. கண்கள் மூடி, கை விரல்களை மடக்கி, அதீத உலகங்களைக் கனவு கண்டு தூங்கும் மகளை ஜன்னல் கம்பிகளோடு சேர்த்துப் பிடித்தேன். வெயில் பட்டபோது அந்தக் கண் இமைகள் அசைந்தன. நான் அவளுடைய பூப்போன்ற காதுகளில் உதடுகள் குவித்து மெல்லச் சொன்னேன் :

"மகளே... நீயும் வேதனைப்படாமல் மற்றவர்களையும் வேதனைப்படுத்தாமல் வாழும் வாழ்க்கை உனக்கு அமையட்டும்" அதுவாகயிருந்தது என்னுடைய பாங்கு.

குழந்தையைத் திரும்பக் கொடுத்து நான் அறைக்கு நடந்தேன். மகளைப் பக்கத்தில் படுக்கவைத்து என் மனைவி கண்ணாடிக் கதவுகளுக்கப்பால் படுத்திருக்கிறாள். அவளை இந்த அறைக்குக் கொண்டு வரும்போது மட்டுமே என்னால் பார்க்க முடியும். நான் காத்திருந்தேன். மீண்டும் காத்திருந்தேன்.

மறுபடியும்...

மறுபடியும்...

---

◆ பாங்கு - பிறந்த குழந்தையின் காதில் சொல்லும் முதல் நல்ல சொல்

என் சட்டையை அணிந்து கடைசியில் அவள் வெளியே வந்தாள். நீண்ட நாட்களின் தூக்கத்தைத் தூங்க நினைப்பவள் போல அவள் தூங்கினாள். அவளுக்கருகில் என் வசந்தம் படுத்துக் கிடந்தது. நான் அந்தச் சிறு பாதங்களைத் தடவிக் கொடுத்தேன். பூமியின் எத்தனை பாதைகளையெல்லாம் இந்தப் பாதங்கள் கடக்க வேண்டியிருக்குமென்று ஆச்சர்யத்துடன் யோசித்தேன்.

அந்தப் பாதங்கள் வளர்ந்தன...

அந்தச் சின்ன கைகள் வளர்ந்தன...

சின்ன உடைகள் மாறிக் கொண்டிருந்தன...

இன்று அவள் ஒரு வளர்ந்த பெண். வளர்ந்த பெண்... இருபது வயதான இளம்பெண்...

நினைக்கும்போது ஆச்சரியமாக இருக்கிறது. நல்ல உணவுக்கோ நல்ல துணிகளுக்கோ விளையாட்டுச் சாமான்களுக்கோ அவள் அடம்பிடித்து அழுததில்லை. இந்த இருபது வருடங்களில் ஒவ்வொரு இரவிலும் அதன் ஒவ்வொரு நொடிகளிலும் அவளை நான் நினைக்காமல் இருந்ததில்லை. மிகச் சின்ன வயதில் அவளுக்குத் தங்க நகைகள் இருந்தன. அதைப் பற்றி இப்போது அவளுக்கு ஞாபகம்கூட இருக்காது. இன்று அவளுடைய உடம்பில் ஒரு பொட்டுத் தங்கம்கூட இல்லை. ஒருபோதும் அவள் என்னிடம் நகைகள் வேண்டுமென்று கேட்டதில்லை. கிடைத்த நகைகளை அவள் அணிந்து கொண்டதுமில்லை. அவளுடைய ஒரு பிறந்த நாளைக்கூடக் கொஞ்சம் மிட்டாய்களுக்கும் இருப்பதையெல்லாம் சேர்த்துப் போட்டு வைத்த பாயசத்திற்கும் மேலாக நாங்கள் கொண்டாடியதுமில்லை.

என்னுடைய இல்லாமைகளைப் புரிந்துகொண்டு எவ்வளவோ ஆசைகளை அவள் எனக்குத் தெரியாமல் தோண்டிப் புதைத்திருக்கிறாள். பல நேரங்களில் பள்ளிக்கூடம் திறக்கும்போது மட்டுமே அவளுக்கு நான் புதிய துணிகளை எடுத்துக் கொடுத்திருப்பேன். பெருநாளுக்கோ ஓணத்திற்கோ புதுத் துணிகள்

கிடைத்திருக்காது. பள்ளித் தோழிகளெல்லாம் சொந்த வீட்டில் வாழும்போது இவள் வாடகை வீட்டில் தூங்குகிறாள். தேவைக்கேற்ப ஆடைகளே அவளுக்கு இருக்கின்றன.

ஒன்றிலும் குறை சொல்லாமல் ஒன்றும் தேவைப்படாத என் மகள்...

கடலளவு அவளுக்குக் கொடுக்க ஆசையிருந்தும் ஒன்றும் கொடுக்க முடியாத நானென்ற உப்பா...

அவளுக்குப் பத்து ரூபாயின் மருதாணி ட்யூப்கூட வாங்கிக் கொடுக்க முடியாமல் எத்தனையோ பெருநாட்கள் கடந்து போயிருக்கின்றன. மருதாணி அவளுக்கு மிகவும் பிடித்தமான ஒன்று. கஷ்டங்களும் பசியும் தெரிந்து வளர்ந்ததால் அவளுக்கு சக ஜீவன்கள் மேல் அன்புண்டு. நிறைய குழந்தைகளுக்குப் பிரதிபலனொன்றும் வாங்காமல் மிக அழகாக அவள் மருதாணி இட்டுக் கொடுப்பாள். தனி வகுப்புகள் நடத்திக் கொடுப்பாள். வீட்டு வேலைகளில் எனக்கும் மனைவிக்கும் உதவி செய்வாள். படித்த ஒவ்வொரு வகுப்பிலும் அவள்தான் முதலாவதாக வந்தாள். அவளைப்பற்றி ஆசிரியர்களின் புகழ்ச்சியை நான் என்ற உப்பா கேட்டு ஆனந்தப்பட்டிருக்கிறேன்.

மகளே...

இருபது வருடங்களுக்கு முன் அந்த மருத்துவமனையின் அறையில் உட்கார்ந்து கையிலுள்ள பணத்தை எண்ணிக் கவலைப்பட்ட அந்த உப்பாவிடமிருந்து சொல்லிக் கொள்கிறாற்போல மாற்றங்கள் ஏதும் என்னிடம் வந்துவிடவில்லை. என்னுடைய வேட்டி முடிச்சிலும் சட்டைப் பையிலும் அவசியங்களுக்குத் தேவையான பணத்தையே இன்றும் வைத்திருக்கிறேன்.

இருபதாம் பிறந்த நாளுக்கு நான் உனக்கு என்ன தருவேன்...? புதிய உடைகள் இல்லை, சினிமாக்களில் காணும் விழாக்களோ பிறந்த நாள் கேக்கோ இல்லை, அன்றன்றைக்கான அன்னத்திற்குப் பறந்து தவிக்கும் அநேக மனிதர்களில் ஒரு ஆள்தான் மகளே உன் உப்பா.

பஸ் கட்டணத்திற்குக் காசில்லாமல் ஜுரத்தில் கொதித்த உன்னையும் அணைத்தபடி அப்பா மருத்துவமனை வரையிலும் நடந்திருக்கிறேன். அங்கே டோக்கன் எடுக்க வேண்டிய இரண்டு ரூபாய்கூட இல்லாமல் உம்மா இந்த உப்பாவின் கண்களை வேதனையுடன் பார்த்து நின்றிருக்கிறாள்.

கர்ப்பத்தில் சுமந்ததையோ நொந்து பிரசவித்ததையோ பாலூட்டிய கணக்குகளையோ பற்றிப் பேச உப்பாவுக்கு ஏதுமில்லை. நாம் இந்த பூமியில் அன்போடு வாழ்கிறோம் என்பதற்கு அப்பால் பெரிய ஆனந்தமொன்றும் உப்பாவுக்குத் தர முடியவில்லை. எல்லாப் போட்டிகளிலும் முதலாவதாக வர ஓடி, முற்றிலும் கடைசியாக வந்த உப்பாவின் வேதனைகளைப் புரிந்துகொண்ட உன் உச்சியில் பிறந்தநாள் பரிசாக முத்தமிடுகிறேன் மகளே.

ஏற்றுக்கொள்...

உன்னுடனே பெருநாள் பிரியாணி தின்று, பல்லிடுக்கில் குத்திக் கடந்துபோன நம் ரத்த பந்தங்களைப் பற்றி யோசித்து வைத்துக் கொள். சொந்தமாக ஒரு வேலை பார்த்து அந்தப் பல்லிடைக் குத்தல்களுக்கு அநேகம் பிரியாணிகள் வாங்கிக் கொடு மகளே. அந்த நேரங்களில் நாம் சாப்பிட்ட சோற்றுக்குள்ளும் தக்காளிக் குழம்பிற்குள்ளும் துள்ளி விழுந்த உப்பாவின் கண்ணீரை நினைக்காமல் இரு மகளே, அந்தச் சோறுகூடச் சாப்பிட இல்லாத பல்லாயிரக்கணக்கான மக்கள் இந்த பூமியில் வாழ்ந்து கொண்டிருக்கிறார்கள் என்பதை எப்போதும் நினைவில் வைத்துக் கொள். பசிக்கு முன்னால் அன்னமாகாத ஒரு கடவுளையும் உப்பா உனக்கு அறிமுகப்படுத்தியிருக்கவில்லை.

அதீத அன்போடு என் மகளுக்குப் பிறந்தநாள் வாழ்த்துகள். இந்தக் குறிப்பை வாசிக்கும் ஒவ்வொரு மனிதருக்கும் எங்களுடைய எளிமையான பாயாசத்தின் இனிப்பைப் பகிர்கிறோம்.

ஏற்றுக் கொள்ளுங்கள்...

## தாத்தய்யா

முன்பு எப்போதோ மீன் பிடிக்க என்று சொல்லி அலைந்து திரிந்த ஓடைக்கரையில் வெகுநாட்களுக்குப் பிறகு மீண்டும் நான் நடந்தேன். ஓடைக்கரையில் தாழம்பூக்கள் வெயிலில் வெந்து பளபளவென்று நின்றிருந்தன. பழைய உடைந்த செங்கற்களுக்குப் பதில் புதிய கருங்கல்லிலான மதில், முன்பு உள்ளதுபோல பிளாஸ்டிக் குப்பைகளும் செத்துப்போன பூனைகளும் தண்ணீரின் ஒழுக்கில் காணவில்லை. வேறு அசுத்தங்களும் ஒன்றுமில்லை. தண்ணீர் குறைவாக இருந்தாலும் இருக்கும் தண்ணீர் சுத்தமாகவும் தெளிவாகவும் இருந்தது. அந்தத் தெளிந்த நீரில் சின்னச்சின்னப் பரல் மீன்கள் நீந்தி விளையாடுகின்றன.

இந்த ஓடைக்கரையில் தியானத்தில் அமர்ந்திருப்பவரைப்போல தாத்தய்யா மீன் பிடிக்க உட்கார்ந்திருப்பார். அந்தக் கருத்த உடலுக்கு மழையும் வெயிலும் பனியும் ஒரே மாதிரிதானிருந்தது. துண்டு மட்டும் கட்டித் தூண்டிலின் ஒரு முனையை ஓடையிலிட்டுச் சம்மணம் போட்டு தாத்தய்யா உட்கார்ந்திருப்பார். நல்ல உச்சி வெயிலில் அவருடைய முதுகில் வியர்வைக் கோடுகள் வழிந்தபடியிருக்கும்.

அந்தத் தியான நிலைக்குப் பங்கம் விளைவிக்காமல் பிள்ளைகள் பதுங்கிச் செல்வார்கள். தாத்தய்யாவின் அருகில் சென்று "ட்டோ" என்று கூச்சல் போடுவார்கள். அவர் அந்தச் சத்தத்தைக் கேட்டுப்

பதறி நடுங்கித் திரும்பிப் பார்ப்பார். கையில் வைத்திருந்த தூண்டில் தெறித்து எங்கேயோ போய் விழுந்திருக்கும். பொறுத்து மன்னித்துவிடலாமென்று அவர் நினைக்கும்போது பிள்ளைகள் மீண்டும், ''தாத்தய்யா... ட்டோ...'' என்று உரக்கக் கத்துவார்கள். பொறுமை இழந்து தாத்தய்யா குதித்தெழுந்து கையில் கிடைத்ததையெல்லாம் எடுத்து அந்தப் பிள்ளைகள் மேலே வீசி எறிவார். அவர்கள் நாலாபக்கமும் சிதறி ஓடுவார்கள். பிறகு அந்த மனிதன் மிகவும் முயற்சியெடுத்துத் தூண்டிலைத் தேடியெடுத்துச் சரி செய்து, அதில் புதிய இரை கோர்த்து ஒரு முனையைத் தண்ணீரில் போட்டு, தன் தியானத்திற்குத் திரும்புவார். அப்போது மற்றொரு கும்பல் தூரத்திலிருந்து பதுங்கிப் பதுங்கி வந்து கொண்டிருக்கும். மீண்டும் அந்த அலறலும் பதறலும் கையில் கிடைத்ததை வீசி எறிதலும் தொடரும். தப்பும் தவறுமாகக் கூட்டும் அந்தக் கணக்கில் எப்போதும் தாத்தய்யா ஜெயித்திருப்பார்.

யார் எப்படி அவரின் தியானத்தை முடக்கிப் போட்டாலும் அசாத்தியமான பொறுமையோடு அந்த மனிதன் மீண்டும் மீண்டும் தூண்டிலில் இரை கோர்ப்பார். கடைசியில் பெரிய விரால்மீனைத் தூண்டிலில் கோர்த்தெடுத்து, வெற்றிச் சிரிப்பொன்றை உதிர்ப்பார். கும்மிருட்டில் நிலா மிதந்து வருவதைப் போலிருக்கும் அந்தச் சிரிப்பு...

அவருடைய மரணம்வரை அதை அவர் தொடர்ந்தார். தியானத்தின் நிறைவில், பிரம்மத்தில் லயித்து ஒருநாள் தாத்தய்யாவும் இறந்து கிடந்தார். அவர் இறந்து கிடந்தது தெரியாமல் பிள்ளைகள் ஓடைக்கருகில் தாத்தய்யாவைத் தேடி அலைந்தார்கள். அவரைக் காணாமல், எங்கேயென்றில்லாமல், யாரிடமென்றில்லாமல் குழந்தைகள் சத்தமாய்ச் சொன்னார்கள்.

''தாத்தய்யா... ட்டோ...''

நான் நண்பர்களைத் தவிர்த்து, கொஞ்சநேரம் தாத்தய்யாவின் உடலருகில் உட்கார்ந்திருந்தேன். பஞ்சுக்கூடைக் கவிழ்த்துப் போட்டது போலிருக்கும் அவருடைய தலைமுடி பார்க்க மிகவும்

அழகாயிருந்தது. வியர்வையின், மண்ணின், மதுபானங்களின் கலவையான நாற்றத்துடன் அவரிருந்தார். யாரிடமும் அதிகமாக அவர் பேசியதில்லை. என்னிடமும் கூட... இப்போது என்ன இரை கோர்த்திருக்கிறாரென்றும் என்ன மீன் கிடைக்குமென்றும் மட்டுமே என்னிடம் பேசி இருக்கிறார்.

ஓடைக்கு அந்தப்பக்கம் நெல் வயல்களில் காற்று கடந்து போகும். வியர்த்த உடலில் நெல் கதிர்களின், தாழம்பூக்களின் மணம்வீசும் குளிர்காற்று படும்போது தாத்தய்யாவுக்கு எப்போதும் கிச்சுக்கிச்சு மூட்டும். அப்போது அவர் நிலா போலச் சிரிப்பார். தலையின் நரைத்த முடிக்கற்றையில் காற்று கடந்து போகும்போது அந்த முடிஇழைகள் அலைந்தாடும். கறுத்த முதுகிலும் நெஞ்சிலும் தோள் பட்டையிலும் தாத்தாப் பூச்சிச் செடிபோல அவருடைய ரோமங்கள் பறந்து விளையாடும்.

என்னிடமிருந்து ஒரேயொரு பீடியைத்தான் அவர் கேட்டு வாங்குவார். சிகரெட்டையோ ஒன்றுக்கும் அதிகமான பீடியையோ அவர் யாரிடமிருந்தும் வாங்கியதில்லை. குழந்தைகள் பின்னால் வந்து சத்தமிட்டு அதிர வைப்பதைப் பற்றிக் கேட்டால் தாத்தய்யா அமைதியாகச் சொல்வார்.

"அவங்கெல்லாம் பாவம்தானே"

தாத்தய்யாவுக்கு எல்லோரும் பாவங்களாகவே தெரிவார்கள். குழந்தைகளும் பெரியவர்களும் நெல்வயல்களும் நீரும் மீன்களும் கள்ளுக் கடைக்காரரும் சாராய போதையும் என எல்லோரையும் எல்லாவற்றையும் பாவங்களாகவே அவர் பார்ப்பார். காங்கிரஸுக்கு ஓட்டு போட்டுக் கொண்டிருந்த தாத்தய்யா ஏ.கே.ஆண்டனியின் ஆட்சிக்காலத்தில் மதுவிலக்கைக் கொண்டுவந்தபோது காங்கிரஸ் விரோதியானார். ஆண்டனிதான், தான் குடிக்கும் கடையைப் பூட்டினார் என்று நம்பிய தாத்தய்யா மற்றொரு கடை வாசலில் நின்று இப்படிச் சொன்னார்.

''அவன் யாரு... என்னுடைய *ராக்கை நிறுத்த... என் அப்பனா...? வெளிய பிராண்டி வாங்கிக் குடிக்க எங்கிட்ட காசு வேண்டாமா...? அறிவு கெட்டவன்...''

நீண்ட நேரம் மெனக்கெட்டுக் கிடைக்கும் மீனை விற்றுத்தான் தாத்தய்யா சாராயம் குடித்துக் கொண்டிருந்தார். குடித்துவிட்டால் அதீத மௌனத்திற்குள் போய்விடுவார். தலைகுனிந்து முச்சந்தியின் வழியில் சும்மா நடப்பார். யாரிடமும் சண்டைக்குப் போக மாட்டார். கிடைத்ததில் ஆனந்தமோ கிடைக்காமல் போனதில் புகாரோ இல்லை. தெருவோரத்தில் அப்படி நடக்கையில் தாத்தய்யா சொல்வார்.

''யோசிச்சா ஒரு முடிவே இல்லை. யோசிக்கலன்னா ஒரு மண்ணும் இல்லை''

முடிவையும் முடிவின்மையையும் தேடி பரஸ்பரம் அடித்துக் கொள்பவர்களுக்கு நடுவில் சொந்தமான தூண்டில்முள்ளின் அசைவைப் பார்த்தபடி அதில் மட்டுமே கவனம் செலுத்தி மீன் பிடித்து, தாத்தய்யா ஓடைக்கரையினூடாக நடக்கும்போது நான் இதையெல்லாம் நினைத்துப் பார்த்தேன். கூடவே அன்றைய என் நண்பர்களையும் நினைத்துக்கொண்டேன்.

பலரும் மீன் பிடிப்பதற்காக வரவில்லை. சும்மா ஓடைக்கரையில் நடக்க, ஓடைத் தண்ணீரில் குளிக்க, கடும் ஆரஞ்சு நிறத்தில் பழுத்து நிற்கும் அன்னாசிப் பழங்களை பறித்துத் தின்ன... நோக்கம் பல இருந்தாலும் நாங்கள் ஒன்றாய் நடந்தோம். ஒன்றாய்ப் பாட்டுப் பாடி, ஒன்றாய் சத்தமாகச் சிரித்தபடி நடந்தோம். ஒருத்தனுடைய காதலியைப் பார்க்க அவளுடைய வீட்டின் முன்பாக எல்லோருமே நடந்தோம். அங்கேயிருந்து வாங்கிய மிக மோசமான திட்டுகளையும் பங்கிட்டெடுத்துக் கொண்டோம். கீழே விழுந்த தேங்காய்களையும் பறித்தெடுத்த அன்னாசிப் பழங்களையும் பங்கிட்டுக் கொண்டோம்.

---

*ராக்கு - சாராயம்

ஓடையில் பெண்கள் துவைத்துக் கொண்டோ குளித்துக் கொண்டோ இருப்பார்கள். எங்களுடைய குரல் தூரத்தில் கேட்டாலே அவர்கள் ஜாக்கிரதை ஆகி விடுவார்கள். நாங்கள் பக்கத்தில் போகும் நேரம் அவர்களில் யாராவது ஒருத்தி சத்தமாய்க் கூப்பிட்டுச் சொல்வாள்.

"பாரு... பாரு... பாக்கறதப் பாரு, இந்தப்பக்கம் பாக்கக்கூடாது... சரியா"

அப்படியான குரல் கேட்டால் பார்க்கவேண்டாமென்று நினைப்பவர்களுக்குக் கூடப் பார்க்கத் தோன்றும்.

"உங்ககிட்ட இங்க பாக்கக்கூடாதுன்னு சொன்னோம்ல?"

"நாங்க உங்களப் பாக்கல, சத்தம் கேட்டபோது பாத்தோம்"

"உன்னோடதெல்லாம் ஒரு போக்கு... ம்..."

நனைந்த துணியால் உடல்மூடி அவர்கள் நிற்பார்கள். வாய்ப்பிருந்தால் காற்று வந்து அசைத்து தேகம் மூடிய துணிகளைக் கொஞ்சம் அசைத்துப் பார்க்கும். ஏதாவது கொஞ்சம் பார்த்துவிட்டு, ஏதோ மகா அற்புதங்களைப் பார்த்து விட்டமாதிரி வாய் பிளந்து பல நண்பர்கள் முன்னேறிச் செல்வார்கள். சில நேரங்களில் அப்படிப் பிளந்த வாயின் வழியாக ஈ புகுந்துவிடும்.

சந்தோஷமாக இருக்க எளிமையான விஷயங்களே போதும். ஏதாவது உதட்டிலிருந்து கீழே சிந்திவிடும் ஒரு சிரிப்பு, ஏதாவது ஒரு தலை முடியிலிருந்து கீழே விழுந்த பூ, ஏதாவது தூண்டிலில் சிக்கிய ஒரு மீன், துண்டை நீட்டிப் பிடித்துத் தண்ணீரின் எதிர்ப்புறத்தில் இழுத்துப் பிடிக்கப்படும் குட்டிப் பரல் மீன்கள், அவற்றின் தங்க நிறமுள்ள கண்களில் துடிக்குமொரு உயிர்த் துடிப்பு... மீண்டும் நீரில் விட்டால் அதன் சந்தோஷத் துள்ளல்...

தாத்தய்யா எப்போதும் மீன் பிடிக்க உட்காரும் மஞ்சணத்தி மரம், அதே மாதிரி அங்கேயே இருக்கிறது. நடந்து தளர்ந்துபோன நான் அதன் நிழலில் உட்கார்ந்தேன். வறண்டு பிளந்துபோன நிலங்களின் வழியாக வந்த சூடான காற்று என்னைத் தொட்டது. கூடை கவிழ்ந்தது

போலிருக்கும் முடிக்கற்றையை என்னால் இங்கிருந்து பார்க்க முடிந்தது. அந்தக் கருத்த முதுகின் வழியாக வழியும் வியர்வையின் சிறு ஓசை எனக்குக் கேட்டது. ஓடைத்தண்ணீரில் மிதந்து கிடக்கும் தூண்டிலின் அடையாளமாகச் சின்னச் சுள்ளிக்கொம்பில் தன் எல்லா இந்திரிய குணங்களையும் ஒப்புக்கொடுத்துச் சப்பணம் கொட்டி உட்கார்ந்தபடியே தாத்தய்யாவின் மணத்தை நான் அறிந்தேன்.

''அண்ணா...'' நான் கூப்பிட்டேன்.

''உம்?''

''இன்னக்கி மீன் கிடைக்குமா...?''

''என்னைக்கும் கிடைக்கும்''

''என்னைக்குமா... ''

''ஆமாம், என்னைக்கும்...''

எனக்கு முன்னால் அந்தச் சுள்ளிக் கொம்பு லேசாகத் தண்ணீரில் அசைந்தது. பிறகு வட்டமடித்து நீருக்குள்ளாக அமிழ்ந்து கீழே கீழே போனது. இரை விழுங்கிய விரால் மீன் தூண்டிலையும் இழுத்து ஓடிக் கொண்டிருந்தது. அதை இழுத்தெடுக்க, தாத்தய்யா இல்லாத சுள்ளென எரியும் வெயிலில் நான் சுற்றிலும் பார்த்தேன். பூமி பிளந்துபோன, பச்சையத்தின் நினைவுகளால் கிடந்த நிலங்களில் தூசு உயர்ந்தெழுந்தது. தூரத்தில் பாக்குத் தோட்டத்திலிருந்து வெள்ளைக் கொக்குகள் உச்சி வெயிலுக்குப் பறந்து உயர்ந்தன.

''பீடி தாயேன்...''

நான் என் சட்டைப் பையிலிருந்து பீடி எடுக்கிறேன். பூமியின் சப்தங்களுக்கும் காட்சிகளுக்கும் அந்தப்பக்கம் எனக்குத் தெரியாத ஓடைக்கருகில் கடவுளின் எல்லையற்ற கருணையின் கண்ணீர் ஜலத்தில் தாத்தய்யா தூண்டில் போட்டுக் கொண்டிருக்கிறார்.

''பீடி தாயேன்...''

தாத்தய்யா கடவுளிடம் பீடி கேட்கிறார். கடவுள் தான் பிடித்த பீடியின் பாதியை அவருக்கு நீட்டுகிறார். தன்னுடைய தண்ணீருக்குள் என்னவென்று தெரியாத கடவுள், புரியாமல் தாத்தய்யாவிடம் இப்போது கேட்டுக்கொண்டிருக்கலாம்:

"இன்னக்கி மீன் கிடைக்குமா தாத்தய்யா...?"

"என்னைக்கும் கிடைக்கும்..." பீடிப் புகையின் சுகமான லகரியில் தாத்தய்யா சொல்கிறார்.

"என்ன மீன்?"

கடவுளுக்குத் தெரியாத ஜல ரகசியங்கள் தெரிந்து வைத்திருக்கும் தாத்தய்யா ஒன்றும் பேசாமல் கள்ளச் சிரிப்பு சிரிக்கிறார். அந்தச் சிரிப்பில் கடவுள் தன் குழந்தைப் பருவத்தைத் தரிசித்திருக்கலாம்.

இந்தப் பூமிக்கு முன்னால்... இந்த ஆகாயங்களுக்கு முன்னால்... கணக்கற்ற நட்சத்திரங்களுக்கு முன்னால்... எல்லையில்லாத பிரபஞ்சங்களுக்கு முன்னால்...

கடவுளின் நண்பனாயிருக்கும் தாத்தய்யாவைப் பிரிந்து நான் திரும்புகிறேன். தான் பிடிக்கும் மீன்களை விற்று, கொஞ்சம் சாராயம் குடிக்கும் தாத்தய்யா இனி என்ன செய்வாரென்று நான் யோசிக்கிறேன். பிளந்த நிலங்களினூடாக அனல்காற்று வீசுகிறது. வானம்வரை உயரும் இந்தத் தூசுப் படலங்களுக்குக் கை மறைத்து, கடவுள் தாத்தய்யாவுக்குக் காவல் உட்கார்ந்திருக்கலாம்.

காவல்கள் ஏதுமில்லாத இந்தப் பூமியின் இந்த ஓடைக்கரையின் வழியாக நான் திரும்பி நடந்து கொண்டிருக்கிறேன். தாழம்பூக் காடுகள் நிறைந்திருந்த வழியினூடாக ஆடுகளை ஓட்டிக்கொண்டு ஒரு முதியவள் முன்னால் நடந்து கொண்டிருக்கிறாள். யாரோ கூப்பிட்டுச் சொல்கிறார்கள்,

"பாத்து... பாத்து... ஏய்... இங்க பாக்காதீங்க சரியா..."

இல்லை, நான் பார்க்கவில்லை. பார்க்கவும் பார்த்ததைச் சொல்லவும் என்னுடன் யாருமில்லை. உங்களுடைய கெட்ட வார்த்தைகளைப் பங்கிட்டு வாங்கிக் கொள்ளவும் என்னுடன் யாருமில்லை. இந்த மத்தியான வெயிலில்... இந்த அனல்காற்றில்... நான் முற்றிலும் தனியானவன். எனக்கு முன்னால் ஆட்டை ஓட்டிக் கொண்டு நடந்த முதியவளின் முகத்தை என்னால் ஞாபகப்படுத்த முடிகிறது. அவளுடைய சின்ன மகளுக்குக் கொடுக்க, காதலன் லத்தீஃபுக்கு நான்தான் காதல் மொழிகள் எழுதிக் கொடுத்தேன். அதற்கான பதில் கடிதத்தில் அந்தப்பெண் அவனுக்காக எழுதினாள்.

'உன்னை எனக்குப் பிடிக்கும். அது எந்த அளவுக்கென்று கேட்டால் எனக்குச் சொல்லத் தெரியாது'

அளந்தெடுக்க முடியாமல் அன்பின் கடலில் யாரெல்லாமோ இந்தப் பூமியில் எப்போதும் காதலித்துக் கொண்டிருக்கலாம். வழி தவறிப்போன முதியவள் என்னிடம் கேட்கிறாள்:

"நீ எங்கேயிருந்து இந்த உச்சி வெயில்ல வர்றே...?"

உச்சி வெயிலிலிருந்து உச்சி வெயிலுக்கான பயணங்களில் நாம் இது போல நிறைய ஆட்களைப் பார்க்கிறோம். கொஞ்சமும் அறிமுகமில்லாத எனக்கு அவர்கள் தாகஜலம் தரவும் செய்கிறார்கள். நெஞ்சில் கிடந்து துடிக்கும் இந்த மீனை, தாத்தய்யா பிடிப்பதற்காகப் பிறந்த இந்த வெரால் மீனை நான் தண்ணீருக்குள்ளே திருப்பி அனுப்புகிறேன்...

சாந்தி...

# ஜெயராமின் கன்னம்

தொண்ணூறுகளிலாக இருந்தது. இளைஞர்களின் அழகு பற்றிய கற்பனை மோகன்லாலின் மம்முட்டியின் ஜெயராமின் கொழுத்த கன்னங்களிலும், அடர்ந்த மீசையிலும் கொஞ்சம் வெளியே தெரியும் வயிற்றிலும் மெய்மறந்து துடித்துக் கொண்டிருந்த நாட்கள்.

ஒட்டிய கன்னங்கள் லேசாகக் கொழுக்கவும், மீசையை அடர்த்தியாக்கவும், தொப்பை லேசாக விழவும் இளைஞர்கள் பல வழிகளையும் கையாண்டார்கள். ஒன்றும் சினிமா நடிகர்கள் அளவுக்கு வரவில்லை. பெண்களுக்கும் அந்தக் காலத்தில் கொழுத்த கன்னங்களும் அடர் மீசையும் உள்ளவர்களைத்தான் பிடித்திருந்தது. அதனால்தானே இளைஞர்கள் அதற்காக அவஸ்தைப்பட்டு அலைந்தார்கள்.

சாக்கோச்சனின் வரவால் கொழுத்த கன்னங்களும் அடர் மீசையும் கட்டாயமானது. அது இரண்டும் இல்லாமல் வாழ்ந்து என்ன பயன் என்றாகிவிட்டது. மற்றவர்களைக் குறை சொல்லக்கூடாது...! நானும் ரகசியமாகக் கன்னம் கொழுக்கவும், மீசையை அடர்த்தியாக்கவும் வயிறு கொஞ்சம் பூசினாற்போலத் தெரியவும் ஆசைப்பட்டேன். கொழுத்த கன்னங்களும் தடித்த மீசையுள்ளவர்களிடம்தான் வாலிபப்

பெண்களுக்குப் பிரியமென்ற சிந்தனை அனுபவத்தின் வெளிச்சத்தில் எனக்கும் ஏற்பட்டது.

என் நண்பனொருவன் அவனுடைய ஒட்டிய கன்னங்கள் தெரியக்கூடாதென்றும் ஜெயராமின் கன்னங்களைப் போல கொழுத்து வரவேண்டுமென்பதற்காக இரண்டு சின்ன நெல்லிக்காய்களை கன்னத்திற்குள் அழுத்தி வைத்துப் பழக்கினான். நண்பர்களோடு பேச வேண்டிய தருணங்களை முக்கால்வாசி தவிர்த்தான். அப்படியும் பேசும் தேவை ஏற்படும்போது நண்பர்கள் நெல்லிக்காயைப் பார்த்து விடுவார்கள். விஷயம் அம்பலமாகும். அப்படி ஒருமுறை பேச வேண்டிய கட்டாயத்தில் வாயைத் திறந்தபோது நெல்லிக்காய் கீழே விழுந்துவிட்டது. அன்றிலிருந்து அவன் 'நெல்லிக்கா மானு' என்ற பட்டப் பெயருடன் அழைக்கப்பட்டான்.

ஒட்டிய கன்னத்தால் தூக்கம் கெட்டுப் போனவர்கள் பலரும் காதல் தோல்விப் பாடல்களை டேப் ரிக்கார்டரில் வைத்துக் கேட்டு, பெண் வர்க்கத்தை மொத்தமாய்த் திட்டித் தீர்த்து, தாடியும் வளர்த்துக் கொண்டு நடந்தார்கள். அந்தக் காலத்தில் தாடி வளர்த்தால் புத்தி ஜீவியென்றும் சொல்வார்கள். புத்தி ஜீவிகளானால் பிறகு, காதல் உணர்வு அவசியமில்லையென்று மனதிற்குள் தங்களைத் தாங்களே சமாதானப்படுத்திக் கொண்டு வெளியே நடித்தும் அவார்டு படங்கள் பார்த்தும் நடந்தார்கள்.

பார்த்துக் கொண்டேயிருக்க இரண்டு பேருடைய கன்னங்கள் ஒவ்வொரு நாளும் கொழுத்துக் கொண்டே வந்தன. கொழுத்துக் கொழுத்து சாக்கோச்சனின் கன்னங்களைப் போலானபோது, அவர்கள் இரண்டு பேரும் ஊரில் கதாநாயகர்கள் ஆனார்கள். ஒருத்தன் அரும்ப ஆரம்பித்திருந்த மீசையில் மை தீட்டி அடர் மீசையாக்கினான். பெண்களின் பார்வைகள் அந்தக் கொழுத்த கன்னத்தில் போய் விழுவதைப் பார்க்கும் போதெல்லாம் பொறாமைப்பட்ட நான் மதுசூதனன் நாயரின் 'நாராணத்துப் பிராந்தன்' பாடலை எப்போதும் கேட்கத் தொடங்கினேன்.

பெண்களைச் சென்று சேரும் பார்வைகளையும், அவர்களுக்காக விரியும் சிரிப்புகளையும் பார்த்துப் பலருக்கும் தாங்க முடியாத அவஸ்தையாகி விட்டது. அந்தச் சௌந்தர்யத்தின் ரகசியத்தைக் கேட்டு நின்றவர்களிடம் அவர்கள், நாங்கள் ஹோட்டலிலிருந்து இரண்டு நேரமும் புட்டும் மாட்டிறைச்சியும் சாப்பிடுகிறோமென்று சொன்னார்கள். இல்லாத காசு சேர்த்துப் பலரும் புட்டும் மாட்டிறைச்சியும் சாப்பிடத் தொடங்கினார்கள். வேலை செய்த கூலிக்கு முழுவதும் புட்டும் இறைச்சியும் சாப்பிட்டும் கன்னங்களிலும் வயிற்றிலும் மாற்றமொன்றும் வரவில்லை.

ரகசியமாக விசாரிக்க ஆரம்பித்தோம். அந்த இருவரில் ஒருவர் மருந்தகத்தில் வேலை பார்க்கிறார். அப்படியானால் அவர் குடித்தது ஏதாவது டானிக்காக இருக்கலாம் என்று நினைத்த சிலர், உடல் பருக்க டானிக் வாங்கிக் குடித்தார்கள். டானிக் விற்றவர்கள் நன்றாக இருந்தார்கள் என்பதைத் தவிர்த்துக் குடித்தவர்களுக்கு ஒரு மாற்றமும் வரவில்லை.

சாக்கோச்சன் உச்சத்திலிருந்த நாட்கள். பெண்பிள்ளைகள் பலருடைய புத்தகங்களிலும் படுக்கையறையிலும் மேசையிலும் சாக்கோச்சனின் படங்களிருந்தன. சாக்கோச்சனின் அந்த அடர் மீசையைக் கொளுத்தவும் கொழுத்த கன்னங்களைக் குத்திக் கிழிக்கவும் பலரும் விரும்பினார்கள். நடக்காத விஷயமானதால் அவர்கள் அதன் பின்னால் போகவில்லை. சாக்கோச்சனுடைய முகமிருக்கும் சினிமாப் போஸ்டர்களைக் குத்திக் கிழித்துப் பலரும் தங்களை ஆசுவாசப்படுத்திக் கொண்டார்கள்.

இது இப்படியேயிருக்க, வேறு நான்கு பேர் சில நாட்களிலேயே கன்னமெல்லாம் கொழுத்து, சிறியதாக தொப்பையெல்லாம் விழுந்து கம்பீரமாய் நடந்தார்கள். அவர்கள் அந்த ரகசியத்தை ஒளித்து வைக்கவில்லை. 'குன்னங்குளத்தில்' உடல் தேறுவதற்கான மருந்து தரும் ஒரு மருத்துவர் இருக்கிறார், ஒரு வாரத்திலேயே யாரையும்

சாக்கோச்சனைத் தோற்கடிக்கச் செய்யும் அளவுக்குக் கன்னங்களை ஏற்படுத்தித் தருவார் என்றும் சொன்னார்கள்.

அதன் பிறகென்ன! குன்னங்குளத்துக்குப் பிரவாகமெடுத்துப் போக ஆரம்பித்தோம்.

போய் வருபவர்களெல்லாம் ஒரு வாரத்திலும் பத்து நாட்களிலும் கன்னமெல்லாம் கொழுத்து, வயிறெல்லாம் சற்றே பெரிதாகத் தெரிய சட்டையும் பேண்டும் அணிந்து, சட்டையை இன் செய்து சாக்கோச்சனைத் தோற்றுப் போகச்செய்து ஸ்லோமோஷனில் நடந்தார்கள். யாரைப் பார்ப்பதென்று தெரியாமல் பெண் பிள்ளைகள் குழம்பிப் போனார்கள். யாரிடம் சிரிப்பது...? எல்லோரும் கொழுத்த கன்னங்களுள்ள கம்பீரமானவர்கள். மெல்ல மெல்ல பெண்களும் பூசினாற்போலானார்கள். அந்த நாட்களில் ஷாலினியும் சுஜித்ராவும்தான் அவர்களுடைய ரோல்மாடல்களாக இருந்தனர்.

பிரச்சனை என்னவென்றால் மருந்து குடிப்பதை நிறுத்தினால் உடல் சட்டெனக் குறைந்தது. குறைவது மட்டுமல்ல, முன்பிருந்ததை விடவும் கொஞ்சம் குறைந்தது. அதனால் யாரும் மருந்து குடிப்பதை நிறுத்தவில்லை. இதற்கிடையில் இதே மருந்தைப் பொடித்து லேகியத்தில் கலந்து 'சாவக்காட்டின்' ஒரு வைத்தியரும் விற்க ஆரம்பித்தார். ஆயுர்வேதம்தானே... பக்க விளைவுகள் எதுவும் இருக்காது என்று நம்பி அதன்பிறகு எல்லோரும் அங்கே போகத் தொடங்கினார்கள். காயிலான் கடையில் லேகியப் பாட்டில்கள் சிறு குன்றாய்ச் சேரத் தொடங்கின. ஆத்திரம் அதிகமாக, குன்னங்குளத்தையும் சாவக்காட்டையும் ஒன்றாய்த் தின்று ஒருத்தன் ஒரே வாரத்தில் தடியாய்ப் பெருத்துப் போய், மூச்சுக்கூட விட முடியாமல், மெடிக்கல் காலேஜ் மருத்துவமனைக்குச் சென்று மரணத்தைத் தொட்டுவிட்டுத் திரும்பி வந்தான். அவன் பிறகு வாழ்வில் ஒருமுறைகூட உடல் தேற மருந்து சாப்பிட்டவனில்லை.

மருந்து சாப்பிட்டவர்களுக்கெல்லாம் நல்ல பசியும் தாகமும் எடுத்தன. இரண்டு பரோட்டா சாப்பிடுபவன் ஆறு பரோட்டாவும் மூன்று இறைச்சித் தட்டுகளையும் சுலபமாய்க் காலி செய்தான். விஷயம் என்னவென்றால், எனக்கு புத்தி ஜீவியென்ற ஆஸ்தானப் பட்டம் இருந்தாலும் நமக்கும் இருக்கிறதல்லவா உணர்ச்சிகள்!

நாங்கள் நான்கு பேரும் சேர்ந்துதான் குன்னங்குளத்திற்குப் போனோம். குன்னங்குளம் பேருந்து நிலையத்திலிருந்து அந்த கிளினிக்கிற்கு நடந்து போகுமளவு தூரம்தான் இருக்கிறது. மதுபானக் கடைகளில்கூட இல்லாத கூட்டமாகயிருந்தது அங்கே. அன்றைய நாட்களில் இருநூறு ரூபாய் கொடுத்து சீட்டு வாங்கிக் காத்திருந்து நான் மருத்துவரைப் பார்த்தேன். அவர் பேர் எழுதிய போர்டில் எம்.பி.பி.எஸ்.க்குப் பின்னால் ஏராளமான டிகிரிகள் எழுத்து மாலைகளாய்க் கோர்த்துக் கிடந்தபோது எனக்கும் ஏதோ நிறைவாக இருந்தது. மருத்துவர் சாதாரணமானவரில்லை! என் முறை வந்ததும் நான் உள்ளே அழைக்கப்பட்டேன். அங்கு அவருடைய உதவியாளர் என்னைப் பார்த்ததும் எடை பார்த்து அதை, சீட்டில் குறித்துக்கொண்டு மருத்துவரிடம் கொடுத்தார்.

மருத்துவர் தமிழ் கலந்த மலையாளத்தில் பேசினார். அவர் முதலிலேயே அதிஅற்புதமாகச் சிரித்தார். பிறகு பெயர் கேட்டார், வயதைக் கேட்டார். வேலையைப் பற்றிக் கேட்டார். அப்புறம்தான் ஹை லைட் வந்தது.

"உனக்கு என்னப்பா வேணும்...?"

"........................"

"கன்னம்"

"உம்"

"அப்பறம்..."

‘‘.........’’

‘‘பல்லு...’’

’’உம்’’

மருந்து எழுதிய சீட்டைத்தந்து ஒரு வாரம் தொடர்ந்து மருந்து சாப்பிட்டுவிட்டு இன்னுமொருமுறையும் வரச் சொன்னார். அந்த மருந்துகள் அவர் நடத்தும் மருந்துக்கடையில் மட்டுமே கிடைக்கும். மருந்து குறைந்த விலையிலேயே கிடைத்தது. அந்த விலை குறைந்த மருந்தைத்தான் வாங்கிப் பொடியாக்கி லேகியமாக்கி ஆயுர்வேதமென்று சாவக்காடு மருத்துவர் தருகிறார். மருந்தை எல்லாம் வாங்கி நாங்கள் இரவே ஊருக்குத் திரும்பினோம். அதன் பிறகு மாத்திரைகள் சாப்பிட்ட பிறகான காத்திருப்புகள் தொடங்கின. காலையில் மாத்திரை சாப்பிட்டால் வயிறு அப்படியே எரிந்து தள்ளும். கையில் கிடைப்பதெல்லாம் தின்று தீர்க்கத் தோன்றும். எந்தத் தண்ணீரயும் எடுத்துக் குடித்து விடுவோம். எவ்வளவு சாப்பிட்டாலும் பசி, மறுபடியும் பசி, தீராத பசி...

மீன் அதிகம் சாப்பிடாத நான் வேலையிடங்களில் கிடைக்கும் மீனையெல்லாம் தின்னத் தொடங்கினேன். மூன்று நாட்கள் தாண்டவில்லை. கண்ணாடி என் கொழுத்த கன்னத்தைக் காண்பித்தது. அந்தஸ்து... அபிமானம்... உள்ளேயொரு ஆனந்தச் சிரிப்பு... பொதுவாகத் தலை குனிந்து நடக்கும் நான், என் கொழுத்த கன்னங்களை ஊர்க்காரர்கள், முக்கியமாக பெண்பிள்ளைகள் பார்ப்பதற்காகத் தலை உயர்த்தி நடந்தேன்.

மூன்று நாட்களுக்குப் பிறகு ஒட்டிக் கிடந்த வயிறு முன்னால் வரத் தொடங்கியது. கைகால்கள் தடிக்கத் தொடங்கின. இரண்டாவது முறை குன்னங்குளம் பயணம் முடித்து வந்து மூன்று நாட்களுக்குப் பிறகு என்னுடைய சட்டையையெல்லாம் போட முடியவில்லை. இப்போது பாண்ட் போட்டு சட்டையை இன் செய்து நடந்தால் நானும் ஏறக்குறைய

சாக்கோச்சன் மாதிரியே இருந்தேன். பத்து நாட்களில் ஆறு கிலோ கூடியிருந்தேன்.

அபிமானமும் அந்தஸ்தும் உரத்த சிரிப்பும் இருந்தாலும் கண்ணாடி என்னிடம் பொய் சொல்லவில்லை. என் முகம் உப்பிப்போய்க் கெட்டியாகத்தான் இருக்கிறது. பல் வலி வந்து நீர் கட்டியது போன்ற அவஸ்தை. கண்களில் ஒளி மங்கியிருந்தது. மொத்தத்தில் ஒரு சோர்வான தன்மை. ஆனாலும், இப்போது பெண்களின் பார்வை நம்மீது படுகிறதேயென்ற புளகாங்கிதங்களில் மருந்தும் சாப்பிட்டு நாட்கள் போகப்போக மெல்ல ஜுரமும் வந்தது. இரண்டு நாட்கள்தான் ஜுரம் இருந்தது. ஆனால், கூடின அந்த ஆறு கிலோவும் மேலும் இரண்டு கிலோவும் சேர்ந்திறங்கியது.

கொஞ்சம் விவேகம் மீதி உள்ளதால் நான் குன்னங்குளம் மருத்துவரின் சீட்டையெடுத்துக் கொண்டு கோட்டக்கல் வடுக்கூட்டு மருத்துவரைப் பார்க்கப் போனேன். குன்னங்குளம் மருத்துவரைப் பார்த்ததும் எடை கூட மருந்து குடித்ததும் பசி கூடியதும் எடை கூடி அதன் பின்னாலேயே ஜுரம் வந்ததையும் அதன் பிறகு எடை மொத்தமாய்க் குறைந்ததையும் தொடங்கி உடல் உபாதைகளையெல்லாம் சொன்னேன். பொதுவாக அப்படிச் சிரிக்காத மருத்துவர், என்னைப் பார்த்து உரக்கச் சிரித்தபிறகு அந்த மருந்துகளின் தன்மை பற்றியும், மருத்துவரின் எம்.பி.பி.எஸ்.க்குப் பின்னால் உள்ள டிகிரிகளின் ரகசியங்களைப் பற்றியெல்லாம் எனக்குச் சொன்னார். விற்பனைக்குள்ள கால்நடைகளுக்கு இந்த மாத்திரைகளில் அடங்கியிருக்கும் மருந்துகளை ஊசி மூலம் உள்ளே செலுத்துவார்கள். அப்போது கால்நடைகள் அதிகமாகத் தண்ணீர் குடித்துத் தடித்துக் காணப்படுமென்றும் அப்படி அவற்றை அதிக விலைக்குச் சந்தையில் விற்பனை செய்வார்களென்றும் வடுக்கூட்டு டாக்டர் சொன்னார்.

நான் வாய் பிளந்து அதையெல்லாம் கேட்டுக் கொண்டிருந்தேன். அந்த மருந்தில் ஏதாவது மீதியிருந்தால் அதைச் சாப்பிட

வேண்டாமென்றும் சொன்னவர், எனக்கு விட்டமின் மாத்திரைகள் மட்டும் தந்தார். எடை கூட வேண்டுமென்ற என் நினைப்புக்கு அங்கே நான் முற்றுப்புள்ளி வைத்தேன். நண்பர்களிடம் நான் எல்லாவற்றையும் சொன்னாலும், அவர்களால் அதை அவ்வளவு சீக்கிரம் ஏற்றுக் கொள்ள முடியவில்லை.

அப்பறம்... அப்பறம்... அந்த மருந்துகள் கோட்டக்கல் மருந்துக் கடைகளிலேயே கிடைக்க ஆரம்பித்தபோது இளைஞர்கள் குன்னங்குளத்துக்குப் போகாமல் மருத்துவரைப் பார்க்காமல் மருந்துக் கடைகளிலேயே வாங்கிச் சாப்பிட ஆரம்பித்தார்கள். எடை குறைந்தும் கூடியும் ஜுரம் வந்தும் இளைத்தும் மீண்டும் மருந்து குடித்து எடையையும் கூட்டியெடுத்து சாக்கோச்சனும் மம்முட்டியும் மோகன்லாலும் ஜெயராமும் எல்லாருமாக அவர்கள் வாழத் தொடங்கினார்கள்.

என்னுடைய பித்துகள் அவ்வளவும் வாசிப்புக்கே திரும்பியது. குன்னங்குளத்தின் 'பல்லை'யும் 'கன்னத்தையும்' செய்து கொடுக்கும் மிக நீண்ட பட்டங்கள் உள்ள மருத்துவரை அங்கேயிருக்கும் மக்களே அடித்து விரட்டிவிட்டார்கள் என்று கேள்விப்பட்டேன். அவர் கொடுத்த மாத்திரைகள் சாப்பிட்டுப் பிரச்சனைக்குள்ளான, திருமணம் நிச்சயிக்கப்பட்ட ஒரு பெண், மருத்துவக் கல்லூரிக்குப் போன பிறகும் காப்பாற்ற முடியாமல் இறந்து போனாளாம்.

என்னென்ன ஆசைகளும் பைத்தியங்களும் மனித மனதை ஆக்ரமித்துக் கொண்டிருக்கிறது...? இப்போது ஊரில் ட்ரெண்ட் உறுதியான மெலிந்த உடல். என்னுடைய வயதொத்தவர்கள் ஜிம்மிற்குப் போகத் தொடங்கியிருக்கிறார்கள். அவர்களுடைய நெஞ்செல்லாம் விரிந்தும் வருகிறது. தொப்பை போட மருந்து சாப்பிட்டவர்களெல்லாம் இப்போது ஜிம்மில் போய் வயிற்றைக் குறைக்கக் கடினமாக ஏதேதோ பயிற்சியெடுத்துக் கொண்டிருக்கிறார்கள். பெண் பார்வைகளோடு இப்போது பெரிய

ஆர்வமொன்றும் இல்லாததால் நான் ஜிம்முக்குப் போகாமல், தொப்பையையும் தடவிக்கொண்டு, என் வேலையைச் செய்துகொண்டு கிடைக்கும் நேரத்தில் இப்படிச் சிலதெல்லாம் எழுதி, உங்களைத் துளித்துளியாகக் கொன்று கொண்டிருக்கிறேன். கன்னம் கொழுத்துத் தெரிய கன்னத்தின் உள்ளே நெல்லிக்காய் வைத்து நடந்த, நெல்லிக்கா மானுவிற்கு நன்றி சொல்லாமல் இருக்க முடியாது

அவனுக்கும் அந்தக் காலத்திற்கும் நன்றி. அதன் பைத்திய நினைவுகளுக்கும் நன்றி. சுற்றுச்சூழல் மாற்றத் துடிப்புகளுக்குப் பதில் தேடிப் பல வழிகளில் அலைந்து திரிந்து, நிழல்கள் தேடியும் கிடைக்காமல் போயும் வாழும் ஒவ்வொரு மனிதருக்கும் நன்றி. ஒவ்வொரு மனிதருக்கும் அன்பு...

## எச்சில் பிரணயம்

உன் சொந்தக்காரரின் சின்ன ஆலையில் நான் வேலை பார்த்த நாட்கள் உனக்கு ஞாபகம் இருக்காது. மறதியின் செல்லரிக்காமல் அந்தக் காலம் இப்போதும் எனக்குள்ளிருக்கிறது. என் இளமைக் காலத்திலும் உன்னுடைய இளமையின் தொடக்கக் காலகட்டத்திலும், அதன் ஆகாயத்தில் எத்தனையெத்தனை பறவைகள் கடந்து போயின. எத்தனை அஸ்தமனங்கள் சோக மேகங்களை நெஞ்சிலேற்றிக் கடந்து போயின...

ஜப்பான் ப்ளாக்கும் டர்ப்பன்டைனும் தயாரிக்கும் ஆலையில் நான் ஒரு ஆள் மட்டுமே வேலைக்கு இருந்தேன். வேலை நேரங்களில் நான் அணிந்திருக்கும் ஆடைகளிலும் செருப்பிலும் கைகளிலும் முகத்திலும் தாரின் கருப்புநிறம், விகார எழுத்துகளாகப் படர்ந்திருந்தன. அதைக் காண்பித்து நீ என்னைக் கேலி செய்வாய். தார் பூசிய என்னுடைய உடைகளுக்கு நீதான் வெளிநாட்டுத் துணியென்று பெயர் வைத்தாய்.

"இது ஃபாரின் துணியா...?"

நீ கேட்பதுண்டு. ஒவ்வொரு முறையும் உன் கேள்வியில் நான் கேட்டது கவிதையாயிருந்தது. ஆனால், அந்தக் கவிதைகளுக்கு மேல்

அதீத கேலியின் பர்தா இருக்கிறதென்று புரிய எனக்கு அதிக நாட்கள் தேவைப்பட்டன. என் அழுக்கான துணிகளிலும் உடலிலும் முகத்திலும் புரண்ட தாரை, நீ கேலி செய்திருக்கிறாய். நீ உணராமல் போன மற்றொன்றுண்டு. அந்த வேலையிலிருந்து எனக்குக் கிடைக்கும் சம்பளம் என் உப்பாவுக்கு மிகவும் உதவியாக இருந்தது. அன்றாட வாழ்க்கையைத் தள்ளிக் கொண்டுபோகப் படாத பாடுபடும் உப்பா உனக்கில்லை. குழந்தைகளுக்கு உணவு கொடுக்க வாழ்வின் குறுக்கும் நெடுக்கும் ஓடும் உப்பாக்களையோ உம்மாக்களையோ நீ பார்த்ததேயில்லை.

உன்னுடைய உணவு மேசையில் தேவைக்கும் அதிகமாக உணவு வகைகள் இருந்தன. உணவு மேசையே இல்லாமல் காரை பெயர்ந்து போன சமையலறையில் என் உம்மா பாத்திரங்களைப் பரப்பி வைத்து, அதில் கஞ்சியைக்கூட அளந்துதான் ஊற்றுவாள். தவறிப் போகாமல் அளவுகள் கஞ்சிப் பாத்திரங்களுக்குப் பசியோடு நீளும் பன்னிரெண்டு கைகளை நீ பார்த்திருந்தேயானால் என் பொதிச்சோற்றையும் வெங்காயத் துவையலையும் காந்தாரி மிளகுத் துவட்டலையும் பரிகசித்திருக்க மாட்டாய்.

அந்தப் பொதிச்சோற்றைக் கூடக் கொண்டுவர முடியாத நாட்களில் உன் வீட்டுச் சமையலறை முற்றத்தில் மண் தரையில் உட்கார்ந்து உன்னுடைய உம்மா தரும் சாப்பாட்டை அள்ளி அள்ளித் தின்றவன் நான். எத்தனை கழுவினாலும் துர்நாற்றம் போகாத என்னுடைய துணிகளிலிருந்து வரும் வீச்சம் தாங்காமல் உன்னுடைய உம்மா மூக்கைப் பொத்துவதைக் கவனித்தபடி நான் அந்தச் சாப்பாட்டை தின்று தீர்த்திருக்கிறேன்.

எனக்குப் பசியாயிருந்தது. எனக்குச் சாப்பாடு வேண்டியிருந்தது. என்னுடைய வேகத்தைப் பார்த்து நீ வீட்டினுள்ளே உட்கார்ந்து சிரிப்பது எனக்கு இப்போதும் கேட்கிறது. அந்தச் சிரிப்பிலுள்ள

பரிகாசத்தைக் கவனிக்க மடையனான என்னால் முடியவில்லை. அந்த ஜன்னல்களுக்குள் நட்சத்திரங்கள் விரிய வைத்த உன் கண்களைத்தான் பார்த்தேன். சிரிக்கும்போது உன் கண்கள் சிறியதாகிவிடும்.

அந்த ஆலையின் முன்னாலேதான் நீ எப்போதும் நடந்து போவாய். உன் ஆடைகளின் சுகந்தம் என்னை வந்து தொடும்போது என் முன்னே எரியும் அடுப்புத் தீயின் சூட்டினை நான் மறந்தே விடுவேன். தேங்காய் நாரும் சிரட்டையும் போட்டு எரிக்கும் அடுப்பில் பெரிய இரும்புப் பீப்பாயில் உடைத்துப் போட்ட தார்த் துண்டுகள், நெருப்பின் சூடேற்று உருகின. உன்னுடைய சிரிப்பு என்னைத் தொடும்போது அந்தத் தாரை விடவும் சூடாய் நானும் உருகினேன்.

உருகின அந்தத் தாரில் நான் மண்ணெண்ணெய் ஊற்ற வேண்டும். மண்ணெண்ணய், தாரில் கலக்கும்போது ஏற்படும் நாற்றத்திலிருந்து விடுபட உன் ஆடைகளிலிருந்து வரும் சுகந்தத்தைக் கொண்டு வரும் காற்றை சுவாசிக்க மூக்கை விரித்துக் காத்திருப்பேன். அந்தச் சுகந்தங்கள் எப்போதும் என்னை வந்தடைவது, உனக்கு என் மீதான பிரியத்தால் தான் என்று நம்பும் அளவுக்கான களங்கமற்ற இளமை எனக்கிருந்தது.

நீ எனக்கு மிட்டாய்கள் தருவாய். அதை வாங்கும் என் கைகளிலுள்ள தார், ரசாயனத் துகள்கள் உன் விரலில் படாமலிருக்க எப்போதும் கவனமாயிருந்தாய். உன்னுடைய விரல் நகங்களுக்கு மருதாணியின் சிவப்பிருந்தது. சுத்தமான விரல்களில், அதன் ரத்தச் சிவப்பு மருதாணியில் ஒரு முறையாவது தொட முயற்சித்து எப்போதும் நான் தோற்றுப் போனேன்.

தொட்டுவிடாமலிருப்பதற்காக நீ விரல்களை உயர்த்திப் பிடித்தபடி மிட்டாய்களைத் தூக்கிப் போட்டாய். மிட்டாய்கள் மட்டுமல்ல, நீ எழுதித் தீர்த்த பால்பாயிண்ட் பேனாக்கள், வாசித்து முடித்த வாரப்பத்திரிகைகள்... நிறைய நாட்கள் என்னுடைய தகரப் பெட்டியில் உன்னுடைய சுகந்தங்களுமாக வாழ்ந்தன.

வளர்ச்சியென்ற உயரங்களில் வாழ்க்கையென்ற நாலுகால் பாய்ச்சலில் அந்தத் தகரப்பெட்டியும் அங்கேயிருந்த வேலையும் எனக்குப் பறிபோனது. எத்தனையெத்தனை வேலைகளை அதற்கு முன்பும் பின்பும் செய்திருக்கிறேன். ஆனால், நீ நடந்து போகும் பாதையோரத்தில் அந்தச் சின்ன ஆலையில் உன் சுகந்தங்கள் என்னைத் தொட்ட காற்றில் உன்னுடைய இருப்பால் மட்டுமே நெருப்பின் வெக்கைகள் குளிராக மாறிய குறுகிய கால அளவிலான வேலை இன்றும் எனக்குப் பிடித்தமானது.

ரசாயனத் துகள்கள், தார், மண்ணெண்ணெயின் மணமுள்ள அந்த ஃபேக்டரி இன்றைக்கில்லை. உன்னுடைய சொந்தக்காரரின் வீடும் அங்கேயில்லை. ஆனால், உன் வீடு புதுமைகளை அணிந்து அங்கேயேதானிருக்கிறது. உன் வீட்டுக்குப் பின்னால் ஒரு பொது வழியிருக்கிறது. அந்த வழியில் நடக்கும்போது இன்றும் என் இதயத்தின் துடிப்பு கூடுகிறது. நீ அங்கே இல்லையென்று தெரிந்தாலும் என் கால்கள் நின்று போகிறது. மதிலுக்கப்பால் உன் வீட்டு முற்றத்தை நான் என்னையறியாமல் பார்க்கிறேன்.

அந்த முற்றத்து மண்ணில் உட்கார்ந்துதான் நான் பசியாறினேன். மூக்கைப் பொத்திப் பிடித்தாவது உன்னுடைய உம்மா எனக்குப் பரிமாறிய சோற்றின் ருசி இன்றுமிருக்கிறது. அந்த உணவில் உங்களில் யாரோ கடித்துத் துப்பிய கோழிக்கால்களுமிருந்தன. பசியிருக்கும்போது எச்சிலைப்பற்றி சங்கோஜப்பட முடியாமல் போனதால் நான் அந்தக் கோழிக்கால்களின் கடைசித்துளி மாமிசத்தையும் உறிஞ்சியெடுத்து விடுவேன். பல நேரங்களில் எலும்பைக் கடித்து ஊதித் தின்பேன். வயிற்றில் பசியென்ற நெருப்பு எரிபவனுக்கு மான அவமானங்கள் இல்லையென்று உனக்குத் தெரியாது. உன்னுடைய உம்மாவுக்கும் தெரியாது.

அறிவு இல்லாமல் வாழ முடிவதும் பாக்கியம்தான். அன்று எச்சிலென்று தெரிந்துமே அதைத் தின்னும்போது அது உன்னுடைய

எச்சிலாக இருக்க வேண்டுமென்று நான் ஆசைப்பட்டு வேண்டிக் கொண்டேன். உன் உமிழ் நீர் புரண்ட , உன் அதரங்கள் பட்ட எச்சில் கூட எனக்குப் பிரியமாய் மாறிப் போனதை, காதல் என்ற ஒரு வார்த்தையில் அடக்கிவிட முடியாது. அது என் முழு வாழ்க்கையாக இருந்தது. ஏக்கப் பெருமூச்சுகள் நிலைத்துப் போகும் நட்சத்திர ஒளி போன்றது.

சுகந்தங்கள் எந்தத் துர்நாற்றங்களையும் இல்லாமலாக்குகிறது. இனம் காண முடியாமல் போகும்போது மனிதர்கள் அந்த ஆனந்தத்தையும் கண்ணீர் உப்புகளையும் காதல் என்றே அழைக்கிறார்கள்.

நீ என்னைப் பார்த்துக்கொண்டு உட்கார்ந்திருந்த ஜன்னல் இப்போதும் அங்கேயிருக்கிறது. அதன் அளவு பெரிதாகியிருக்கிறது. வண்ணம் மாறியிருக்கிறது. ஆனால், அது அங்கேயே இருக்கிறது. நான் பார்க்கும்போதெல்லாம் அந்த ஜன்னல் திறந்து கிடக்கிறது. அந்த ஜன்னலுக்கப்பால் நீ இருக்கிறாயென்று நம்புவதற்கே நான் ஆசைப்படுகிறேன். உன்னைத் தொடும் காற்றுதான் என்னையும் தொடுகிறது என்று நம்புவதே எனக்குப் பிடிக்கிறது.

உன் திருமணத்தன்று நான் கோழிக்கோடு மருத்துவக் கல்லூரியிலிருந்தேன். அங்கே என்னுடைய பிரியமான நண்பன் இறந்து கிடந்திருந்தான். சுற்றிலும் பெருகி வரும் கடனென்ற பெருவெள்ளத்திலிருந்து தப்பிக்க அவன் இரும்பின் சங்கீதத்தைத் தேடிச் சென்றான். அவன் அவனையே கொன்றவனல்ல. அவன் கடனென்ற, வறுமையென்ற பிரளய ஜலத்திலிருந்து தப்பித்துக் கொள்ள முயற்சித்திருந்தான். அவனுடைய உடலை வீட்டுக்குக் கொண்டுபோக மார்ச்சுவரிக்கு முன்னால் சுட்டெரிக்கும் வெயிலில் நின்று கொண்டிருந்தேன். இன்னும் சிலர் என்னுடன் காத்திருந்தார்கள்.

என் துயரங்களில் உடனிருந்தவன். என் எழுத்து மோகங்களை உரமிட்டு வளர்த்தவன்.

ஒரு தேநீரைப் பாதியாக்கிக் குடித்தவன். இதோ, பாதி டம்ளரை மீதி வைத்துவிட்டு என்னைப் பரிகசித்தபடி மார்ச்சுவரியின் குளிரில் சாந்தமாக உறங்குகிறான். நான் உன்னை நினைத்தோ, அவனை நினைத்தோ, என்னை நினைத்தோ அழவில்லை. உன்னுடையதும் என்னுடையதுமான ஊரில் அவனுக்கு வேண்டிய சிதையை ஒழுங்கு செய்யவேண்டிய பணத்துக்கு யார்யாரோ பங்கு போட்டுக் கொண்டிருப்பதைப் பார்த்துக் கொண்டிருந்தேன். இறந்தால்கூட அவமானம் மிச்சமிருக்கும் வாழ்க்கையை யோசித்து... நான் எதற்காக அழுகிறேன்!

நண்பனின் மய்யத்திலிருந்து திரும்பி வரும்போது ஊர்க்காரர்கள் யார் யாரோ உன் திருமண விசேஷங்களைப் பற்றிப் பேசிக் கொண்டிருந்தார்கள். சிக்கனும் மட்டனும் பிரியாணியும் காடை பொறித்ததும் விலை அதிகமான ஐஸ்க்ரீம்களும், உனக்கு உன்னுடைய உப்பா தந்திருந்த தங்க நகைகளையும் பணத்தையும் பற்றிய விசேஷங்கள்... என் நண்பன் எனக்கு முன்னால் ஓடும் ஆம்புலன்ஸில் பூமியின் சத்தங்களேதும் கேட்காமல் படுத்திருக்கிறான். காலம் ஓடும் பாதையில் நின்று என்னிடம் ஒருநாள் கேட்டாய்:

''என்னுடைய கல்யாணத்தன்று என்னை நினைத்துப் பார்த்தீர்களா அப்பாஸ்...?''

நினைத்தேனென்று நான் உன்னிடம் பொய் சொன்னேன். வலித்தது என்று உன்னிடம் பொய் சொன்னேன். எனக்குள் அன்றைய நாள் வேறு யாருக்கும் இடமில்லாதவண்ணம் அவன் உயிரற்றுக் கிடந்தான். அவனுடைய உப்பாவும் உம்மாவும் அவனை நினைத்து நெஞ்சு வெடித்தழும்போது, அழக்கூட முடியாமல் நான் அதிர்ந்து நிற்கும்போது, யாரை நினைப்பது...? யாரை மறப்பது...?

இப்போது நீ குடும்பமாக வெளிநாட்டில் வாழ்கிறாய். எப்போதாவது மட்டுமே இங்கே வரும் உன்னை அதிதியாக நானும்

இந்த நாடும் அறிகிறோம். ஆனால், முழு ஜீவனோடு, கொஞ்சமும் மாற்றமில்லாமல் நீ எனக்குள்ளே இருக்கிறாய். மாற்றமில்லாத அந்த உனக்குத்தான் என்னைப் பரிகசிக்க முடியும். இப்போதைய உனக்கு என்னை நோக்கி நீட்டப் பரிசுப் பொருட்களிருக்கின்றன. என்னோட வீட்டை நீ வச்சுக்கோ என்று கேலியாய்ச் சொல்வாய். கேலிகளும் பரிசுப் பொருட்களுமில்லாத, என்னுடைய இல்லாமைகளைப் பரிகசிக்க முடிகிற உன்னைத்தான், உன்னை நினைக்கத்தான் எனக்குப் பிடிக்கும்.

ரத்தச் சிவப்பு மருதாணி பூசிய விரல்களை உயர்த்திப் பிடித்து நீ போட்டுத் தரும் மிட்டாய்கள் எனக்குப் பிடிக்கும். உன்னுடைய உமிழ்நீர் கலந்த எச்சில் எனக்குப் பிடிக்கும். ஏனென்றால், காதல் என்ற வார்த்தையை ஒருபோதும் நான் உன்னிடம் சொன்னதேயில்லை. புரியுமென்று நினைக்கிறேன்.

## அய்யப்ப சாமியும் நானும்

ஆடை சுதந்திரம் பற்றிச் சூடுபறக்க சர்ச்சைகள் நடந்து கொண்டிருக்கிறதே. நான் ஒரு கறுப்பு வேட்டி கட்டிய கதையை நினைத்துப் பார்க்கிறேன். என்னுடைய நண்பன் சபரிமலைக்குப் போக கறுப்பு வேட்டிகள் வாங்கியபோது நானும் இரண்டு வேட்டிகள் வாங்கினேன்.

வேட்டி வாங்கியதன் நோக்கம் வேறாகயிருந்தது. சிவப்பில் கறுப்புக் கட்டமிட்ட இரண்டு சட்டைகள் இருந்தன. கறுப்பு வேட்டிக்கு அந்தச் சட்டைகள் நன்றாக பொருந்துமென்று நான் நினைத்தேன். அந்தக் காலத்தில் முஸ்லிம் பெயருள்ளவர்கள் இங்கே காவியுடுத்துவது மிகுந்த குற்றமாகவும் மத விரோதமாகவும் கருதப்பட்டது. அந்தக் குற்றத்தை நான்கைந்து முறை நான் செய்திருக்கிறேன். நான் அதைத்தான் கட்டிக் கொள்வேன். நான் அதைக் கட்டிக் கொண்டுதான் மசூதிக்குப் போவேன். காவி = சங்கி என்ற வாக்கியம் அன்றே வழக்கிலிருந்தது. அன்று சங்கி என்று கூப்பிடுவதில்லை. "கோட்டி" என்றுதான் சொல்வார்கள். நான் ஆளே கோட்டிதான் என்பதால் சங்கி என்றும் அர்த்தம்.

அப்படி கோட்டிகள் கட்டுவது போலக் காவி வேட்டி கட்டும் எனக்கு ஊரில் மதிப்பிருந்தது. பார்க்குமிடத்திலெல்லாம் திட்டும் கேலியுமாக

அவர்கள் அந்த மரியாதையை வெளிப்படுத்தவும் செய்வார்கள். என்னுடைய உப்பா மிகுந்த மத நம்பிக்கையுடையவராக இருந்தாலும், மதத்தை ஆச்சாரமாக்க எங்களைக் கட்டாயப்படுத்தியது இல்லை. இஸ்லாமில் எந்தவொரு வண்ணத்திற்கும் விலக்கு சொல்லப் படவில்லை என்று என்னுடைய காவி வேட்டிக்கு உப்பா ஆதரவு தந்தார். சங்கி, கோட்டி என்பதெல்லாம், பிற ஜாதிக்காரர்களை விமர்சிக்கத் தான் என்று நான் காவியுடுப்பதை வைத்துத் தெரிந்து கொண்டேன்.

''என்னடா பறயா...''

''என்னடா பறப்பசங்க மாதிரி, நீங்க வேட்டிக் கட்டி நடக்கறீங்களா...?'' என்றெல்லாம் கேட்பது சாதாரணமாக இருந்தது. இன்றைக்கும் பறையன் என்பது இந்தக் கிராமங்களில் கெட்ட வார்த்தைதான்.

ஆனால், கறுப்பு வேட்டி உடுத்தியதும் காட்சி அப்படியே மாறிப்போனது. சிவப்பில் கறுப்பு கட்டங்களுள்ள சட்டையும் கறுத்த வேட்டியும் அணிந்து எல்லோரையும் ஈர்த்துவிட்டோம் என்ற மகிழ்ச்சியில் வரப்பின் வழியாக நடந்து வரும்போது பின்னாலிருந்து ஒரு குரல் கேட்டது.

''அப்பாஸ் சாமியே... என்னக்கி நீங்க மலைக்குப் போறீங்க...''

''நீங்க போறதுக்கு மறுநாளு...'' என்று நான் பதிலும் சொன்னேன். இந்தக் கேள்விகள் இப்படிப் பெருகிப்பெருகி வந்தபோது நான் கேட்பவர்களைக் கவனிக்கத் தொடங்கினேன். எல்லோரும் சுவர்க்கத்துக்குச் சீட்டைப் பதிவு செய்து காத்திருக்கும் பணக்காரர்கள் மட்டுமே.

''நீங்களும் வாங்க...''

''உங்களுக்கும் ஐயப்ப சாமியைப் பாக்கலாமே?'' என்றெல்லாம் சொல்லும் என்னுடைய பதில் பலரையும் கோபப்படுத்தியது. அதோடு பலரும் உப்பாவிடம் குறையாகவும் சொன்னார்கள்.

''உங்க பையன் அய்யப்ப பக்தர்கள் மாதிரி கறுப்பு வேட்டி கட்டி நடப்பதை நீங்க பாக்கலயா?''

பார்த்துக்கொண்டுதானிருக்கிறோம், எந்தவொரு நிறத்தையும், கடவுளோ ரசூலோ விலக்கவில்லையென்று உப்பா சிரித்தபடியே அவர்களிடம் பதிலாகச் சொல்லவும் செய்தார்.

விஷயம் இப்படியே ஊரில் சிலருடைய தும்மலால் அரிக்கும் மூக்கின்மேல் ஊறலெடுத்தபடி முன்னேறிக் கொண்டு போக, புதியதாக ஒரு வீட்டில் வண்ணமடிக்கும் வேலைக்குப் போயிருந்தபோது நான் அவிழ்த்து வைத்த கறுப்பு வேட்டியைப் பார்த்து அன்று அந்த வீட்டில் எங்களுக்குத் தரும் உணவில் கறியோ மீனோ இல்லாமல் பார்த்துக் கொண்டார்கள். என்னுடன் வேலை பார்ப்பவர்கள் அன்று அதைச் சிரித்துக் கடந்து போனார்கள். ஆனால், வீட்டுச் சொந்தக்காரர் என்னுடைய பெயர் அப்பாஸ் என்று மறுநாள் தெரிந்துகொண்டபோது என்னிடம் வேலையை நிறுத்திவிட்டுப் போய்விடச் சொன்னார். அந்த நிமிடம் வரை வேலை செய்ததற்கான கூலியை வாங்கி, நானும் சந்தோஷமாய் வந்துவிட்டேன்.

உப்பாவைப் போலிருக்கவில்லை உம்மா. காவி வேட்டியை அனுமதித்தது போலக் கறுப்பு வேட்டியை அனுமதிக்கவில்லை. பக்கத்து வீட்டு ஆட்களின் உபதேச வார்த்தைகளை, 'இப்படியே போனால் உன் மகன் நரகத்திற்குப் போவான்' என்றெல்லாம் கேட்கும்போது உம்மாவுக்குச் சந்தேகமேதும் இல்லை. பிள்ளைகளுடைய நல்லதை மட்டுமே ஆசைப்படும் உம்மாவைக் குற்றப்படுத்தவோ, உம்மாவின் நம்பிக்கைகளைத் திருத்தவோ எனக்கும் முடியாமலிருந்தது. கறுப்பு வேட்டி அணிவது அதற்குள் எனக்கொரு பெருவிருப்பமாக மாறத் தொடங்கியிருந்தது.

கறுப்பு வேட்டி கட்டி ஹோட்டலுக்குப் போய் பரோட்டாவும் மாட்டிறைச்சியும் சாப்பிட்டபோது, அந்த விருப்பத்திற்கு மாற்றம் வந்தது. சுற்றிலும் உட்கார்ந்திருந்தவர்கள் எல்லாம் மாட்டிறைச்சியைப் பகிரங்கமாகத் தின்னும் சாமியை ஆச்சரியத்துடன் முறைத்துப் பார்த்தார்கள். வாங்கிய கறித்துண்டுகளில் பாதியை முடித்த பிறகுதான் கறுப்பு வேட்டி கட்டியவன் இறைச்சியோ மீனோ சாப்பிட

மாட்டானென்று நான் நினைத்தேன். சட்டென எழுந்து பில்லுக்குப் பணம் கொடுத்துவிட்டு வெளியேறும்போது ஒரு மத்திய வயதுக்காரர் என்னுடன் இறங்கி வந்தார். அந்த முறைக் கறுப்பு கட்ட முடியாமல் போன அவர் சாந்தமாக என்னிடம் பெயரைக் கேட்டார். நான் பெயரைச் சொல்லிவிட்டு ஏன் என்னிடம் பெயரைக் கேட்டார் என்பதையும் கேட்டேன்.

"ஒண்ணுமில்ல... கேட்டேன் ...அவ்வளவுதான்..." அப்படிச் சொன்னவர் மெல்ல என்னைக் கடந்து போனார். என்னுடைய உம்மாவைப்போலப் பாவமான மனிதராய் அவரெனக்குத் தோன்றினார். சபரிமலை சீசனில் கறுப்புடுத்து ஹோட்டலில் உட்கார்ந்து மாட்டிறைச்சி சாப்பிடுவதை அந்த மனிதனாலும் ஏற்றுக்கொள்ள முடியவில்லையோ என்னமோ! ஆனால், என் பெயர் அப்பாஸ் என்பதனால் பெரிய பிரச்சனை ஒன்றுமில்லையென அவருடைய நம்பிக்கை அவரிடம் சொல்லியிருக்க வேண்டும்.

மதம், மந்திரித்து ஓதியும் நம்பிக்கையைக் கயிற்றில் கட்டியும் காசு பார்க்கும் பெரிய தரவாட்டுக்குச் சொந்தக்காரரான முஸ்லியார் என்னை வழியில் தடுத்து நிறுத்தி, எனக்கு நிறைய மதஉபதேசங்கள் சொன்னார். அதையெல்லாம் சின்ன வயதிலேயே படித்து விட்டேனென்று சொல்லி அவரிடம் விடைபெற அனுமதி கேட்டேன். அவருக்கு என்னை அடிக்க வேண்டுமென்ற கோபமிருந்தது. நான் அதை அவருடைய கண்களில் பார்த்தேன்.

என்னுடைய துணிகளை எப்போதும் நானே துவைக்கும் பழக்கமிருப்பதால் கறுப்பு வேட்டியையும் நானே துவைத்தேன். இதனிடையில் ஏதாவது வேலைப்பளுவில் மாட்டிக் கொண்டால் இரண்டு மூன்று நாட்கள் துணி சேர்ந்துவிடும். அப்படி வேலைகள் நீண்ட நாட்களொன்றில் உம்மா என்னுடைய இரண்டு கறுப்பு வேட்டிகளையும் எடுத்து எரித்துவிட்டுத் துணிகளைத் துவைக்கப் போட்டபோது அது ஓடையில் அடித்துக்கொண்டு போய்விட்டதென்று பொய் சொன்னாள்.

புதிய கறுப்பு வேட்டி எடுக்கணுமா வேண்டாமா என்ற யோசனையில் இருக்கும்போது உப்பா என்னிடம் சொன்னார்:

"என்ன வேட்டி வேணாலும் கட்டிக்கோ, ஆனா கறுப்பு கட்டி ஹோட்டலுக்குப் போய் இறைச்சியும் மீனும் சாப்பிடறது அவ்வளவு நல்லதில்லை"

அந்தத் தவறை நான்கைந்து முறை செய்திருந்ததாலும் உப்பா சொன்னதில் விஷயமிருக்கிறதென்று உணர்ந்ததாலும் நான் என்னுடைய கறுப்பு வேட்டி கட்டும் ஆர்வத்திற்கு முற்றுப்புள்ளி வைத்தேன்.

நான்கு வேளைகளும் மதம் தின்று, மதம் கழிப்பவர்கள் அதற்குப் பிறகான நாட்களில் பின்னாலிருந்து சத்தமாய்க் கூப்பிட்டார்கள்.

"சாமியே..."

"சரணமய்யப்பா..." என்று நான் அந்தக் கூவலுக்குப் பதிலும் சொன்னேன். கறுப்பு போனாலும் காவி இப்போதும் என்னுடன் இருக்கிறது. காவிகட்டி நடக்கும் என்னுடன் நடக்க ஆரம்பத்தில் மனைவிக்குக் கொஞ்சம் தயக்கமிருந்தது. அவள் வளர்ந்த சூழலில் எங்கேயும் காவி இருக்கவில்லை.

'நரசிம்மம்' படமெல்லாம் வந்த நாட்களில் இங்கேயிருக்கும் முஸ்லிம் இளைஞர்கள் நரசிம்மம் வேட்டியையும் அதற்குப் பொருந்தும் வித விதமான நிற சட்டைகளையும் காவி வேட்டியும் கட்டத் தொடங்கினார்கள். மெல்லமெல்லக் காவி வேட்டி மறைந்து போனது.

நாம் அதிகம் அதிகம் மதம் தின்னத் தொடங்கியதுதான் அதற்குக் காரணமாகயிருக்கலாம். தின்பதைத் தானே கழிக்கவும் முடியும்...?

அப்போ...
சாமியே...
சரணமய்யப்பா...

முகம்மது அப்பாஸ்

# ராக்குட்டிம்மா

ராக்குட்டிம்மா என்று முதல்முதலாய்க் கேட்டபோது எனக்கும் அந்தப் பெயர் விசித்திரமாய்த் தோன்றியது. அதை உச்சரித்தும் மற்றவர்கள் சொல்லக்கேட்டும் அந்த விசித்திரம் இல்லாமல் போன பிறகு அவளை நான் எப்போதும் கவனிக்கத் தொடங்கினேன்.

'லட்சம் வீடு' காலனியில்தான் அவளுடைய வீடு. அன்றெல்லாம் ஊர்ப் பெரியவர்களும் அல்லாதோரும் லட்சம் வீடு காலனியில் வசிப்பவர்களை, கல்யாணத்துக்கோ மற்ற சுப காரியங்களுக்கோ அழைப்பதில்லை. அப்படி அழைத்தால் அவர்கள் குட்டியும் குழந்தைகளுமாக வந்துவிடுவார்கள் என்பதையே காரணமாகச் சொன்னார்கள். பசிதான் நண்பனே... குழந்தைகளுக்கும் வயதானவர்களுக்கும் பசிக்கிறது. இன்றைக்குப் போல, பெரிய பெரிய திருமணங்கள் ஒன்றுமில்லையே. பிரியாணி என்பது எப்போதும் அபூர்வமான உணவுதானே.

யாரைக் கூப்பிடவில்லையானாலும் ராக்குட்டிம்மாவைக் கல்யாணத்திற்குக் கூப்பிடுவார்கள். கூப்பிடவில்லையானாலும் அவள் கல்யாண வீட்டுக்கு வந்து சேர்ந்துவிடுவாள். வாயில் வெற்றிலை குதப்பி நீட்டி உமிழ்ந்து பெரியவர்களிடம், ''நீயெல்லாம் என்னக்கிடா

பெரிய மனுஷன் ஆனே...?" என்று தலை உயர்த்திக் கேட்பாள். கேள்வி கல்யாண வீட்டுக்கே கேட்குமளவுக்கு உச்சஸ்தாயியில் இருக்கும். அழைப்பில்லாமலேயே ராக்குட்டிம்மா கல்யாணங்களுக்குப் போவாள் என்றாலும் அங்கே சாப்பிட மாட்டாள். உடல் உழைப்பால் தன்னால் அவர்களுக்கு என்னவெல்லாம் உதவி செய்ய முடியுமோ அவ்வளவு உதவிகளையும் செய்வாள்.

முச்சந்தியிலும், பஸ்ஸிலும், கோட்டக்கல் சந்தையிலும் அவளின் குரல் சத்தமாய்க் கேட்டுக் கொண்டேயிருக்கும். கண்ணும் காதும் வெடித்துச் சிதறுவது போலக் கெட்ட வார்த்தைகள் பேசுவாள். பஸ்ஸில் டிரைவரும் கண்டக்டரும் அவளுடைய கெட்ட வார்த்தைகளைக் கேட்பதற்காக அவளை ஏதாவது சொல்லிச் சீண்டிவிடுவார்கள். அவளோ இது பஸ் என்றோ சுற்றிலும் பெண்கள் இருக்கிறார்கள் என்றோ எந்தக் கூச்சமும் இல்லாமல் கொஞ்சம் கொழுப்புக் கூட்டி உரக்கக் கெட்ட வார்த்தைகள் பேசுவாள். அவளுடைய கணவர் அவளையும் மகனையும் விட்டுவிட்டு கடவுளைத் தேடி எப்போதோ தேசாடனம் போய்விட்டார்.

"நீ ஒரு..... *அவுலியா, கட்டின பொண்டாட்டியையும் பெற்ற குழந்தையையும் பாக்காம நீ யெல்லாம் ஒரு..... லேய் அவுலியா"

அவளுடைய மகன் யூசுஃப்க்கு குஷ்ட நோயிருந்தது. சானிட்டோரியத்தில் தங்கியிருக்கும் அவன் அவ்வப்போது வெளியே வந்துவிடுவான். உம்மாவைப் பார்க்க வேண்டுமென்று சொல்லித்தான் வருவானென்றாலும் யூசுஃப் ஊரிலும் கோட்டக்கல் அங்காடியிலும் பிச்சை எடுப்பான். அவனுடைய கைவிரல்கள் உதிர்ந்துபோன இடத்தில் காலம் முரண்டு கட்டி நின்றது.

---

*அவுலியா - மதத்தைப் பரப்பிச் சில அற்புதங்களை செய்யக் கூடியவர்.

குஷ்டம் தொற்றுநோய் என்ற பொது அபிப்ராயம் அன்றிருந்தது. அதனால் வியாபாரிகளோ பயணிகளோ யூசுஃபைக் கண்டவுடன் கையில் கிடைப்பதை எடுத்துக் கொடுத்து விடுவார்கள். சிலர் தூக்கிப் போடுவார்கள். பலநேரங்களில் என் முதுகில், காலம் முரண்டு கட்டிப் போக வைத்த அவன் கை உரசும் போது, தூக்கிவாரிப் போடும் உணர்வோடு கையிலிருக்கும் காசை எடுத்துக் கொடுத்துவிடுவேன். குஷ்ட வியாதி தொற்றாது என்று அறிவுக்குத் தெரிந்திருந்தாலும் அவனுடன் பக்கத்தில் நின்று பயணிக்க எனக்கு பயமும் அருவெருப்பும் ஏற்பட்டிருந்தது.

ஒருமுறை அப்படி முதுகில் தட்டியபோது சட்டெனக் காசெடுத்துக் கொடுத்தேன். வழக்கம்போல சட்டைப்பையை எனக்கு நேராக நீட்டாமல் என்னைக் கெஞ்சலாகப் பார்த்தான். சுற்றிலும் உயர்ந்த சிரிப்பைக் கேட்டபோதுதான் அவனுடைய வேட்டி அவிழ்ந்து கீழே கிடப்பதைப் பார்த்தேன். யாரோ சொல்லிக் கொடுத்தது போல நான் அந்த வேட்டியை எடுத்துக் கட்டிவிட ஆரம்பித்தேன். அவனுடைய காயம் ஆறிய மூக்கின் நுனியின் விகார வடிவை நான் அன்றுதான் உன்னிப்பாய்ப் பார்த்தேன். வேட்டியைக் கட்டி விடும்போது நுனியிழந்த அவனுடைய விரல்கள் என் முதுகில் அன்போடு தடவிக் கொடுத்தன. உள்ளாடையில்லாத அந்த இடுப்பில் பச்சை பெல்ட்டின் உள்ளே செருகி ஒருமாதிரி உடுத்தபோது குழைந்து கிடந்த ஆண் உறுப்பை நான் பார்த்தேன். அதுவும் பரிதாபமாக என்னைப் பார்த்தது.

பிச்சையெடுத்த காசையெல்லாம் உம்மாவிடம் கொடுத்துவிட்டு, வந்தது போலவே வெறும் கையுடன் யூசுஃப் கோழிக்கோட்டிற்குத் திரும்பிப் போவான். கடவுளைத் தேடித் திரியும் தன்னுடைய உப்பாவை யூசுப் கோழிக்கோட்டில் பல இடங்களிலும் பார்த்தான். ஆனால், தன் பின்னால் ஓடி வரும் மகனை அந்த உப்பா திரும்பிப் பார்க்கவேயில்லை. யூசுஃபின் நினைவுகளில் உப்பா இருந்தார். உப்பாவும் உம்மாவும் உட்கார்ந்து பேசிச் சிரித்துக்

கொண்டிருந்தார்கள். பூமியில் தன்னுடைய சொந்த ரத்தபந்தத்தை உதாசீனப்படுத்திவிட்டு உப்பா தேடித் திரிந்த கடவுளையும் சமாதானத்தையும் அவர் கண்டடைந்தாரா எனத் தெரியவில்லை. ஆனால், யூசுஃப் உப்பாவைப் பார்த்ததைப் பற்றி ஒவ்வொரு முறை வரும்போதும் உம்மாவிடம் சொன்னான். ராக்குட்டிம்மா கோபத்துடன் அதற்குப் பதில் சொல்வாள்:

''உன்னோட ஒரு ஒலக்கைல போற வாப்பா. எந்த... லே படைச்சவனைத்தான் அந்த நாயி தேடி அலையிது? என் மாரில படுத்துக் குலுங்கும்போது உன்னோட வாப்பா கடவுளை மறந்திட்டானாடா...?

உம்மாவும் உப்பாவும் தங்கள் உடலின் கால முரண்களுக்கு நடுவில் யூசுஃப் என்ற மனிதன் கடக்கும் சகிப்புத்தன்மையின் கடல்களை அறிந்திருக்க வேண்டும். வாழ்க்கையென்ற பெரிய நகைச்சுவை அப்படியொன்றும் சிரிப்பைத் தரும் ஒன்றல்ல என்பது புரிந்திருக்க வேண்டும். ஒவ்வொரு முறையும் பார்க்காதது போல *திக்ரும் சொல்லி நடந்து போகும் உப்பாவுக்குப் பின்னால் ஓடும்போது ஒரு புன்னகைக்கும் ஒரு தட்டிக் கொடுத்தலுக்குமாக யூசுஃபின் உள்ளே பதுங்கியிருக்கும் குழந்தை நெஞ்சு வெடித்து அழுதிருக்கலாம். தனக்குக் கிடைக்காமல் போனதைப் பற்றிப் பேசி அந்தக் குழந்தை எந்தளவுக்கு வேதனைப்பட்டது என்பது அவனுக்கு மட்டுமே சொந்தமான அனுபவம். வெளியே நின்று பார்க்கும் உங்களுக்கோ எனக்கோ அவனுடைய உம்மாவுக்கோகூட அவனுடைய வேதனையின், அவமானத்தின், உதாசீனத்தின் கடல் உப்பை ருசித்துப் பார்க்க முடியாது.

---

*திக்ரும் - இஸ்லாமிய வழிபாட்டில் அல்லாவை நினைவு கூர்தல்

யூசுஃப் பிச்சையெடுத்துக் கொண்டு போய்க் கொடுக்கும் பணத்தைக் கொஞ்சம் கொஞ்சமாகச் செலவழித்துத்தான் ராக்குட்டிம்மா வாழ்கிறாள்.

மகனுக்குக் கடிதமெழுதுவற்காக அவளுக்கு முன்னால் உட்காரும்போது நான் அந்தக் கண்களை உற்றுப் பார்ப்பேன். அங்கே கடலின் இரைச்சலைப் பார்க்கலாம். அவளின் தொண்டைக்குழியில் வார்த்தைகள் சிக்கி வெளிவர முடியாமல் தவிக்கும் சத்தத்தை என்னால் உணர முடிந்திருக்கிறது.

"பிரியமுள்ள யூசுஃப் மகனுக்கு உம்மா எழுதுவது..."

அவள் சொன்னது போல எழுதி விட்டு, அடுத்த வார்த்தைக்காக நான் மௌனமாய்க் காத்திருப்பேன். ஏதோவொரு வீட்டில் நெல் குத்தப் போயிருந்தபோதுதான் மகனைப் பெற்றெடுத்தேன் என்று ராக்குட்டிம்மா சொல்லிக் கொண்டிருப்பாள். அது நிஜமாகவும் இருந்தது. மகனுக்கு எழுத வேண்டிய வார்த்தைகளுக்காக அவள் என் முன்னால் உட்கார்ந்து கண்ணும் இதயமும் பொங்கி அழும்போது நான் எல்லாக் கடவுள்களையும் நினைத்துப் பார்ப்பேன். எந்தக் கடவுள் இந்த உம்மாவுக்கும் மகனுக்கும் நடுவில் கயிறு கட்டி அதில் கட்டுப்படாமல் இயக்கிக் கொண்டிருக்கிறதென்று நான் ஆச்சரியப்படுவேன்.

"மகனே நீ அங்கே சுகமாய் இருப்பாயென நினைக்கிறேன்..."

எல்லாக் கடிதங்களிலும் ராக்குட்டிம்மா மகன் சுகமாக இருக்கிறானென்று நம்பத் தலைப்பட்டாள். உம்மாவின் வலிகள் குறைந்திருக்கிறதென்றும் உம்மா இப்போது சந்தைக்குப் போவதில்லையென்றும் நல்ல தூக்கம் வருகிறதென்றும் அவள் சொல்லி நான் எழுதினேன். நான் எழுத எழுத, வாயில் வெற்றிலையை மெல்லுவதற்கு மறந்து கண்கள் சூன்யத்தில் உறைந்துபோய் உட்கார்ந்திருப்பாள்.

''மகனே நீ அவர்கள் தரும் சோற்றைச் சாப்பிட வேண்டும். உனக்குப் பிடிக்காமலிருக்கும் குழம்பு என்று பச்சைப்பயிறு சமைத்துத் தரும்போது வெளியே கொண்டு போய்க் கொட்டாதே''

சோற்றில் பிசைந்த பச்சைப்பயிற்றுக் குழம்புடன் ஏதோ வராந்தாவில் தனியாய் உட்கார்ந்திருக்கும் யூசுஃபை என்னால் அப்போது பார்க்க முடிகிறது. அவனை நினைத்துத் தூக்கம் நட்டமடைந்து போகும் ஒரு உம்மா என் முன்னால் வார்த்தைகளுக்காக இதயம் நொறுங்குகிறாள்.

'அவங்க சம்மதம் இல்லாம நீ அங்கேயிருந்து வெளியே வரக்கூடாது'

கொழுப்பு சேர்த்து, பார்ப்பவர்களையெல்லாம் திட்டித் தீர்க்கும் சாமர்த்தியக்காரியான ராக்குட்டிம்மா என் முன்னால் உட்கார்ந்து மகனை நினைத்து அழுகிறாள். சின்னக் கேவலில் தொடங்கி பெருமழையாய் மாறும் அந்தக் கண்ணீர் வடிய நான் காத்திருப்பேன்.

''நீ உன்னோட இஷ்டம் போல ஏதாவது எழுதிக்கோ''

மழை ஓய்ந்த கண்களுடன் அவள் என்னைப் பார்ப்பாள். எங்களுக்குள் பிணைக்க வேண்டிய கயிறுகள் ஒன்றும் இல்லாமலிருக்கும் அந்த மனிதனுக்கு நான் என்ன எழுத முடியும்... இருந்தாலும் உம்மாவின் அன்பைப் பற்றியும், மகனுக்கு நெஞ்சுக்கூடு நோகக்கூடாதென்று உம்மாவின் சந்தோஷங்களைப் பற்றியும் அவனுக்கு எழுதினேன். மகனுடைய பதில் கடிதங்களை உம்மாவுக்கு வாசித்துக் காண்பித்தேன்.

''உம்மா உடம்பை நல்லாப் பாத்துக்கணும், என்னை நினைத்து அழக்கூடாது என்ற வாக்கியத்தை அவள் பலமுறை என்னிடம் படிக்கச் சொல்வாள். பிறகு சொல்வாள்.

''அவன் ரொம்ப நல்லவன், அவனோட வாப்பாவைப் போல அல்ல''

யூசுஃப் நல்லவன்தான். அந்த நல்லவன் கோழிக்கோட்டிற்குத் திரும்பும் பயணத்தில் ஏதோவொரு வண்டி மோதி இறந்து போனான். எனக்குள்ளே அவனுடைய உம்மாவின் வார்த்தைகள் இடறி நின்றன. கடிதமெழுத அதன்பிறகு அவள் வரவேயில்லை. அவளுடைய குணத்திலும் மாற்றம் வந்தது. யாரிடமும் அதிகமாகப் பேசுவதில்லை. எங்கேயும் கெட்ட வார்த்தைகள் பேசுவதில்லை. என்னுடைய சாந்தமற்ற மதியங்களுக்கு விரலற்ற கையுமாக யூசுஃப் வந்து கொண்டிருந்தான். பஸ்ஸில் யாருடைய கையாவது என்னுடைய முதுகில் உரசினால் அது யூசுஃபுடையதாக இருக்கலாமென்று நினைத்து நான் திரும்பிப் பார்ப்பேன். தூக்கத்துக்கும் கனவுகளுக்கும் இடையில் விகாரமான அந்த மூக்கு வந்து என்னைத் தொட்டபோது அவனுக்கான, உம்மாவின் கடிதங்களை நான் என் டயரியில் எழுதினேன்.

'மகனே... நீ சாப்பாடெல்லாம் சாப்பிடணும். அவங்க என்ன கொழம்பு வச்சுத் தந்தாலும் நீ அதைச் சாப்பிடணும். சாப்பிடலன்னா கூட அதைப் போய்க் கொட்டிடாதே. அப்புறம் உப்பாவைப் பார்த்தால் பின்னாலேயே போகாதே. உப்பா தேடும் கடவுள் உன்னோடு இருக்கிறார். உம்மா இங்கே நல்லாயிருக்கேன் மகனே. நீ தந்த பணம் இன்னுமிருக்கிறது. நீ அவர்களுடைய சம்மதமின்றி அங்கேயிருந்து தப்பித்து வெளியே வரக்கூடாது. உன்னை அங்கேயிருந்து வெளியேற்றினால் பிறகு நம்மால் என்ன செய்ய முடியும் மகனே...? அதனால் மகனே, உம்மா சொல்வதைக் கீழ்ப்படிந்து நடந்துகொள். மறக்காமல் பதில் எழுது...'

மரணத்திற்குப் பிறகான சூன்யத்தில் தபால் நிலையங்களும் ஸ்டாம்பும் இல்லாததனால் கூட யூசுஃப் பதில் அனுப்பாமல் போனானோ என்று அகாலத்தில் ஒரு நினைவு என்னைத் தூக்கி வாரிப் போடச் செய்தது. பழைய டயரிகள் எடுத்து சும்மா படித்துக் கொண்டிருந்தபோது என்னுடைய பித்துப் பிடித்த வரிகளை நான்

நேற்றுப் பார்த்தேன். அப்போது ராக்குட்டிம்மாவையும் நினைத்துப் பார்த்தேன். யூசுஃபையும் நினைத்தேன்.

ராக்குட்டிம்மாவும் தன்னுடைய ஓட்டத்தை நிறுத்தியிருந்தாள். பள்ளிப்பரம்பில் மருதாணிக் காடுகளுக்குக் கீழே கபரில் ஓய்வெடுத்துக் கொண்டிருக்கிறாள். கடைசிக் காலங்களில் அவள் மிகவும் மெலிந்து போயிருந்தாள். வெற்றிலை வாங்க என்னிடம் சின்னச் சின்னதாய்க் காசு கேட்பாள். தினசரி வாழ்வின் இரண்டு முனைகளையும் சேர்த்துக்கட்ட நான் பிரயத்தனம் எடுக்கத் தொடங்கியிருந்த நாட்கள் அவை. அதனாலேயே நான் கொடுத்த காசு மிகச் சொற்பமானதாக இருந்தது. ஆனால், அவளுக்கு என்னைத் தெரியும். கொடுத்த காசிலிருந்து பல நேரங்களில் பாதிக்கும் மேலாக எனக்குத் திருப்பித் தந்திருந்தாள். இந்த வாடகை வீட்டு வராந்தாவில் கடைசியாய் அவள் என்னுடன் உட்கார்ந்து டீ குடித்து இரண்டு வருடங்களும் ஒன்பது மாதங்களுமாகிறது. ஆனால் அது நேற்றென்பது போலத் தோன்றுகிறது.

''உங்களுக்கு இப்படியான ஆளுங்களோடதான் எப்பவும் பழக்கமில்லையா?''

அவள் போன பிறகு என் மனைவி என்னிடம் கேட்டாள். என் முகம் மங்கிப் போவதைப் பார்த்தவள், உடனே என்னை ஆசுவாசப்படுத்தி,

''நான் விளையாட்டுக்குச் சொன்னேன், அதொரு பாவம் வயசானவள் தானே...''

அந்த வயதானவளும் அவளுடைய மகனும் இன்றைக்கில்லை. பூமியில் அவர்களைப் பற்றியுள்ள அடையாளங்கள் ஒன்றுமே பாக்கியில்லை. அடையாளங்கள் எதுவும் பாக்கியில்லாமல் அன்பின் எத்தனையெத்தனை முகங்கள் என்னை இந்தப் பூமியில் தனியாக்கிப் போய்க் கொண்டிருக்கின்றன...?

## உப்பா ஏற்றெடுத்த கர்ப்பம்

அனல் கங்கிலும் உள்ளே குளிர்மழை பெய்ய வைக்கும் சில காட்சிகளில்லையா...? அப்படியான ஒரு காட்சியாக இருந்தாள் அந்தப் பெண். அவளுக்குப் பதினாலு வயதே ஆகியிருந்தது. ஒன்பதாம் வகுப்பில் படிப்பை நிறுத்திய அவள் இங்கே சில வீடுகளில் தரை துடைக்கவும் வாசல் பெருக்கவுமான வேலைகள் செய்துகொண்டிருந்தாள். அதில் ஒரு வீடு என் பார்வைக்குப் பட்டதாகயிருந்தது. பெரியதொரு பக்கெட்டில் தண்ணீர் எடுத்துத் தாங்கிப் பிடித்து மற்றொரு கையில் தரை துடைப்பதற்கான 'மாப்பையும்' எடுத்துக்கொண்டு வாசல் வழியாக அவள் போவதை நான் பலமுறை வேதனையுடன் பார்த்திருக்கிறேன்.

மிகவும் மெலிந்த மாநிறமான பெண் அவள்.

முதல் பூரிப்பு உடம்பில் ஏற்படுத்திய மாற்றங்களுக்கு அசௌகரியப்பட்டவள் போல எப்போதும் மாரில் கை மறைத்து நடந்தாள். மறைத்துப் பிடிக்க வேண்டிய ஏதோ ஒன்றுதான் தன் நெஞ்சில் புதிதாக வந்திருக்கும் இந்த வீக்கம் என்று அவள் நினைத்திருக்கலாம். அந்தப் பெண்ணை, சொந்த அப்பாவே கர்ப்பிணி ஆக்கிவிட்டார் என்பதை மிகுந்த அதிர்வோடுதான் கேள்விப்பட்டேன்.

நம்ப முடியவில்லை... அப்படியெல்லாம் இருக்காதென்று பல முறை நானே என்னிடம் சொல்லிக் கொண்டேன். குரூரத்தின் சுவடுகள் ஏதுமின்றிப் பரிதாபமாக இருந்தார் அவளுடைய தந்தை. தலை குனிந்தபடியே நடக்கும் அந்த மனிதனை நான் எப்போதும் பார்ப்பேன். அவருடைய குள்ளமான உருவம் கண்டு ஊர்க்காரர்கள் சொல்லக் கேட்டிருக்கிறேன். 'கள்ளனை நம்பினாலும் குள்ளனை நம்பக்கூடாது'

என் முன்னால் அந்தப் பெண் நிற்கிறாள். சுட்டெரிக்கும் வெயிலில்... அவளுடைய சின்ன நெற்றியில் வியர்வை, புள்ளியிட்டிருந்தது. நட்சத்திரங்கள் உதயாஸ்தமனம் கொள்ளும் அவளுடைய கண்களில் எப்போதும் கண்ணீர் ததும்பி நிற்பதை நான் கண்ணுற்றுமிருக்கிறேன். பெரிய பக்கெட்டைச் சுமக்க முடியாமல் சுமந்து அவள் என்முன்னால் நடந்து போனாள். மேல் சட்டையின் கையை மேலே ஏற்றிவிட்டு விசாலமான முற்றத்தில் காய்ந்த இலைகளையும் தூசுகளையும் பெருக்கினாள். பார்த்துக் கொண்டேயிருக்க அவளுடைய உதிரம் முகத்திலேறுவதைக் கண்டேன்.

எவ்வளவுதான் தலை உலுக்கிக் கலைக்க நினைத்தாலும் அந்தக் காட்சி என்னை உதறிவிட்டுப் போகவில்லை. ஊர்க்காரர்கள் மத்தியிலும் குடும்பத்தின் மத்தியிலும் அவர் தன் குற்றத்தை ஒப்புக்கொண்டாரென்று தெரிந்தவுடன் நடுங்கிப் போனேன். என் கனவுகளுக்குள் அந்தப் பதினாலு வயதுப் பெண் நிறைந்த வயிறுமாக நுழைந்து தொந்தரவு செய்தாள். தன் உதிரத்தில் வளரும் கரு தன்னுடைய அப்பாவுடையதென்று அவள் என்னிடம் சொன்னாள். தூக்கத்தில் அதிர்ந்தெழுந்த இரவுகளிலெல்லாம் என்னுடைய சூழல் முழுவதும் அவளுடைய கண்ணீராக இருந்தது. சத்தமில்லாத அந்தப் பெண்ணின் கூக்குரலாக இருந்தது.

அவளுடைய மார்பகங்களை ஆவலுடன் பார்த்தவர்களை, அவளைப் பயமுறுத்திய அவளுடைய உப்பாவை, நான் உட்பட

சகல ஆண் வர்க்கத்தோடும் சொல்லமுடியாத கோபமும் குரோதமும் தோன்றியது. என் கோபத்தையும் கண்ணீரையுமெல்லாம் நாட்குறிப்பில் குறித்து வைத்தேன். வார்த்தைகளுக்குப் பெயர்த்துக் கொடுத்த பின்னும் நிராதரவான ஒரு உடல் நிர்வாணமாக்கப்படுவதை நான் உதறலோடு பார்த்தேன். கூக்குரல்கள் அறைந்து மூடப்படுவதைக் கேட்டேன். அவளுடைய வாசம் என்னை வந்தடைந்தது.

தெய்வமே...

தெய்வமே...

நான் எதற்கென்றே தெரியாமல் அழைத்துக் கொண்டிருந்தேன். உப்பாவின் தோளில் ஏறி அமர்ந்து கோட்டக்கல் திருவிழாவிற்குப் போன அவளுடைய குழந்தைமை என் முன்னால் கடந்து போனது. இந்த வழிகளில்தான் அவள் மதரசாவிற்கும் பள்ளிக்கூடத்திற்கும் ஓடி நடந்தாள். வேலை செய்யும் வீடுகளில் பழைய உணவுகளை எடுத்துக்கொண்டு தலை குனிந்து அவள் நடந்ததும் இந்த வழியிலாகத்தான் இருந்தது. ஆண் என்பவன் பெரியதொரு மிருகம் தானென்று நான் என்னையே சமாதானப்படுத்திக் கொண்டேன். ஆணாகப் பிறந்ததில் வெட்கப்பட்டேன்.

எல்லா உள் உருக்கங்களையும் சேர்த்தெடுத்துக் கொண்டு அவர்கள் ஊரை விட்டு எங்கோ போய்விட்டார்கள். அப்போதும் நிறைய சந்தேகங்கள் மீந்திருந்தன. அவளுடைய சிறிய வீடு, கறையானும் ஒட்டடையும் பிடித்து அனாதையாய்க் கிடந்தது. கொஞ்ச நாட்களுக்குப் பிறகு அவளுடைய கல்யாணச் செய்தியும் கர்ப்பம் கலைந்த செய்தியும் என்னை வந்தடைந்தன. மரணம்வரை மன்னிக்க முடியாத குற்றமேற்று அந்த உப்பா எனக்குள்ளே சிவந்த மையால் அடையாளப்பட்டுக் கிடந்தார்.

மகளின் திருமணம் முடிந்து சரியாக இரண்டாவது வாரம், அவர் தன்னுடைய பழைய வீட்டுக்கு வந்து அதனுடைய உதிர்ந்து போகாத

மூங்கில் வாரைகள் ஒன்றில் முடிச்சிட்டு மரணத்திற்குள் விழுந்து சிரித்தார். அதொன்றும் அவருக்கான தண்டனை அல்ல என்றே நான் நம்பினேன். எல்லா நம்பிக்கைகளையும் அடியோடு அசைத்த அவருடைய தற்கொலைச் செய்தியிலிருந்து நாங்கள் அந்த உண்மையைத் தெரிந்து கொண்டோம். மிக நெருங்கியவர்கள் அதை முன்பே அறிந்திருந்தார்கள். அவள் வேலைக்குப்போன வீட்டுப் பையன்தான் அவளைக் கர்ப்பிணியாக்கினான். அதனால், அவனுடைய உப்பா அவசரமாக வெளிநாட்டிலிருந்து வந்திருந்தார். மகன் செய்த பாவத்திற்கான சம்பளமாக அவர் அந்தப் பெண்ணின் திருமணச் செலவை ஏற்றுக் கொண்டார். கர்ப்பம் வெளியே தெரிந்ததனால் அதை ஏற்றெடுக்கக் கூலிக்கு ஒரு ஆள் தேவைப்பட்டார். அதற்கு ஆள் கிடைக்காமல் போன ஒரு துர்பாக்கியமான நாளில் அந்தக் குள்ள மனிதனைக் கொண்டு, மகளைப் பள்ளிக்கூடத்திற்கு அனுப்பக்கூட வழியில்லாத அந்த உப்பாவை, குற்றத்தை ஏற்றெடுக்க அவர்கள் நிர்ப்பந்தித்தார்கள்.

பூமியில் ஒரு மனிதனும் ஆசைப்படாத வழிகளில் நடக்க நிர்ப்பந்திக்கப்பட்டவனாக மாறிய தந்தையின் மன நெருப்பின் வெக்கை எப்படியிருந்திருக்க வேண்டும் என்பதை நம்மால் ஊகிக்கக்கூட முடியாது. ஊரில் பெரிய மனிதர்கள் என்று சொல்லப்படுபவர்களும் குடும்பத்தில் உள்ளவர்களும் சேர்ந்து நிர்ப்பந்தித்தும் பணம் கொடுத்தும் ஏற்றெடுக்க வைத்த அந்தக் குற்றம் என்ன...? எந்த அப்பாவால் அப்படியொரு குற்றத்தை ஏற்றெடுக்க முடியும்...? இருந்தாலும் அவர் அந்தத் தீப்பாதையில் நடந்தார். மகள் திருமணம் முடித்து நன்றாக இருக்கிறாள் என்று உறுதிப்படுத்திக் கொண்ட பிறகு, அவர் தன்னைப் பற்றி நினைத்திருப்பார். தான் எதைச் செய்திருக்கிறோம், எப்படி ஒத்துக் கொண்டிருக்கிறோம் என்று நினைத்து அவருக்கு மனநோய் ஏற்பட்டிருக்கலாம். தன் உயிரை மாய்த்துக் கொண்டு அவர் யாரிடம் மன்னிப்புக் கேட்டிருப்பார்?

மகளிடமா...?

இல்லையென்றால் சொத்து இருப்பவர்களின் முன்னால் அது இல்லாதவர்கள், சொந்த மான அவமானங்களையும் உயிரையும் சொந்தங்களையும் கொஞ்சம் பணத்திற்கு மாற்றாக வைத்து நகர்ந்துவிடும் நடைமுறையோடா...? தெரியவில்லை. பதிலில்லாத நிறையக் கேள்விகளுக்குப் பின்னால் பாழ்ச்செடிகள் வளர்ந்த ஒரு அறைக்குள்ளாகக் கயிற்று முடிச்சில் தலை நுழைத்து அந்த உப்பா என் முன்னால் தொங்கிக் கொண்டிருக்கிறார். அவருடைய பிணத்தின் முன்னால் அழக் கண்ணீர்கூட இல்லாமல் அந்த மகள் மரத்துப்போய் நின்றிருந்தாள். எல்லாக் காட்சிகளையும் நெஞ்சிலேற்ற விதிக்கப்பட்ட நான் வார்த்தைகளால் பகிர முடியாத வாழ்க்கைக்கு முன்பாக விழித்துக் கொண்டு நிற்கிறேன்.

## இல்யாஸ் முஸ்லியார்

என்னுடைய முதல் துபாய்ப் பயணத்தில் கோழிக்கோட்டிலிருந்து விமானம் ஏறும்போது உடன் ஒன்பது பேர் இருந்தார்கள். அதில் ஒருவர்தான் இல்யாஸ் முஸ்லியார். சாலியின் ஏதோ ஒரு மசூதியில் *முக்ரியாக வேலை பார்த்திருந்த அந்த மனிதன் தன்னுடைய நான்கு பெண் குழந்தைகளின் திருமணச் செலவுகளுக்காக அரபு நாட்டுப் பயணத்தை மேற்கொள்கிறார்.

பிரத்யேகமான வேலை ஒன்றும் தெரியவில்லையானாலும் வெல்டராகத்தான் அவர் துபாய்க்கு வருகிறார். எல்லோரிடமும் சட்டென இயல்பாய்ப் பழகும் குணம் உள்ளவர். யாரைப் பார்த்தாலும் சலாம் சொல்லுவார். யாராவது திருப்பிச் சலாம் சொல்லவில்லையானால் மீண்டும் சலாம் சொல்லுவார். சலாம் திருப்பிச் சொல்ல வேண்டிய ஆள் மற்ற மதத்தினரா, அவர்களுக்குச் சலாம் சொல்லத் தெரியுமா என்ற சிந்தனையெல்லாம் அவருக்கில்லை. கடவுளின் ஆசி உங்களுக்கு உண்டாகட்டும் என்ற சரியான அர்த்தத்தை உட்படுத்தித்தான் அவர் சலாம் சொல்லுவார்.

---

*முக்ரி - மசூதியில் குரான் ஓதுபவர்

விமானம் மேலேறியது முதல் அவர் பயந்து நடுங்கி, *திக்ரும் சொலாத்தும் சொல்ல ஆரம்பித்தார். நடுவில் என்னைப் பார்த்துச் சிரிக்க முற்படுவார். ஆனால், சிரிப்பில் தேவையான வெளிச்சம் கிடைக்கவில்லை. சரியான அளவில்லாத கறுப்புப் பேண்டும் வெள்ளைச் சட்டையும் அணிந்திருந்தார். தலையில் வெள்ளை நிறத்தில் வட்டமான தொப்பி இருந்தது. நாங்கள் போவது விசிட்டிங் விசாவிலா, இல்லை பாலைவனத்தின் நட்ட நடுவிலுள்ள சிமெண்ட் ப்ளாண்டில் வேலை பார்க்கச் செல்கிறோமா என்று எதுவுமே எங்களுக்குத் தெரியாது.

விமானப் பணிப்பெண்கள் எங்களுக்கு மிட்டாய்கள் தந்தார்கள். கொஞ்ச நேரத்திற்குப் பிறகு மதுபானம் வந்தது. பெப்சி என்று நினைத்த முஸ்லியார் டின் பியர் வாங்கினார். திறக்கத் தெரியாமல் அதன் மேல் தடவுவதைப் பார்த்தபோது நான் கேட்டேன்.

"உஸ்தாத், இது என்னன்னு நெனச்சு வாங்கினீங்க?"

"பெப்சிதானே..."

அவர் திகைத்துப்போய் என்னைப் பார்த்தார். நான் சொன்னேன், "இது பியர், குடித்தால் ஒருவேளை சொர்க்கத்தைப் பார்க்கலாம்"

பியர் என்ற வார்த்தைப் பிரயோகத்தை அவர் முன்பே கேட்டிருக்கலாம். சட்டென டின்னை பக்கத்தில் உள்ள ஆளுக்குக் கொடுத்துவிட்டுத் தெளிவாய் சிரித்தார். அந்தச் சிரிப்பும் ஆர்ப்பரிப்பும் கொஞ்ச நேரத்திற்கு மட்டுமே இருந்தது. மீண்டும் ஆகாயத்தின் அற்புத யாத்திரையின் பயத்தில் திக்ரும் சொலாத்தும் சொல்லத் தொடங்கினார்.

---

*திக்ரும் சொலாத்தும் - நபிகளின் குரான் பற்றிப் பாராயணம் சொல்லுதல்.

கூட்டத்தில் ஒருவன், எப்படியோ மறைத்துக் கடத்திய சிகரெட்டை பாத்ரூமில் கொண்டுப்போய்ப் பிடிக்க ஆரம்பித்தபோது அலாரமும் சைரனும் சட்டென முழங்கியது. விமானம் மொத்தமும் பரபரப்பானது.

விமானப் பணிப்பெண்கள் 'நோ ஸ்மோக்கிங்' என்ற சிவந்த எழுத்துகளைச் சுட்டிக் காண்பித்து அவனைத் திட்டித் தீர்க்கவும் செய்தனர். உண்மையைச் சொன்னால் எனக்கும் அன்றுவரை, விமானத்தில் சிகரெட் பிடிக்கக் கூடாதென்று தெரியாது. அப்படிப் புகைத்தால் அது தண்டனைக்குரிய குற்றமென்பதும் தெரியாது. முன் சீட்டுக்குப் பின்னால் ஆஷ்ட்ரே போல மூன்று குட்டிப் பொருட்கள் தொங்கவிடப்பட்டிருந்தன. முன்பெல்லாம் விமானங்களில் புகை பிடித்திருக்கிறார்கள் என்று யாரோ சொல்லியும் கேட்டிருக்கிறேன்.

விமானம் இறங்கி, பரிசோதனை எல்லாம் முடிந்து ஷார்ஜா விமான நிலையத்திற்கு வெளியே கம்பெனியின் வண்டி வருவதற்காகக் காத்துக்கொண்டு நிற்கும்போது நேரம் இரவாகியிருந்தது. அந்த நேரத்திலும் அனல்காற்று வந்து எங்களை அணைத்தபோது நடக்கப்போகும் காரியங்கள் அவ்வளவு ஒன்றும் சரியாக இருக்காதென்று எனக்குத் தெரிய ஆரம்பித்தன. கம்பெனி பஸ் வந்து எங்களை ஏற்றிக்கொண்டு, நிறைய தூரம் பயணித்து, பிறகு முதன்மைச் சாலையிலிருந்து மற்றொரு பாதைக்குத் திரும்பியது. கொஞ்ச நேரத்திலேயே ஊரில் பயணம் செய்வதுபோல குலுக்கலும் சாய்வும் ஏற்பட்டபோது நான் ஏதோ கொஞ்சம் ஆசுவாசமாக உணர்ந்தேன்.

உஸ்தாத், இதென்ன துபாய் என்ற திகைப்பில் எல்லோரையும் மாறிமாறி பார்த்துக் கொண்டிருந்தார். இரும்புத் தகடு வேய்ந்த லேபர் கேம்புகளில் ஒன்றில்தான் எங்களைக் கொண்டுபோய் இறக்கினார்கள். மிகவும் அலுப்பாக இருந்ததால் கிடைத்த இடத்தில் நாங்கள் சுருண்டு கொண்டோம். உஸ்தாத், தன் பசியைப் பற்றி யாரோடென்றில்லாமல் என்னென்னவோ சொல்லிக் கொண்டிருந்தார். நேரம் விடிந்தபோது மிகப்பெரிய நரகமொன்று எங்களுக்காகக் காத்திருந்தது. இரும்பு

உருகுவது போன்ற சூடு. மிதிக்கும் மணலிலும் கை தொடும் இடத்திலுலெல்லாம் அனல். எங்கும் எப்போதும் அனல். அனல் மட்டுமே...

இல்யாஸ் முஸ்லியாருக்கு வெல்டிங் வேலை தெரியாதென்று சூப்பர்வைசர்களுக்கு முதல் நாளிலேயே புரிந்துவிட்டது. அவரை ஒரு பிரிவிலிருந்து மற்றொரு பிரிவுக்கு மாற்றி விளையாட ஆரம்பித்தார்கள். காலையில் நான் பார்க்கும்போது அவர் சின்னதாய் ஒரு கிரைண்டரைப் பிடித்தபடி ஏதாவது ஒரு தூணைத் தேய்த்துக் கொண்டிருப்பார். கொஞ்ச நேரத்திலேயே கேஸ் கட்டரின் உதவியாளனாக நின்றிருப்பார். அதன்பிறகு வெல்டிங், ஹெல்ப்பர், அப்படி ஒரே நாளில் பல வேலைகளைச் செய்தார்.

ஒரு பிரிவிலிருந்து மற்றொரு பிரிவுக்கு வேர்த்தபடி ஓடும் அந்த மனிதனின் முகம் இப்போதும் ஞாபகத்திலிருக்கிறது. ஊரில் 'முக்ரி'யாக இருந்தபோது அவருடைய சம்பளம் ஆயிரத்தி அறுநூறு ரூபாயாக இருந்தது. அப்படியான சின்ன வருமானத்தைக் கொண்டு அவர் எப்படி ஐந்து வயிறுகளைக் காப்பாற்றி வந்தாரென்பது இன்றும் எனக்கு ஆச்சரியமாகத்தான் இருந்தது. பிளாண்டில் மற்றவர்களைப் போல அவருக்கும் எட்டாயிரம் ரூபாய் ஆரம்ப நிலைச் சம்பளம் கிடைத்தது. காலையில் ஆறு மணிக்கு வேலைக்குக் கிளம்பினால் மாலை ஆறு மணிவரை வேலை நேரம். இதற்கிடையில் மத்தியானம் இரண்டு மணிநேர ஓய்வுக்குப் பிறகு ஆறு மணிக்குப் பிறகு செய்வதெல்லாம் ஓவர் டைம். அதற்கு இரட்டிப்புச் சம்பளமுண்டு.

இல்யாஸ் முஸ்லியார் மதிய இடைவேளை இரண்டு மணி நேரத்தில், அரை மணிநேரம் சாப்பிட்டு ஓய்வெடுத்த பிறகு மீதி ஒன்றரை மணிநேரம் ஓவர் டைம் செய்வார். யார் யாருடைய கருணையாலோ கிடைத்த அந்த ஓவர் டைமில் சுட்டெரிக்கும் மணல் பாதையில் சிலிண்டரும் சுமந்து அவர் நடந்து போவதைப் பார்க்கும்போது நான் அவருடைய மனைவியையும் பிள்ளைகளையும்

நினைத்துப் பார்ப்பேன். அவர்களுக்காகத்தானே அவர் இந்த ஓவர் டைமைக் கேட்டு வாங்குகிறார். பிள்ளைகள் நல்ல சாப்பாடு சாப்பிட, நல்ல துணி உடுக்க, அந்த மனிதன் தன் தேகத்தில் சூர்ய கோபங்களையும், மனதிற்குள் பரிகாசங்களையும் ஏற்று வாங்கிக் கொண்டார். யாரிடமும் புகாருமில்லாமல் எல்லோரிடமும் சலாம் சொல்லி, பரந்த இரும்புக்காட்டில் ஒரு மிருகத்தைப் போல அவர் உழைத்தார்.

மத்தியான ஓய்வு முடிந்து நாங்கள் வேலைக்குப் போகும்போது அவர் வேலையைத் தொடங்குவார். சரியான ஒரு வேலை தெரியாமல் போனதால் அவர் எப்போதும் சிலிண்டர்கள் சுமந்து நடந்தார். தன்னைவிட பாரமுள்ள சிலிண்டரைச் சுமந்து ஒரு பக்கமாய் சாய்ந்து நடக்கும் அந்த நடையில் பல நேரங்களில் தவறி விழுவார். விழுந்த இடத்திலிருந்து எழுந்து, அதே சிலிண்டரையும் சுமந்து அவர் ஓடினார். அந்த ஓட்டத்தில் நாயைப் போல மூச்சிரைத்தார்.

ஊரில் அவருடைய பணம் வருவதைக் காத்து ஐந்து வயிறுகள் பசியோடிருக்கின்றன. துபாய்க்காரன் என்ற பெருமையில் பிள்ளைகளுடைய தேவைகள் அதிகரித்தபடியே இருந்தன. கிடைக்கும் சம்பளத்தை முழுவதுமாக அவர் வீட்டுக்கு அனுப்பி வைத்தார். பிறகு காலியான சட்டைப்பையுடன் ஒரு பழச்சாறுகூட வாங்கிக் குடிக்காமல் ஸ்டோரிலிருந்து கிடைக்கும் ஓ.ஆர்.எஸ். பாக்கெட்டை வாங்கிக் குடித்து, பல நேரங்களில் ஓக்களித்து வாந்தியெடுத்தார்.

மெஸ்ஸிலிருந்து கிடைக்கும் உணவை ஆவலுடன் சாப்பிட்டார். ஒருமுறை மத்தியானச் சாப்பாட்டு பாத்திரத்தில் எலி விழுந்ததால் மெஸ் சாப்பாட்டை யாரும் சாப்பிடவில்லை. எங்களில் பலர் பணம் கொடுத்துப் பழச்சாறும் பழங்களும் வாங்கிச் சாப்பிட்டோம். கையில் ஒரு நயா பைசாகூட இல்லாத இல்யாஸ் முஸ்லியார் அந்த எலி விழுந்த சாப்பாட்டையே வாங்கிச் சாப்பிட்டார். மிஸ்ரிகளும்

பாகிஸ்தானிகளும் அவருடனே அந்தச் சாப்பாட்டைச் சாப்பிட்டுக் கொண்டிருந்தார்கள். அதற்கு நான் அவரைத் திட்டியபோது. அவர் பரிதாபத்தோடு என்னைப் பார்த்தார்.

''எங்கையில ஒரு நயா பைசாவும் இல்ல அப்பாஸே''

''பைசா எல்லாத்தையும் ஊருக்கு அனுப்பியதால் தானே...?'' என்று நான் பதிலுக்குக் கேட்டபோது நானொரு தந்தையாயிருக்கவில்லை. பிள்ளைகளின் வயிறு நிறைந்து பார்த்து மகிழும் ஆனந்தம் என்னவென்று அன்றெனக்குத் தெரியவில்லை. அந்த மனிதன் என் முகத்தைப் பார்க்காமல் தலை குனிந்தார். குனிந்த அந்த முகத்திலிருந்து சூடான கண்ணீர் என் கைகளில் விழுந்து கொப்பளித்தது. அவருடைய கையிலிருந்து அந்த சாப்பாட்டைத் தட்டிவிட்டு, பழங்களும் பழச்சாறும் வாங்கிக் கொடுத்தபோது மற்றவர்கள் என்னைப் பரிகசித்தார்கள். ஹோட்டலில் வேலை செய்யும்போது, தவளை விழுந்து வெந்த சாப்பாட்டைச் சாப்பிட நேர்ந்த எனக்கு அந்தப் பரிகாசத்தின் வேதனையொன்றும் புதிதில்லை.

''கெழவன் கிடைக்கும் காசையெல்லாம் வீட்டுக்கு அனுப்பிவிட்டு ஓசியடித்துத் திரியறான் பாரு. ஒவ்வொரு மாசமும் எவ்ளோ ஓ.டி. செய்யறான்''

யார் யாரோ அவரைப் பரிகசித்தார்கள்.

நிறைய ஓவர்டைம் இருந்தால்கூட, அதையெல்லாம் அவர் கெஞ்சி வாங்கித்தான் செய்திருந்தார், தன்னுடைய பிள்ளைகளுக்காக. ஓர் அயிலை மீனைச் சமைத்து ஐந்துபேர் சாப்பிட வேண்டிய கொடுமையில் வக்கற்றுப்போய்த் தானே ஊரில் அவர் இருந்தார். இப்போது அவருடைய பிள்ளைகள் மகிழ்வுடன் ஒவ்வொரு அயிலை மீன் வீதம் சாப்பிடுவார்களென நினைக்கிறேன். மூத்தவள் கல்யாணக்கனவு கண்டு கொண்டிருக்கலாம். அந்தக் கனவை நனவாக்கி மகிழ இரவு பகல் இல்லாமல் உழைக்கும் இந்த மனிதனுக்கு எந்த ஆறுதல் வார்த்தைகளைச் சொல்ல முடியும்...?

பிறகொருநாள் அவர் மத்தியான ஓய்வில் ஓ.டி. எடுத்து வேலை செய்து கொண்டிருந்தபோது நிலைகுலைந்து விழுந்தார். சுற்றிலும் யாருமில்லை. எரியும் சூரியனுக்குக் கீழே இரும்பு பீமில் தலை இடித்து அவர் நினைவின்றிக் கிடந்தார். அவருடைய தலையிலிருந்து அல்ல, மூக்கிலிருந்து ரத்தம் கொட்டிக் கொண்டிருந்தது. மதிய வெயிலை மொத்தமும் ஏற்று அவருடைய மூக்கிலிருந்து நுரையுடன் ரத்தம் கொட்டியது. அவர் அதைக் கண்டுகொள்ளாமல் நடந்தார். ஆனால், மனித உடலால் சகித்துக்கொள்ள முடிகிற சூட்டின் அளவிற்கும் ஒரு எல்லை இருக்கிறதில்லையா? அந்த எல்லை கடந்தபோது நுரைத்து வரும் ரத்தம் மூக்கில் அருவியாய் ஒழுக ஆரம்பித்தது. கடவுளே...

நாங்கள் அவரைக் கண்டுபிடித்துத் தண்ணீர் தெளித்தபோது அவரில் உயிரின் கடைசித்துளிதான் மீதியிருந்தது. ஆனால், அவர் அதிலிருந்தும் மீண்டார். அவருக்குச் சொந்தமாக ஒரு வீடு தேவைப்பட்டது. பெண் பிள்ளைகளைக் கல்யாணம் முடித்து அனுப்ப வேண்டியிருந்தது. கம்பெனி வண்டிக்குப் பக்கத்தில் தாங்கிப் பிடித்து படுக்க வைக்கும்போது வியர்வை நாற்றமடிக்கும் சட்டைப் பையில் ஊரிலிருந்து வந்த கடிதமிருந்தது. கடிதத்தில் அவருடைய பிள்ளைகள் ஒவ்வொரு கையெழுத்துக்களில் தங்களுடைய தேவைகளை அப்பாவுக்கு எழுதியிருந்தனர்.

ஆண்களை வெறுக்கும் பெண் எழுத்துகளை வாசிக்கும்போதும், பார்க்கும்போதும் நான் இல்யாஸ் முஸ்லியாரை நினைத்துக் கொள்வேன். சூட்டைத் தாங்கித்தாங்கி அந்த மூக்கிலிருந்து நுரைத்துப் பொங்கும் ரத்தத்தை நினைத்துக் கொள்வேன். அவர் வாழ்ந்தது ஒருபோதும் அவருக்காக அல்ல. மனைவிக்கும் பிள்ளைகளுக்குமாகத்தான் வாழ்ந்தார். எத்தனையெத்தனை இல்யாஸ்கள் சொந்த வாழ்க்கையைக்கூட உதிர்க்கத் தயாராக, ஏதேதோ பாலைவனங்களில் சிலிண்டர் சுமந்து ஓடுகிறார்கள்! அப்படி ஓடிக் கிடைக்கும் ஒவ்வொரு காசையும் அவர்கள் பத்திரப்படுத்தி வைப்பது எதற்காக...?

பெண் தோழிகள் தவறாக நினைக்கவில்லையென்றால், தவறாக நினைத்தாலும் பரவாயில்லை, ஆண்களை வெறுக்கும் பெண்ணியவாதச் சிந்தனை உள்ளவர்களை அயல் நாடுகளுக்கு வரவேற்கிறேன். அங்கே போய் சிலிண்டர் சுமக்கவோ, செயின்ப்ளாக் இழுக்கவோ அல்ல. மாறாக, சுட்டெரிக்கும் இரும்புக் காட்டினூடாக வெறுமனே நடக்க.

எழுதி நான் சங்கடப்படுத்தினேன் என்றால் மன்னிக்கவும். நான்தான் முதலில் பாலைவன வேலை போதுமென்று திரும்பினேன். தேவைக்கேற்பத் தண்ணீர் குடிக்காமல் வேலை செய்ய நிர்ப்பந்திக்கப்பட்டபோது கிட்னியில் கல் வந்துவிட்டது. நான் ஊருக்குத் திரும்பி வந்தேன். இதயத்திலோ மூளையிலோ கல் வந்தால் கூட அதையெல்லாம் பொருட்படுத்தாமல் அங்கே வேலை செய்யத் தயாராகும் இல்யாஸ்கள் நிறைய இருக்கிறார்கள். ஐஃபோன் உபயோகித்து முகநூலில் பெண்ணியமும் சோசலிஸமும் எழுதி நிறைத்துக் கொள்ளலாம். அப்படி எழுதிச் சேர்க்கும்போது எப்போதாவது குடும்பத்திற்காக ரத்தம் கக்கிச் சாகும் ஜென்மங்களையும் நினைக்க வேண்டும், அவர்கள் வெறுக்கப்பட வேண்டியவர்கள் அல்ல, நம்மைப் போலவே எல்லாவித உணர்வுகளும் நொம்பலங்களும் உள்ள மனிதர்கள். சொந்த அனுபவங்களை வார்த்தைகளாய்ப் பகிர முடியாத வெறும் மனிதர்கள். பெண் ஆண் சமத்துவத்தைப் பற்றி அவர்களிடம் பேசும் முன்பாக நமக்கு அவர்களோடு பொருளாதாரச் சமத்துவத்தைப் பற்றிச் சொல்ல வேண்டி வரும்.

நல்லது...

## தங்குண்ணி அக்கா

என் மனைவியின் பக்கத்துவீட்டுக்காரர்தான் பாப்பு ஹாஜி, நிறைய நிலங்கள், கண் காணாத தொலைவுவரை பரந்து கிடக்கும் தென்னந்தோப்புகள், வாடகைக்குக் கட்டி விட்டிருக்கும் நிறைய கடைகள், பேருந்துகள், அரபு நாடுகளில் சூப்பர்மார்க்கெட்டுகள்... அப்படி ஆள் நிஜமாகவே ஒரு சின்ன அம்பானிதான். அவருக்கு ஒரு மகனும் ஒரு மகளும் மட்டுமேயிருக்கிறார்கள். மகள் திருமணம் முடிந்து கணவனோடு சவுதியில் நிரந்தரமாகக் குடியேறிவிட்டாள். மகன் அங்கேயே சூப்பர் மார்க்கெட்டை நிர்வாகம் செய்கிறார். அவனுடைய மனைவியும் குழந்தைகளும்தான் பாப்பு ஹாஜியின் வீட்டில் இருக்கிறார்கள்.

அவருடைய தோட்டத்திலிருந்து நான் அடுப்பெரிக்க விறகு எடுப்பேன். அதற்குச் சின்னதொரு தொகை கொடுத்தால் போதும். பிறகு நடுவில் சின்னச்சின்ன வேலைகளையும் செய்து கொடுக்க வேண்டும். ஆள் ரொம்பக் கஞ்சத்தனமானவர். பத்துமுறை எண்ணிச் சரியென்று தோன்றிய பிறகுதான் யாருக்காக இருந்தாலும் பணம் கொடுப்பார். சாப்பாடெல்லாம் மிகவும் குறைவாகத்தான்

சாப்பிடுவார். மருமகள் வந்த பிறகு அதில் கொஞ்சம் மாற்றம் வந்திருந்தது. அவருடைய மனைவி மாளுத்தா மிகவும் பாவமான பெண்.

அவருடைய வீட்டில் வாசல் பெருக்கவும் சமையலறையில் உதவவும் ஆரம்ப நாட்களிலிருந்தே வருபவர்தான் தங்குண்ணி அக்கா. அக்காவுக்குப் பிள்ளைகள் இல்லாமல் போனதால் என்னை மிகவும் பிடிக்கும். நான் விறகு வெட்டும்போதும் சுமந்து செல்லும்போதும் அக்கா எனக்கு உதவ வருவார்.

"என்னைக்குடா உன்னோட கஷ்டமெல்லாம் தீர்றது?" என்ற அவருடைய கேள்வியைக் கேட்கும்போதுதான் நான் என்னுடைய கஷ்டத்தைப் பற்றி நினைப்பேன்.

"எல்லாம் சரியாகும் தங்குண்ணி அக்கா..." என்று நான் அவரிடம் சொல்வேன்.

பாப்பு ஹாஜியின் வீட்டின் புதுப்பித்தல் வேலை நடந்து கொண்டிருக்கும்போது ஒரு முறை தங்குண்ணி அக்காவிடம் சொல்லி என்னை அழைத்தார். ஏதோ பைப் உடைந்ததைச் சரி செய்ய வேண்டித்தான் அழைத்தார். வேலை எதுவும் இல்லாமல் மிகுந்த சிரமத்திலிருக்கும்போது அந்த அழைப்பு வந்திருந்தது. ஒரு ஐம்பது ரூபாயாவது கிடைத்தால் பெரிய ஆசுவாசமாய் இருக்குமே என்று நினைத்திருக்கும்போது தங்குண்ணி அக்கா, மனைவியிடம் என்னவோ ரகசியம் சொன்னார். மனைவியின் முகத்தின் பாவம் மாறுகிறது. "நீங்க போக வேண்டாம்" என்று அவள் என்னைத் தடுத்தாள். நான் 'நாகவல்லியாக' மாறி, "போனா என்னா...?" என்று கேட்கிறேன். 'விட மாட்டியா நீ' என்று நான் கேட்பதற்குள் மனைவி முகம் வாடியபடி நகர்ந்து விட்டாள். அங்கு ஒன்றாய் நடக்கும்போது தங்குண்ணி அக்கா கேட்டாள்,

"உனக்கு இன்னக்கி வேலையில்லையா...?"

"வேலை கெடச்சே கொஞ்ச நாளாச்சுக்கா" என்று நான் பதில் சொன்னேன்.

"உனக்குக் காசு ஏதாவது வேணுமா...?" என்று தாராள மனசோடு அக்கா கேட்டாள். நிறையக் கடன்களைத் திருப்பிக் கொடுக்க இருப்பதால் நான் அதற்குப் பதிலேதும் சொல்லவில்லை. கழிவறையின் பைப்பை மாற்ற வேண்டுமென்பது, அங்கே போய்ச் சேர்ந்தபோதுதான் தெரிந்தது. கழிவறை என்றால் கழிவறை மட்டுமல்ல, கோடிகள் செலவு செய்து, வேலை தீரக் காத்திருக்கும் அவருடைய புதிய வீட்டின் பெயிண்டிங் வேலை எனக்குக் கிடைத்தால் எப்படியிருக்கும் என்றும் நினைத்துக்கொண்டே போனேன்.

பழைய வீடென்பதால் கழிவறைக்குப் பழைய மாதிரி சிமெண்ட் பைப்பைத்தான் பொருத்தியிருந்தார்கள். நான் பார்க்கும்போது தேவையற்ற பைப்பின் சிறிய மூடியிலிருந்து தண்ணீர் கசிந்து கொண்டிருக்கிறது. அதில் துர்நாற்றம் வருகிறது. தங்குண்ணி அக்கா மனைவியிடம் ரகசியம் பேசியதும், தாராளம் காட்டியதும் சும்மா இல்லை, நாற்றமெனில் நாற்றம். நான் வேட்டியை மடித்துக் கட்டி, மண்வெட்டியால் மூடியைச் சுற்றிலுமுள்ள மண்ணைத் தோண்டியெடுத்தேன். நாற்றம் சகிக்க முடியாமல் போனவுடன் துண்டால் மூக்கையும் வாயையும் பொத்திக் கொண்டேன். உள்ளேயிருந்து மருமகளின் குயில் சத்தம் கேட்டது.

"யாரு உப்பா... பெங்காலியா?"

"இல்ல மோளே... இது நம்ம அப்பாஸ்தான்"

பாப்பு ஹாஜி தூரத்தில் நின்றுகொண்டு கட்டளைகளைப் பிறப்பிக்கிறார். அந்த ஓட்டையின் மூடி வட்டமாயுள்ள கடப்பாக்

கல்லாக இருந்தது. அதை நீக்கியதும் சுவர்க்கமே தோற்றுப் போகுமளவுக்கு சுகந்தம் துண்டைத் துளைத்துக் கொண்டு என் மூக்கில் ஏறியது. பச்சைப்பயிறுப் பாயசத்தின் நிறமுள்ள கொழகொழவென்ற திரவம் என் கையில் ஒழுகியது. எதிர்காலத்தில் அகாடமி அவார்டெல்லாம் வாங்க வேண்டிய எழுத்துக்காரனின் கை இதுவென்று ஞாபகம் வைத்துக்கொள்ள வேண்டும். பாப்பு ஹாஜிக்கும் அகாடமி அவார்டுக்கும் என்ன சம்பந்தம்? அவர் ஒரு இரும்புக் கம்பியைத் துக்கிப் போட்டுவிட்டு, அதை வைத்து வேஸ்ட் பைப்பைக் குத்தச் சொன்னார்.

குயில் குரல்காரி உபயோகப்படுத்தும் கழிவறையின் கழிவுதான் இதென்று சொல்லி, பால் ஊற்றித் தேநீர் போட்டுத் தந்த தங்குண்ணி அக்கா ரகசியமாய் என்னிடம் சொன்னாள். குறை சொல்லக்கூடாதில்லையா...? குயில் குரலின் சொந்தக்காரி பேரழகி. நான்கைந்து முறை நான் அவளின் முகம் பார்த்திருக்கிறேன். பார்க்கும் போதெல்லாம் வாயைப் பிளந்து நின்றுமிருக்கிறேன். அந்த அழகியின் சுகந்தம்தான் இப்போது கையில் ஒழுகித் தேநீரைக் கூடக் குடிக்க முடியாமல் எனக்கு ஓக்காளமிட்டு வாந்தி வரச் செய்கிறது.

நான் இரும்புக் கம்பியால் பைப்புக்குள் குத்திப் பார்த்தேன். துளைத்துப் பார்த்தேன். கொஞ்சம் தண்ணீர் வடிந்தது. ஆனால், கம்பி எதிலோ தட்டி நிற்கிறது. வேகமாகக் குத்தியபோது , அந்தத் தடை பலமாக இருந்தது. அது மிகப் பழைய சிமெண்ட் பைப். ஏதாவது நாகராஜாவாக இருக்குமோ என்ற பயமும் வருகிறது. அதைச் சொன்னபோது பாப்பு ஹாஜி இன்னும் கொஞ்சம் தூரப் போய் நின்று, தடை உள்ள இடத்தின் மண்ணைப் பெயர்த்தெடுக்கச் சொன்னார். நான் அந்த மண்ணையும் அகற்றினேன். பைப் உடைந்தது. ஒரே கூச்சலும் குழப்பமுமானது. சுகந்தங்களின் சிற்றாறானப் பச்சைப் பயிறுப் பாயசம் ஒழுகி வந்து என் கால்களையும் தொட்டது.

உள்ளே, குயில் நாதம் துர்நாற்றத்தால், மனம் பிரட்டி ஒக்காளித்து வாந்தி எடுக்கத் தொடங்கியிருந்தாள். அவ்வளவு சீக்கிரத்தில் விஷயம் முடியாதென்று புரிந்தபோது மொத்த பைப்பையும் மாற்றி விடலாமென்று தீர்மானித்தார்கள். காசைக் கணக்குப் பார்த்துச் செலவு செய்யும் பாப்பு ஹாஜியிடம் நான் சொன்னேன், "சிமெண்ட் பைப் இப்போது வாங்கக் கிடைக்காது, கிடைத்தாலும் இன்று ஒரே நாளிலேயே இந்த வேலையை முடித்து விடவும் முடியாது. அதனால் பி.வி.சி. பைப் போதும்"

பாப்பு ஹாஜி யாரையெல்லாமோ திட்டியபடி காரையெடுத்துக் கொண்டு பைப் வாங்கப் போனார். என்ன நடந்ததென்றால் நம்ம குயில் குரல்காரி, தன்னுடைய உபயோகித்த சானிட்டெரி நாப்கினை எப்போதுமே கழிவறையில் வீசித் தண்ணீர் அடித்து ஊற்றிப் பழக்கப்பட்டதால் ஏற்பட்ட அடைப்பு. வேறு எந்தச் சிந்தனையுமில்லாமல் அதிகபட்சக் கூலியாகக் கிடைக்கப்போகும் ஐநூறு ரூபாய்க்காக, பிளாஸ்டிக் கவரைக் கையிலிட்டு அந்த அடைப்பு முழுவதையும் இழுத்து வெளியே போட்டுக் கொஞ்ச தூரத்திலுள்ள மண்ணில் பள்ளம் தோண்டி அதில் போட்டு மூடினேன். உதவிக்கு வந்த தங்குண்ணி அக்காவைத் திருப்பி அனுப்பினேன். பேத்தியின் வயதுள்ள ஒருத்தியின் சானிட்டெரி நாப்கின்களைச் சுமக்கும் கொடுமையிலிருந்து நான் அவர்களை அன்று காப்பாற்றினேன்.

மொத்தமாய் சிமெண்ட் பைப்பையும் சுரண்டியெடுத்துச் சுத்தப்படுத்தியபோது நேரம் மத்தியானமாயிருந்தது. சுகந்தங்களை இல்லாமலாக்க மாளுத்தா, மண்ணெண்ணெயும் ப்ளீச்சிங் பௌடரும் தங்குண்ணி அக்காவிடம் கொடுத்தனுப்பியிருந்தார். அதற்கு அந்தம்மா கணவனின் திட்டையும் வாங்கிக் கட்டிக் கொண்டார். சுகந்தம் வந்த இடத்திலேயே உட்கார்ந்து நான் சாப்பிடும்போது தங்குண்ணி அக்கா துக்கத்துடன் சொன்னாள்.

‘‘உனக்குக் காசு வேணும்னா நான் தந்திருப்பேனே...?’’

‘‘பரவாயில்ல அக்கா... இந்த வேலையை யாராவது செய்துதானே ஆகணும்...?’’

‘‘ஆனாலும்...’’

‘‘ஒரு ஆனாலும் வேண்டாம்க்கா, அந்த மோரை ஊத்துங்க...’’

மாசம் இரண்டாயிரம் ரூபாய் பாப்பு ஹாஜி அக்காவுக்குச் சம்பளமாகக் கொடுக்கிறார். குழந்தைகள் இல்லாமல் கணவரும் இறந்த பிறகு பென்ஷன் காசையும் இந்த இரண்டாயிரம் ரூபாயையும் கொண்டு அக்கா வாழ வேண்டும். சாப்பிடுவதற்கிடையில் நான் குயில் நாதக்காரியைத் தேடினேன். சமையலறைக்கெல்லாம் குயில் வருவதேயில்லை. *மாளிகைப்புரத்தை ஜன்னல்களில் ஒரு மின்னல் போலப் பார்க்கலாம். என் கண் தேடுகிறதென்று தெரிந்த பிறகு அந்த மின்னலும் வரவேயில்லை.

சாப்பிட்டு முடித்துக் கொஞ்சம் தென்னந்தோப்பு நிழலில் ஓய்வெடுத்த பிறகு, மீண்டும் வேலையைத் தொடங்கினேன். நினைத்தமாதிரி பைப் மாற்றுவது அத்தனை சுலபமாக இருக்கவில்லை. சிமெண்ட் பைப் சின்னச் சின்னத் துண்டுகளாகத்தான் கிடைக்கும். அதை ஒவ்வொன்றாகப் போட்டுக்கொண்டே போனால் போதும். இது பி.வி.சி. பைப் இல்லையா. பழைய வளைவு, மூலைகளைத் தவிர்த்து அதே இடத்தில் புதிய பைப்பிற்குக் குழியெடுத்து, பைப்பைப் போட்டு அதற்கு மூடியும் போட்டேன். கழிவறைக் கோப்பையில் தண்ணீர் ஊற்றிக் குழி வழியே வந்து பைப்பில் இறங்குகிறதா என்று பார்த்தேன்.

---

*மாளிகைப்புரம் - சபரிமலை ஐயப்பன் கோவிலில் ஒரு உப தேவதையாக வணங்கப்படுபவள்.

அதற்குள் மணி ஆறானது. பழக்கமில்லாத வேலையானதால் உடலெல்லாம் வலி. நான் அங்கே வேலை செய்வதால் தங்குண்ணி அக்காவும் ஆறு மணி வரைக்கும் அங்கேயே இருந்தாள். அப்படி எதற்கு அவள் சும்மா நிற்க வேண்டுமென்று நினைத்து பாப்பு ஹாஜி அக்காவுக்குச் சின்னச் சின்ன வேலைகள் கொடுத்தார்.

தேவையற்றதை மாற்றி சிமெண்ட் பூச வேண்டியதையெல்லாம் சிமெண்ட் போட்டுப் பூசிச் சுத்தமாக வேலையை முடித்தபோது மணி ஏழாகியிருந்தது. அந்தத் தோட்டத்துத் தொட்டியிலிருந்து வரும் தண்ணீரில் குளித்துத் துணியெல்லாம் துவைத்துத் துண்டும் கட்டி, நான் அவரிடம் கூலிக்காகக் காத்திருந்தேன். மாலை நேரத் தொழுகையெல்லாம் முடித்து வராந்தாவுக்கு வந்த பாப்பு ஹாஜியின் முகத்தில் பெரிய கௌரவச் சிரிப்பு த் தாண்டவமாடியது.

“எல்லாம் சுத்தமாயிடிச்சா...?”

என்று கேட்டு அடித்தொண்டையில் செருமி அவர் சுருட்டிப் பிடித்த கையை எனக்கு நேராக நீட்டினார். அதில் இரண்டு நூறு ரூபாய் நோட்டுகள். காலை ஏழரைக்குத் தொடங்கிய வேலை. பன்னிரெண்டு மணி நேரமாக நான் வேலை செய்கிறேன். அதற்குக் கூலியாக எனக்கு நேராக நீட்டப்பட்ட இருநூறு ரூபாயைப் பார்த்தபோது என் கண்கள் கலங்கின. வாய்விட்டு அழுது விடாமலிருக்க நான் அந்த வராந்தாவின் தூணில் இறுகப் பிடித்துக் கொண்டேன். சானிடெரி கழிவும் மலமும் மலைபோல என் முன்னால் குவிந்திருப்பதாய் எனக்குத் தோன்றியது.

“என்னா... அப்பாஸ், நீ முட்டிகிட்டு வெளிக்கிப் போறமாதிரி அவசரப் படறே?”

நான் பதிலேதும் சொல்லாமல் அந்தப் பணத்தையும் வாங்காமல் தலைகுனிந்து நடந்தேன். என் மனக்கண்ணில் மனைவியின் முகம் தெளிவாய்த் தெரிந்தது. மகளுடைய முகம் தெரிந்தது. என்

கட்டுப்பாடுகளை மீறி, கண்கள் நிறைந்து வழிந்தன. இருட்டத் தொடங்கின அந்தப் பாதை வழியாக நடக்கும்போது, என் முன்னால் தீ எரிவது போலத் தோன்றியது. தங்குண்ணி அக்கா என் பின்னாலேயே ஓடி வந்தாள். என் கண்ணீரின் மணம் உணர்ந்த அவள், என்னைப் பின்னாலிருந்து கட்டி அணைத்துக் கொண்டாள்.

"நான் உங்கிட்ட சொன்னேனேடா இந்த வேலைக்கு வராதேன்னு, ஹாஜியாரோட கஞ்சத்தனம் உனக்குத் தெரியாதா...?"

தங்குண்ணி அக்கா வேட்டி முடிச்சிலிருந்து சுருண்டிருந்த ரூபாயை எடுத்து என் கையில் வைத்து அழுத்தினாள். நெஞ்சு வெடித்து இதயம் வெளியே குதித்து விடுமென்று தோன்றியது. வேண்டாமென்று விலக்கக்கூட முடியாமல், நான் அந்த வியர்வையின் மணத்தைச் சேர்த்துப் பிடித்தேன்.

"அழாதடா..."

எனக்கு அழ வேண்டும். எல்லாச் சூழலிலும் தோற்றுப் போகும், அவமானங்களின் மலங்கள் புரண்ட, நான் நடக்கும் வழிகளின் வேதனையை மறக்க நான் அழ வேண்டும். முதிர்ந்த ஒரு மனிதன் என்ற அறிவுகூட இல்லாமல் அந்த இருட்டில் நான் அவளைக் கட்டி அணைத்து அழுதேன்.

இருட்டிலிருந்து சாலையின் வெளிச்சத்திற்கு வந்தபோது, நான் அந்த ரூபாயை எண்ணிப் பார்த்தேன். அதில் சரியாக ஆயிரம் ரூபாய் இருந்தது. ஒரு மாதம் முழுக்க வாசல் பெருக்கியும் பாத்திரம் கழுவியும் தரை துடைத்தும் அவள் சம்பாதிக்கும் பணத்தில் சரிபாதி.

கொஞ்ச நாட்களுக்குப் பிறகு நான் அந்தப் பணத்தை திருப்பிக் கொடுக்க தங்குண்ணி அக்காவின் வீட்டுக்குப் போனேன்.

"எனக்கெதுக்குடா காசு...?"

அவள் அதை வாங்க முற்படவில்லை. பணம் கொஞ்சமும் தேவைப்படாதவர்களும் எவ்வளவு கிடைத்தாலும் போதாமல் இருப்பவர்களும், மற்றவர்களின் வியர்வைக்கு உப்பின் விலைகூடக் கொடுக்காதவர்களும் வாழும் இந்த பூமியில் தங்குண்ணி அக்காக்களும் வாழ்ந்து கொண்டுதான் இருக்கிறார்கள். அதனால்தான் இந்த பூமி இப்போதும் மனிதர்களுக்கு வாழத் தகுந்த கிரகமாய் நிலைநின்று கொண்டிருக்கிறது.

இதொரு கதையாய்த் தோன்றுபவர்களுக்கு ஒன்றைச் சொல்ல வேண்டும், உங்களுடைய சானிட்டெரி நாப்கினைக் கழிவறையில் தள்ளித் தண்ணீர் ஊற்றாதீர்கள். அது எங்கேயாவது போய் அடைத்துக் கொண்டு நாற்றமெடுக்கும். யாராவது அப்பாஸ்கள் அதைச் சுத்தமாக்க வரும்போது அவர்களை வாழ்நாள் முழுக்க அந்தச் சுகந்தம் வேட்டையாடும்.

## பலியாகும் வாழ்வுகள்

மழைக்காலத்தில் வண்ணமடிக்கும் வேலை பொதுவாகக் குறைவாகவே இருக்கும். சட்டைப்பையில் பணமிருந்தால் மழையை ரசித்து, மழையில் நனையும் க்ளாராவின் சங்கீதமெல்லாம் கேட்டு, ஆசைப்பட்ட புத்தகம் படித்து ஆசுவாசமாய் இருக்கலாம். குடை பிடித்தோ இல்லாமலோ மழையில் நடக்கலாம். வேண்டுமென்றால் நான்கைந்து மழைக்கவிதைகளை எழுதலாம்.

காலியான சட்டைப்பையானதால் மழைக்காலம் வருவதே பிரச்சனை. பிரச்சனை என்பதால் ஆகாயம் மழை நூல்களை நீட்டி, பூமியைத் தொடாமல் இருக்காதில்லையா? அந்த வருடமும் தொட்டது. இரண்டு மாதங்கள் பெரிய பிரச்சனையில்லாமல் கடந்து போயிருந்தன. அதன்பின் இருபத்தியாறு நாட்கள் வீட்டில் சும்மாவே உட்கார வேண்டியிருந்தது. கடைசி ரூபாயும் செலவாகி, இனி என்ன? என்ற பெரிய கேள்வியில் சிந்தனையை ஒதுக்கி உட்காந்திருந்த வேளையில் கொஞ்சமும் பழக்கமில்லாத ஒரு நபர் வந்து வேலைக்குக் கூப்பிடுகிறார்.

ஊரிலிருந்து கொஞ்சம் தூரத்தில் வேலை. வீட்டில் யாருமில்லை. காலியான வீடு. வேண்டுமென்றால் அங்கேயே தங்கலாம். இல்லையென்றால் தினமும் ஒன்றரை மணிநேரம் பயணம் செய்து போய் வரலாம். வீட்டை எல்லாம் பார்த்து பெயிண்டெல்லாம் எழுதிக் கொடுத்தேன். வீட்டின் சொந்தக்காரர் அன்றைக்கே அதையெல்லாம் வாங்கியும் வைத்துவிட்டார். மறுநாளே நான் அங்கு தங்கி வேலையையும் பார்க்கத் தொடங்கினேன். என்னுடன் வேறு இரண்டு நபர்களும் இருக்கிறார்கள். என்னைவிட வயதில் சிறியவர்கள். அவர்கள் இரண்டுபேரும் பைக்கில் தினமும் போய் வந்து கொண்டிருந்தார்கள்.

மழை கொஞ்சம் ஓய்ந்து, வானம் வெளிச்சம் விடும்போது வெளிப்பக்கம் வண்ணமடிப்போம். இரண்டு நாட்கள் முடிந்த பிறகுதான், அந்த ஊரில் எத்தனையோ வண்ணமடிப்பவர்கள் இருந்தாலும் இத்தனை தொலைவிலிருந்து நான் எப்படி அந்த வேலைக்குப்போய்ச் சேர்ந்தேனென்ற கேள்விக்குப் பதில் கிடைத்தது. புரிந்துவிட்டது... அது இயல்பானது... அந்த வீட்டில் ஒரு டீச்சரும் அவருடைய மகனும் வாடகைக்கு இருந்திருக்கிறார்கள். அவருடைய பதினாறு வயது மகன் அந்த வீட்டின் தரைத்தளத்தில், வீட்டுப் படுக்கையறையின் மேலே மாட்டியிருக்கும் கொக்கியில் தூக்கிட்டுத் தற்கொலை செய்துகொண்டான். அதன் சூடு ஆறும் முன்பாக டீச்சரும் அதே வீட்டின் மற்றொரு படுக்கையறையில் அதே வேலையைச் செய்தாள். இரண்டு ஜீவன்கள்... இரண்டு விலை மதிக்க முடியாத வாழ்க்கை. தூக்கில் ஆடின, அந்த வீட்டை வண்ணமடிக்கச் சொந்த ஊரில் ஆள் கிடைக்காமல் போனதில் ஆச்சரியமொன்றுமில்லை.

என்னுடன் வேலை செய்திருந்த பிள்ளைகள் இதெல்லாம் தெரிந்தபோது என்னைத் தடுத்தார்கள்.

"அப்பாஸ் இக்கா, இந்த வேலை நமக்கு வேண்டாம்"

வேறு வேலை ஏதும் கிடைக்காமல் போனதால் நான் அவர்களிடம், ''உங்களுக்கு ஏதாவது சிரமம் இருந்தால் நான் தனியாக வேலை செய்து கொள்கிறேனென்று சொன்னேன்'' அதைக் கேட்கக் காத்து நின்றவர்கள் போலப் பொருட்களையெல்லாம் எடுத்துக்கொண்டு வேலை போதுமென்று போய்விட்டார்கள்.

வீட்டுக்குச் சொந்தக்காரர் மிகுந்த கவலையிலிருந்தார். அவர் கோட்டயம் ஜில்லாவைச் சேர்ந்த டீச்சருக்கும் மகனுக்கும் அந்த வீட்டை வாடகைக்குக் கொடுத்திருந்தார். இரண்டு மரணம் நடந்த வீடானதால் அது இப்போது வாடகைக்கும் போவதில்லை, விற்கவும் முடியவில்லை. வீடு பாழாய்ப் போய்விடக் கூடாதென்று வண்ணமடித்து வைக்கிறார். துர்மரணங்களில் பயமோ, நம்பிக்கையோ அற்ற யாராவது வாடகைக்கோ, வாங்கவோ வருவார்கள் என்ற எதிர்பார்ப்பு அவருக்கு இருக்கிறது.

அந்த ஊரிலிருந்து வேலைக்கு ஆள் கிடைக்காமல் போனதால் அவர் மிகவும் சுற்றியலைந்து என்னைக் கண்டடைந்திருக்கிறார். ஏனென்றால் நான் 'பயங்கர' தைரியசாலி. பேய் பிசாசுகளில் நம்பிக்கையில்லை. யாராவது தற்கொலை செய்துகொண்டால் நான் எதற்குப் பயப்பட வேண்டும்? என்ற எண்ணமெல்லாம் இருக்கிறது. ஆனால், பிசாசுகளுக்கு அறிவும் புத்தியெல்லாம் இல்லையே. எல்லா விஷயங்களும் எனக்குத் தெரிந்த நிலையில், வேலையைப் பாதியில் போட்டுவிட்டு போகக்கூடாதென்றும் ஒப்புக்கொண்டதைவிட கூடுதல் பணம் எனக்குத் தருவதாகவும் உறுதியளித்தார்.

கூடவே, அவர் அந்த அம்மாவும் மகனும் தூக்கில் தொங்கிய அறைகளையும் எனக்குக் காண்பித்தார். அதில் மகன் தூக்கிட்டுத் தொங்கிய அறையில்தான் கடந்த மூன்று இரவுகளிலும் தூங்கியிருந்தேன். பகலில் வேலைக்கு நடுவில் சாப்பிட முச்சந்தியிலுள்ள ஹோட்டலுக்குப் போகும்போது ஊர்க்காரர்கள்

என்னைப் பார்த்து ரகசியம் பேசிக் கொண்டார்கள். பிறகு எல்லோரும் வெளிப்படையாகப் பேச ஆரம்பித்து, அது உச்சத்திலானது. அந்த மரணங்களின் பல காரணங்களையும் அவர்கள் எனக்குச் சொல்லத் தொடங்கினார்கள்.

மகனுக்குப் பைத்தியமென்றும், இல்லை அம்மாவுக்குத்தான் பைத்தியமென்றும், அதெல்லாமில்லை டீச்சரம்மாவுக்கு ஒரு காதல் இருந்ததென்றும் அவருடைய பழக்கவழக்கம் மகன் பார்த்ததுதான் காரணமென்றும், சகல பாவனைகளையும் திருப்பிப் போட்டபடி மகனுக்கும் அம்மாவுக்கும் பரஸ்பரம் உறவிருந்ததென்றும் ஊர்க்காரர்கள் என்னிடம் சொன்னார்கள். அவர்களை, அவர்களுடைய திரைக்கதைகளை எழுத அனுமதித்து நான் என் வேலையைத் தொடர்ந்தேன். வெளிப்பக்க வேலைகள் முக்கால்வாசி முடிந்திருந்தது. மீதமுள்ள வேலை மழை விட்டால்தான் முடியும். அதனால் நான் வீட்டிற்குள்ளே வேலையைத் தொடங்கினேன். மழை பெய்யும் அந்தச் சூழலில் தனியே அந்த வீட்டிற்குள் வேலை செய்ய இயல்பாகவே எனக்குப் பயம் தோன்றியது. ஆனால், பயந்து நின்றால் பிரத்யேகமாக எனக்கு எந்தவொரு பிரயோஜனமும் இல்லாமல் போனதால் அந்த வீட்டின் முதல் மாடியில் வேலை செய்ய ஆரம்பித்தேன். வீட்டுச் சொந்தக்காரர் எனக்குச் சொன்னதெல்லாம் போலீஸ் கண்டுபிடித்த விஷயங்களாக இருந்தன.

மகன் மிகவும் உயரத்தில் போக ஆசைப்பட்ட அந்த டீச்சரம்மா அவனுக்கு எல்லா சௌகரியங்களையும் செய்துகொடுத்துப் பத்தாம் வகுப்புத் தேர்வுக்குத் தயார்செய்து தேர்வையும் எழுத வைத்தார். முடிவுகள் வந்தபோது மகன் தோற்றுப் போயிருந்தான். அக்காலத்தில் பத்தாம் வகுப்புத் தேர்வு முடிவுகள் வருவதற்கு முன்பே மாணவர்களின் தற்கொலைகளும், அவர்கள் வீட்டை விட்டு ஓடிப்போவதும் நடந்து கொண்டுதானிருந்தன. மகன் தேர்வில்

தோற்றுப் போவானென்று அம்மா ஒருபோதும் நினைக்கவில்லை. அம்மாவின் எதிர்பார்ப்பு மகனுக்கும் தெரியும். அந்த எதிர்பார்ப்பைப் பூர்த்தி செய்யுமளவுக்கு மார்க் வாங்கி வெற்றி அடைய முடியாமல் போனதால் மனம் நொந்து, அப்பா இல்லாத தன்னை வளர்க்க அம்மா படும்பாட்டைச் சரியாய் புரிந்து கொண்டிருந்த மகன், எல்லாத் தேர்வுகளுக்குமுள்ள பதிலாகத் தன் படுக்கையறையில் உள்ள மேற்கூரைக் கொக்கியில் மரணத்தை முடிச்சிட்டான்.

மகன் அப்படிச் செய்வானென்று அம்மா கனவிலும் நினைத்துப் பார்க்கவில்லை. கணவனால் கைவிடப்பட்ட ஒரு பெண், அயலூரில் எதிர்கொள்ள வேண்டிய எல்லாப் பிரச்சனைகளையும் சகித்து, அவள் மகனுக்காகத்தான் இந்தப்பூமியில் வாழ்ந்தாள். அவனுக்காக வேலை பார்த்தாள். சொந்த மூச்சைக்கூட மகனுக்காக சுவாசித்தாள். அவர்களுடையது கலப்புத் திருமணமாயிருந்தது. மகனின் மரணத்திற்குக்கூட வராமல் போன ரத்த சொந்தங்களைப் பற்றி அந்த அம்மா நினைத்திருக்க வேண்டும். தான் இந்த பூமியில் மிகவும் தனியாய் போய்விட்டோமென்று தோன்றிய நிமிடத்தில், முன்னே தெரியும் வாழ்க்கையின் வெளிச்சம் மொத்தமும் இருட்டாக மாறிப்போனது என்று நினைத்துவிட்ட நிமிடத்தில், அவளும் தன்னுடைய புடவையில் மரணத்தை முடிச்சிட்டாள்.

இரண்டு ஜீவன்கள் தூக்கிலாடிய அந்த வீட்டில், இரவில் நான் உறக்கம் வராமல் கிடந்தேன். மழையும் பெயிண்ட்டும் வாசமடிக்கும் அந்த வெறுமையில் நான் அந்த அம்மாவைப் பார்த்தேன். கடல் அரித்தெடுத்த கனவுகள் அந்தக் கண்களில் உப்பாக மாறுவதைப் பார்த்தேன். மகன் படிக்க வேண்டி உறக்கம் ஒதுக்கிக் காத்திருந்த அம்மா. தன்னைப் பரிகசித்தவர்களிடமும் புறக்கணித்தவர்களிடமும் தன் மகன் மூலம், அவனின் எதிர்காலத்தின் வெற்றியின் மூலம், பதில் சொல்லக் காத்திருந்த அம்மா. தன்னுடைய எல்லா சுகங்களையும்

தவிர்த்துவிட்டு மகனை மட்டுமே நேசித்த, அவனுக்காக மட்டுமே வாழ்ந்த அம்மா, தூக்கம் கலைந்தபோது பார்த்த உயிரற்ற மகனின் உடலை எப்படி எதிர் கொண்டிருப்பாள்...? எத்தனை வார்த்தைகள் அந்த நிமிடங்களில் தொண்டையில் அடைத்து சுவாசத்தைத் தடை செய்திருக்கும்...?

கீழ் அறையிலிருந்து வார்த்தைகளற்ற ஒரு ஈனக்குரல் என் காதுகளை வந்து தொட்டது. தொடுவதல்ல, ஈயம் காய்ச்சி ஊற்றுவது போல என் காதுகளைச் சுட்டது. நான் என் உம்மாவைப் பற்றி நினைத்தேன். உம்மாவுக்கு முன்னால் தூக்கில் தொங்கும் என்னை நினைத்தேன். எல்லா நினைவுகளுக்கும் துயரங்களுக்கும் மேலாக மழை பெய்து கொண்டிருந்தது. தூக்கம் வராமல் நான் என் கைக்கடிகாரத்தின் நேரத்தை அளந்து கொண்டிருந்தேன். மண்ணெண்ணெய் அடுப்பில் கடுங்காப்பி வைத்துக் குடித்தேன். ஏராளமாய்ப் புகைத்துத் தீர்த்தேன். கீழ் அறைகளுக்கு இறங்க பயந்தேன். பத்து மணிக்குத் தூங்கப்போகும் நான் பதினொன்று... பன்னிரெண்டு... ஒன்று... இரண்டு... மூன்று... நான்கு... நான்கரை... என்ற கணக்கில் இரவை அளந்து தீர்த்தேன். முச்சந்தியிலிருக்கும் ஹோட்டலில் என்னுடைய தூக்கம் கெட்டுப் போன கண்களில், பேய் பிசாசுகளைப் பார்த்துப் பயந்த ஒருவனின் பாவத்தைதான் ஊர்க்காரர்கள் கண்டுபிடித்தார்கள். 'ஒன்றில்லை, இரண்டுதானே', அவர்கள் பரஸ்பரம் முணுமுணுத்தார்கள். அதிகநேரம் ஹோட்டலில் உட்கார்ந்து அவர்களுடைய பேய் பிசாசுக் கதைகளைக் கேட்டால் பயந்து விடுவோமென்று நினைத்து நான் அங்கிருந்து சீக்கிரமே திரும்பினேன்.

அந்த வீட்டின் எல்லா அறைகளையும் ஜன்னல்களையும் கதவுகளையும் இரும்பு அழிகளையும் வண்ணமடித்து முடித்த பிறகும் அந்த இரண்டு அறைகள், பயத்தின் மணங்களேற்றுப் பழைய வண்ணங்களுடன் என்னையும் காத்து நின்றன. அந்த அறைகளுக்கு

வண்ணக்கலவைகளுடன் செல்வதல்லாமல் வேறு வழியில்லை. பழைய அந்த ரோஸ் நிறத்திற்கு மேலே இளநீல நிறத்தை ரோல் செய்யும்போது நான் அந்தச் சுவர்களில் டெலிஃபோன் எண்களைப் பார்த்தேன். எத்தனையோ நண்பர்களின் சொந்தங்களின் நீண்ட சரடுகள் மறையத் தொடங்கியிருந்தன. இனி ஒருபோதும் அந்த எண்களை இங்கே யாரும் பார்க்கமாட்டார்கள், நினைக்க மாட்டார்கள். மகனுடைய அறையில் சுவர்களில் அம்மா எழுதி ஒட்டிய வண்ணக் காகிதங்களை நான் வாசித்தேன்.

"என்னால் முடியும்"

"நான் செய்வேன்"

"நான் முதல் வகுப்பில் தேர்ச்சியடைவேன்"

ஒரு அம்மா மகனின் நல்ல எதிர்காலத்திற்காக உருவகப்படுத்திய அந்த வார்த்தைகளை, உயிரற்ற உடலிலிருந்து துணி அவிழ்ப்பதைப் போல நான் பெயர்த்தெடுத்தேன். நான் தொடுவது ஒரு பதினாறு வயது மகனின், உடலின் துணிகளை என்று உணரத் தொடங்கியபோது, நான் பயந்தேன். வண்ணக் காகிதங்களைப் பெயர்த்தெடுத்து, அந்த அடையாளங்களை இளம் நீலநிறத்தினுள் புதைத்தேன். யார் யாருடைய கண்ணீராகவோ மழை அப்போதும் பெய்து கொண்டிருந்தது.

அந்த இரண்டு அறைகளின் மேல்தட்டில் கொக்கிகளுக்கருகில் வர்ண உருளை படாத இடங்களில் நான் தூரிகை கொண்டு வெள்ளை வண்ணத்தை ஒத்தி எடுக்க வேண்டியிருந்தது. அந்த வீட்டின் எல்லா வேலைகளையும் முடித்து, கடைசியாகத்தான் நான் அதைச் செய்தேன். இரும்பு ஏணியில் ஏறி நின்றபோது என் கால்களும் கைகளும் நடுங்கின. இங்கே இந்தக் கொக்கியில்தான் வாழ்வின் வசந்தங்களுக்கெல்லாம் மேலே நெருப்பு மழையைப் பெய்யச்செய்து

அந்தப் பிஞ்சு மகன் சுருக்கிட்டுக் கொண்டான். அந்தக் கொக்கியைத் தொட்டபோது என் மூச்சும் நின்றுவிடும் போலிருந்தது.

'மகனே... பத்தாம் வகுப்புத் தேர்வுதான் வாழ்வின் கடைசித் தேர்வென்று யார் உனக்குச் சொல்லிக் கொடுத்தது? தோற்றுப் போகும் எத்தனையோ தேர்வுகளின் மொத்தக் கூட்டமாக உள்ள வாழ்வை இவ்வளவு சாதாரணமாகப் பெயர்த்துப்போட உனக்கு எப்படி மனசு வந்தது...?' இதயத்தில் பெரிய கேள்வியோடு ஏணியிலிருந்து இறங்கும்போது என் காட்சிகளைக் கண்ணீர் மறைத்தது.

அம்மாவுடைய அறையில் மேற்கூரையின் கொக்கியை நான் தொட்டது நேற்றென்பது போலத் தோன்றுகிறது. புடவையில்தான் அம்மா சுருக்கிட்டுக் கொண்டாள். புடவை இறுக்கி, உரசிய அடையாளம் அந்தக் கொக்கியில் இருந்தது. நான் அந்த அடையாளங்களில் தொட்டேன். சுற்றுச்சூழல் குளிராக இருந்தாலும் கொக்கி சூடாக இருந்தது. என் விரல்களில் அந்தச் சூட்டை அனுபவித்தேன். மகனுக்காக மரணத்திலும்கூட அதிகமாய்த் துடித்த அம்மாவின் நெஞ்சுக்கூட்டின் சூடு. ஒரு ஜென்மத்தின் சூடு. வண்ணத்தை ஒத்திக் கொடுத்து ஏணியிலிருந்து இறங்கிய நான், வெறும் தரையில் தளர்ந்துபோய் உட்கார்ந்து கேவிக்கேவி அழுதேன்.

ஆறுதல் சொல்ல யாருமில்லாத துக்கத்தின் பெருமழைகள் எப்போதும் எனக்குள் பெய்கிறது. இப்போதும் என் கனவுகளில் அந்த இரண்டு கொக்கிகள் உள்ளே துளைத்தபடி வருகின்றன. அதன் இரும்பு பலத்தில் துடித்த இரண்டு ஜீவன்களை நினைக்காதிருக்க நான் இப்போதும் இரவுகளில் எங்கேயென்று அறியாமல் இறங்கி நடப்பதுண்டு.

## பித்தின் இரண்டாம் நிலை

என்னுடைய பயப்பித்துகள் அதன் கறுப்புக் கம்பளி போர்த்தி, உறங்குவதுபோல நடித்துப் பதுங்கியிருந்த காலத்தில்தான் கடன் அதிகமானதால், என் பிரிய நண்பன் ரயிலில் தலை வைத்துத் தற்கொலை செய்துகொண்டான். அந்தச் செய்தி என்னைத் தேடி வந்தடைந்ததும் பயம் அதன் கம்பளியைக் கழற்றியெடுத்து எழுந்து நின்றது. அக்னி அவனைச் சாம்பலாக்கியது. அந்தச் சாம்பல் 'பாரதப்புழ'யில் நீரில் கலந்து ஒன்றுமில்லாமல் போனபிறகும் கூட அவன் என் ஜன்னலுக்கு வெளியே நின்று என்னைக் கூப்பிட்டான். என் போர்வைக்குள்ளாக நுழைந்து உள்ளே வந்து என்னைக் கட்டியணைத்தான்.

அவனுடைய மூச்சுகளுக்கு ரயில் புகையின் வாசமிருந்தது. இரும்புச் சக்கரங்கள் நசுக்கி அரைத்தெடுத்த அவனுடைய மாமிசம் ரத்தம் சொட்டிக்கொண்டு என்னைத் தேடி வந்தது. ரயில் தண்டவாளத்தின் பெரியதொரு துண்டைக் கழுத்தில் கட்டித் தொங்கவிட்டபடி அவன் எனக்கு முன்னால் நடந்தான். அந்த இரும்பு, நிலத்தில் அடிக்கும் ஓசையில் அவனுடைய தலையில்லாத கழுத்தில், அவனுடைய நசுங்கின கால்விரல்களில், என்னுடைய பயம் மீட்சியில்லாத அணைப்பாகப் பின்தொடர்ந்தது. நான் சாப்பிடும்

மருந்தின் அளவு அதிகரித்தது. எண்ணிக்கை அதிகரித்தது. அது போலவே மருத்துவரும் மாறினார். நீண்டு நீண்டு போகும் அந்தக் காத்திருப்புகளின் துயரத்திற்குப் பெரியதொரு ரயில் தண்டவாளத்துண்டைத் தலையில்லாத கழுத்தில் கட்டித் தொங்க விட்டபடி அவன் என்னுடன் கூடவேயிருந்தான். தனக்கான முறை வரும்வரை, காத்திருப்போரில் யார் யாரோ என்னிடம் என்னென்னவோ கேட்டார்கள். அவர்களுக்கெல்லாம் நான் அவனைச் சுட்டிக் காட்டினேன். அவர்கள் விழித்துப் பார்த்த இடங்களில் அவனில்லாமலிருந்தான். என்னுடைய பார்வையும் என்னுடையது மட்டுமேயான பயமும் என்னுடையது மட்டுமேயான அன்பும் என்னுடையது மட்டுமேயான அனுபவமுமாக மாறியிருந்ததான் அவன். என்னுடைய நடவடிக்கையில் மீண்டும் மாற்றங்கள் வரத் தொடங்கின. பழைய பயமுறுத்தும் மௌனத்தின் கரையான் புற்றுக்குள் நான் மீண்டும் ஒளிந்துகொண்டேன். உணவு உண்ணவும் தண்ணீர் குடிக்கவும்கூட வெளியே வராமல் நான் ஒளிந்திருந்த புற்றுகளை உம்மாவும் உப்பாவும் தம்பியும் சேர்ந்து தண்ணீர் ஊற்றி அழித்தார்கள். அதன்பிறகும் அவர்கள் என்னிடம் என்ன கேட்கிறார்கள் என்று புரிந்துகொள்ள முடியாமல் நான் அவர்களை விழித்துப் பார்த்தேன்.

உம்மா எனக்குச் சோறூட்டினாள். சாப்பாட்டில் ஊற்றிய குழம்பின் மந்தமான சிவப்பில் நான் அவனுடைய ரத்தத்தைக் கண்டேன். சமையலறையின் காவி நிறத்தரையில், இடிக்கும் அந்த இரும்புக் கதவின் சத்தத்தில் ரயில் தண்டவாளம் உராயும் சத்தம் வந்தது. விஜயா மருத்துவமனையின் துர்அனுபவம் நன்றாக நினைவிருப்பதால் இந்தமுறை கோழிக்கோடு மருத்துவக் கல்லூரி மருத்துவமனை சைக்கியாட்டரி பிரிவில் போய்ச் சேர்ந்தேன். அதே நகரம். அதே நகரக் காட்சிகள். முன்பு நான் எச்சில் மேசைகள் துடைத்த அதே நகரம். ஒரு எலும்புத் துண்டின் பிசிறு, புடவையில் விழுந்ததற்காக என்

முகத்தில் விழுந்த அடிகளின் நகரம். கடந்த காலத்தின் நினைவுகளுக்கு இடையிலும், நகரப் பாதைகளிலும் அந்த இரும்பின் சங்கீதத்தை நான் கேட்டேன். இரும்பில் ஒட்டியிருந்த மாமிசத்துணுக்குகளைக் கண்டேன். என்னை நினைத்து வேதனைப்படவும் எனக்காகத் தூக்கமிழக்கவும் எனக்காக மட்டும் வேகம் கூடிய இதயத் துடிப்பின் உரிமையுடையவனின் சப்தத்தை நான் அந்த இரும்புத்துண்டின் சங்கீதத்தில் கேட்டேன்.

மருத்துவக் கல்லூரியின் அந்த நீண்ட வராந்தாவில் நிறைய ஆட்களிருந்தார்கள். ஆட்கள்... ஆட்கள்... ஆண்களைவிட அதிகமாகப் பெண்கள். கலைந்து அவிழ்ந்து தொங்கும் முடிக்காடுகள். இருப்பிடம் தவறிய உடைகள். புகை சூழ்ந்த கண்கள். எவ்வளவோ குரூரங்களுக்கு இரையாக வேண்டியிருந்த வேதனைத் துளிகள் அந்தப் புகைக்கு நடுவில் என்னைப் பார்த்தன. முதல் பிரசவத்திற்குப் பிறகு பேச்சு ஸ்தம்பித்து போன பெண். காதலின் வெள்ளை மந்தாரப்பூவுக்குப் பின்னால் முள்காடுகளில் அகப்பட்டு இதயம் பலநூறாக நொறுங்கியவர்கள். கணவனின் அடிகளை ஏற்று, மிதிகளை ஏற்று, உதாசீனங்களை ஏற்று மனதை இழந்தவர்கள். கதறல்கள், அலறல்கள்... தலைகுனிந்து உடன் நிற்கும் சொந்தங்கள், எல்லோரும் டோக்கன் எண் தெரியும் திரையைப் பார்த்துக்கொண்டு தியானத்தில் மூழ்கியவர்கள் போல இருக்கிறார்கள். வியர்வையின், விலைகுறைந்த வாசனைத் திரவியங்களுக்கு இடையிலும் என்னை வந்து தொட்டது அவனுடைய ரத்தவாடை. நடுவழியில், உடுத்தியிருந்த சேலை அவிழ்ந்த பதற்றத்தில் வெறும் தரையில் தளர்ந்து படுத்திருக்கும் அவனுடைய மனைவி. அப்பா பொட்டலம் கட்டிக் கொண்டுவரும் கடலை மிட்டாய்களுக்காக இப்போதும் காத்திருக்கும் அவனுடைய மகள். எல்லாக் காட்சிகளுக்கும் மேலே நெற்றியில் மச்சமிருக்கும் அவனுடைய உம்மா. என்னுடைய உம்மாவும். மகன் உலகம் போற்றும் எழுத்தாளனாய் வருவான் என்று திடமாய் நம்பின அந்த உம்மா

என்னைப் பார்க்கிறாள். என்னைத் தொட்ட அவளுடைய விரல்கள் நடுங்குகின்றன. பெய்து தீராத அந்தப் பெருமழையின் கூச்சலை முழுக்க அன்று நான் கேட்டேன்.

என்னுடைய முறை வந்தது.

உள்ளே நான்கைந்து மருத்துவர்கள் ஒன்றாகச் சேர்ந்துதான் ஒரு நோயாளியைப் பரிசோதிக்கிறார்கள். அவர்களிடம் நான் அந்த இரும்பின் சங்கீதத்தைப் பற்றிச் சொன்னேன். என்னைப் பின் தொடரும் ரயிலின் தண்டவாளத்தில் சுருண்டு கிடக்கும் அவனுடைய தலையில்லாத உடலைப் பற்றிச் சொன்னேன். என்னுடைய முன்காலப் பயங்களைப் பற்றிச் சொன்னேன்.

இரண்டாவதுமுறை போனபோது அங்கேயே உள் நோயாளியாகச் சேர்ந்தேன். உடன் வந்த தம்பி என்ன செய்வதென்று புரியாமல் பார்த்தான். அவனுக்கு என்னுடன் தங்க முடியாத சூழல். வீட்டுத் தேவைகளை அவன்தான் அப்போதெல்லாம் பார்த்துக் கொண்டிருந்தான். அவனுடைய வேலை கெட்டால் நான்கைந்து வயிறுகள் பட்டினி கிடக்க வேண்டிவரும். என்னை சேர்த்த மருத்துவமனையின் பெரிய ஹாலில் கட்டில்கள் வரிசைவரிசையாகப் போடப்பட்டிருந்தன. அதில் மனதென்ற வழுவழுப்பில் கால் இடறிப் போனவர்கள், மருந்துகள் சாப்பிட்டு மயங்கிக் கிடந்தார்கள்.

மயக்கம் வராத ஒரு இளைஞன் உத்தேசமாக என் வயதொத்தவன், ஓடி வந்து எனக்குக் கை கொடுத்துப் பெயரைச் சொன்னான் 'நிகில்' மறந்து போகாமலிருக்க அந்தப் பெயரை நான் மூன்று முறை எனக்குள் உருப்போட்டுக் கொண்டேன். அவனுடைய உம்மா உடன் இருந்தாள். என்னுடனிருக்க மறுநாள் என் சகோதரி வந்தாள். சுயநினைவுடன் பேசுபவர்கள் அந்த ஹாலில் இருப்பவர்களில் நானும் நிகிலும் மட்டுமே.

அவனும் பயத்தின் முள்காடுகளில் அகப்பட்டுத்தான் கால் இடறிப் போயிருக்கிறான். இட ஒதுக்கீட்டுச் சலுகை கிடைத்ததால் பட்டப்படிப்பை முடித்துச் சில தேர்வுகள் எழுதித் தேர்ச்சி அடைந்து வனக் காவலராக காட்டு இலாகாவில் அவனுக்கு வேலை கிடைத்தது. முதல் வேலையிடத்தில் முதல் நாள் இரவு அவன் எதையோ பார்த்துப் பயந்துவிட்டான். ஏதோ வெள்ளையான உருவமென்று மட்டுமே அவனால் நினைவிலிருந்து சொல்ல முடிகிறது. ஆனால், அந்தக் காட்சியால் தன் மூளை பெயர்ந்து, தரையில் விழுந்து சிதறியதைப் பற்றி அவன் வாய் ஓயாமல் சொல்லிக் கொண்டிருந்தான். அன்று சிதறிய மூளை இப்போதும் அந்த வனத்திற்குள் சிக்கிச் சிதறிக் கிடக்கிறது. அதை எடுத்துக்கொண்டு வந்து தலைக்குள்ளே வைத்தால்தான் தன் பயமும் அவஸ்தையும் சரியாகுமென்று அவன் உறுதியாய் நம்பினான்.

மூளை இல்லாமல் நீ எப்படிச் சிந்திக்கிறாய் என்றோ, வாழ்கிறாய் என்றோ, சிதறிய மூளையை எப்படி இனி கொண்டுவந்து சேர்க்க முடியுமென்றோ நான் அவனைக் கேட்கவில்லை. யுக்திகளுக்குக் கொஞ்சம்கூட இடமில்லாமலாகிப் போகும் பல நேரங்களில் நம்முடைய மூளைகளில் வழவழப்பான அந்த ஜெல்லி மிட்டாயில் எங்கேயோதானே, நாம் நாமேதான் என்று உணர முடியும்

மழைக்காலமாயிருந்தது. ஷட்டர் கிரில்லுக்குப் பின்னால் பார்க்க முடிந்த வாகை மரங்களில் மழை பெய்து கொண்டிருந்தது. பங்கு விற்பனையில் தன்னை ஏமாற்றிய சொந்தக்காரர்களை நேருக்குநேர் கேட்க தைரியமில்லாத காதர் இக்கா அந்த ஹாலில் நடந்தபடியே இருப்பார். அந்தத் தைரியமின்மையின் எல்லையில் நின்றுதான் அவர் கால் இடறி விழுந்திருந்தார். காதர் இக்காவின் கைகள் இரண்டையும் துண்டால் பின்னால் திருப்பிக் கட்டியிருந்தார்கள். அவர் யாரையாவது தாக்கிவிடுவார் என்ற பயத்தினால் அல்ல, தனக்கு நஷ்டமான பெரிய தொகை பற்றியும் அதை மொத்தமாக எடுத்துக்கொண்டு துபாய்க்குப்

போய்விட்ட நண்பனைப் பற்றியும் அவர் பார்ப்பவரிடமெல்லாம் கையால் அடித்தும் கிள்ளியும் தன் துக்கத்தைப் பகிர்ந்து கொள்கிறார். ஷட்டருக்கு அப்பால் வாகை மரத்தில் பெய்யும் மழையைப் பார்த்து காதர் இக்கா சொல்கிறார்.

"வருது சரியா... கப்பல் வருது சரியா..."

விமானத்தில் ஏறி ஊரை விட்டுப் போன நண்பன் கப்பலில் திரும்பி வருவானென்று ஜெல்லி மிட்டாய் காதர் இக்காவிடம் சொல்லியிருக்க வேண்டும். பின்னால் கட்டின கையுமாக அவர் கிரில்லுக்கு வெளியே தாண்ட முயற்சி செய்வார். ஒரு காலை சிரமப்பட்டு வெளியே விட்டு அவர் நண்பனைக் கத்திக் கூப்பிடுவார். ஏதேதோ கடல்களில் மழை பெய்வதை காதர் இக்கா பார்த்துக் கொண்டிருக்கலாம். அந்தக் கடல்களினூடாக தன்னுடைய நண்பனையும் கூட்டிக்கொண்டு திரும்பி வரப்போகும் கப்பலை, காதர் இக்கா எதிர்பார்த்துக் கொண்டிருக்கலாம்.

அங்கே கடலொன்றுமில்லையென எத்தனைமுறை நர்ஸ்கள் சொல்லி அவரைத் திரும்பக் கொண்டுவந்தாலும், அந்த மெலிந்த மனிதன் மீண்டும் மீண்டும் அந்த க்ரில்லுக்குப் பக்கத்திலேயே போய் நிற்பார். காலை கிரில்லுக்கு வெளியேவிட்டு கப்பலை எதிர்பார்த்துக் காத்திருப்பார். பொதுவாக நர்ஸ்கள் தேவதைகள் என்றால், அந்த மனநலப்பிரிவின் நர்ஸ்கள் சீருடை அணிந்த கடவுள்களாகவே இருந்தார்கள். எந்தவொரு முணுமுணுப்பும் சொல்லாமல் அவர்கள் ஒவ்வொருவரையும் கவனித்தார்கள். இடையில் ஆக்ரோஷமாகும் ராஜேஷைக் கொஞ்சமும் பயமில்லாமல் அவர்கள் பிடித்துப் படுக்க வைத்தார்கள். அவனுக்குத் தூங்குவதற்கான மாத்திரைகளையும் ஊசியையும் போட்டு விடுவார்கள். கூடவே இருக்கும் உறவினர்களேகூடப் பயந்து நகர்ந்து நிற்கும் நேரத்தில் ரேகா சிஸ்டர் ராஜேஷுக்குத் துணி மாற்றிவிடுவார். சட்டை போட்டு விடுவார். சாப்பாட்டை ஊட்டி விடுவார். ரேகா சிஸ்டர் சொல்வதை

ராஜேஷ் கேட்கவும் செய்வான். இங்கேயிருந்து வெளியே போனவுடன் ரேகா சிஸ்டர் தன்னைத் திருமணம் செய்து கொள்ள வேண்டுமென்ற ஒரேயொரு நிபந்தனை மட்டுமே அவனுக்கிருந்தது.

அவனும் காதலின் வெள்ளை மந்தாரப் பூக்களுக்குப் பின்னால் முள்காடுகளில் சுருண்டு போனவன்தான். தலைக்குள்ளே ஜெல்லி மிட்டாய்கள் என்னவெல்லாம் அற்புதங்களை ஒளித்து வைத்திருக்கிறதென்றும் எப்போதுதான் அதற்குள்ளே மாற்றங்கள் வருமென்றும் கசப்பு இனிப்பாகவும், இனிப்பு கசப்பாகவும் மாறுகிறதென்றும் யாரால் சொல்ல முடியும்?

ரேகா சிஸ்டர் இரவுநேர வேலை செய்யும்போது மிகவும் ஆக்ரோஷமான ராஜேஷ், அவளுடைய ஆடைகளை இழுத்துக் கிழித்தான். ஆனாலும் ஒன்றும் பயமில்லாமல் கருணையின் மொத்த வடிவமான சிஸ்டர், அவனுக்குத் தூங்குவதற்கான ஊசியை நயமாகப் பேசிப் போட்டுவிட்டு, பிறகுதான் தன் கிழிந்த துணிகளை மாற்றச் சென்றாள்.

இரவுகளில் மேல்கூரையில் பெய்யும் மழையின் சங்கீதத்தைச் செவிமடுத்துப் படுத்திருக்கும்போது காதர் இக்கா என்னருகில் வந்து, 'கப்பல் வர்ற நேரமாயிடிச்சா?' என்று கேட்பார். ரேகா சிஸ்டர் வந்து கப்பல் வர இன்னும் நேரமாகும் என்று சொல்லி அவரைக் கூட்டிக்கொண்டு போவார். நிகில் தன்னுடைய மூளை காணாமல் போனதால் தன்னால் எதையும் சிந்திக்க முடியாதென்ற துக்கத்தை என்னோடு பகிர்ந்து கொள்வான்.

ரேகா சிஸ்டரிடம் ராஜேஷ் ஆக்ரோஷமாக நடந்து கொண்டதைப் பார்த்து, என் சகோதரி மிகவும் பயந்து போய் என்னைக் கட்டிப்பிடித்துப் படுத்துக் கொண்டாள். பூமி மொத்தமும் பயத்தின் பெரிய பந்தென்று எனக்குத் தோன்றியது. எல்லோரும் அவரவருடைய பயங்களுக்கு ஆசுவாசம் தேடி, அந்தப் பந்தில் இறுகப் பிடித்துக்கொண்டு கிடக்கிறார்கள். மறுநாள் நான் அவளை

வீட்டுக்கு அனுப்பிவிட்டேன். நிகிலுடைய அம்மாதான் பிறகு எனக்குச் சாப்பாடு தந்தாள்.

நோயொன்றுமில்லாமல் சுந்தரண்ணன் அந்த ஹாலில் சும்மா படுத்துக் கிடந்தார். சுந்தரண்ணன் முன்பு எப்போதோ நோய் சரியான பிறகு வீட்டுக்குப் போயிருந்தார். ஆனால், பிள்ளைகளில்லாத அவருக்கும் மனைவிக்கும் சாப்பாடு கொடுக்க யாருமில்லை. பசி சகிக்க முடியாத அண்ணன், தனக்குச் சுகமான நோய் திரும்பியதென்று மீண்டும் வந்தார். மருத்துவர்களுக்கும் அவருடைய நிலை தெரிந்திருந்தது. மருத்துவக் கல்லூரி என்பதால் பாலும் முட்டையும் பிஸ்கெட்டும் கிடைக்கும். பிறகு கீழேயிருந்து பொதிசோறு கிடைக்கும். நான்கைந்து சோற்றுப் பொதிகளை கொண்டு அண்ணன் தன்னுடைய மனைவியின் முடியாத காலையும் இழுத்துக் கொண்டு அகண்ட மாடிப்படிகளில் ஏறி இறங்குவதைப் பார்க்கும்போது பூமியென்ற இந்தப் பந்தில் என்னவெல்லாம் நிறங்கள் இருக்கின்றனவென்று நான் ஆச்சரியப்படுவேன்.

உண்மையாகவே நோயால் நரகத்தில் உழல்பவர்களைப் பார்த்ததாலோ, இல்லை மருந்துகளைச் சரியாகச் சாப்பிட்டதாலோ என்னவோ, என் நண்பன் என்னைத் தேடி வராமல் போனான். தன்னுடைய மூளையைத் தேடும் நிகிலும், இல்லாத கடல் வழியாக ஒருபோதும் வராத கப்பலுக்காகக் காத்திருக்கும் காதர் இக்காவும், தன்னை உதாசீனப்படுத்தி விட்டுப்போன காதலியின் உருவத்தை ரேகா சிஸ்டரில் தேடும் ராஜேஷும், இன்னும் எத்தனையோ வழவழப்புகளின் மொத்தமாக இருந்த அந்த ஹாலில் படுத்த நாட்களில் நான் மனிதன் என்ற அற்புதத்தை அறிந்து கொண்டிருந்தேன்.

சுய புத்தியுடன் இந்த பூமியில் வாழ்வதைவிட பெரிய ஆனந்தம் ஒன்றுமில்லையென்ற புரிதலில் நான் நடந்து கொண்டிருந்தேன். இன்று பூமியில் மிகவும் பெரிய ஆனந்தம் என்னவென்று என்னிடம் நீங்கள்

கேட்டால் நான் சொல்வேன், பூமியென்ற இந்தக் கண்ணீரின் பள்ளத்தாக்கில் சுயபுத்தியுடன் வாழ்வது மட்டுமே.

மூளையென்ற ஜெல்லி மிட்டாயின் கரையான் அறைகள் சிலவற்றில் ஏதாவது மாற்றங்கள் வந்து சுயபுத்தி நட்டமடையும்போது மட்டுமே நாம் இந்த வாழ்க்கையின், இந்த சுயபுத்தியின் யதார்த்த விலையைத் தெரிந்துகொள்ள முடியும். அந்த ஹாலில் பத்தொன்பது நோயாளிகளும் வேலை பார்த்த சிஸ்டர்களும் மருத்துவர்களும் இன்றும் எனக்குள்ளே இருக்கிறார்கள். அவர்களுடைய ஒவ்வொரு அசைவுகளும் எனக்குள்ளே இருக்கிறது. ரேகா சிஸ்டர் என்ற தேவதை என் முன்னால் வந்து நிற்கிறாள். பெண்கள் தினத்தன்று என்னை நினைவுகூர வைக்கிறாள். நான் அவளுடைய பாதங்கள் தொட்டு உச்சியில் முத்தமிடுகிறேன்.

## பழனிமுத்து

நான் வேலைக்குப் போகும் பெரும்பாலான இடங்களில் பழனிமுத்துவும் உடனிருப்பார். வண்ணமடிக்கும் வேலையில் இல்லை. விறகு வெட்டும் வேலை. அப்படிப் சந்தித்து சந்தித்து, பழனிமுத்து எனக்கு நல்ல நண்பனாக மாறினார். தமிழ் தெரிந்ததால் எங்களுக்குக் குறுக்கே மதில்கள் இல்லாமலிருந்தது. என்னைவிடப் பதினைந்து வயது மூத்தவர் பழனிமுத்து. நல்ல உறுதியான உடல்வாகு, அடர்மீசை, நிலா போன்ற சிரிப்பு.

யாரிடமும் பழனிமுத்து பேரம் பேசுவதில்லை. வெட்டவேண்டிய விறகைப் பார்த்து, பழனி ஒரு தொகையைச் சொல்வார். வீட்டு உரிமையாளர்கள் அதில் சரிபாதியைச் சொல்வார்கள். வீட்டுக்காரர்கள் சொன்ன தொகைக்கு, பழனி லாபநட்டங்கள் பார்க்காமல் வேலை செய்வார். நான் வேலைக்கு வருவதற்கு முன்பே வேலைக்கு வரும் பழனி மாலை ஐந்து மணிவரை விறகு உடைத்து, தன்னுடைய கூலியை வாங்கிவிடுவார். லாபம் கிடைக்கும் என்று நினைத்த வீடுகளில் வீட்டுக்காரர் பேசிப்பேசி அஞ்சோ பத்தோ ரூபாயைக் கூலிக்கும் அதிகமாகக் கொடுத்து அந்த மனிதனின் உழைப்பைச் சுரண்டினார்கள்.

அண்ணாச்சி என்ற வார்த்தை தமிழில் மரியாதைக்குரிய வார்த்தையானாலும் எங்களுடைய இந்தப் பகுதியில் அந்த வார்த்தையைப் பரிகாசமாகத்தான் உபயோகப்படுத்துவார்கள். "டேய் அண்ணாச்சியே... போடா... அண்ணாச்சியே..." என்றெல்லாம் பல நேரங்களில் கேலிச் சொல்லாகவும் மாறும்.

பழனிமுத்துவிற்கு பெயிண்டின் மணம் மிகவும் பிடிக்கும். பெயிண்ட் டின்னுக்கு முகம் குனிந்து அவர் அந்த வாசத்தை இழுத்துக் கொள்வார்.

பழனிமுத்துவின் வியர்வையின் மணம் எனக்கு மிகவும் பிடிக்கும். அதனாலேயே சாப்பிட உட்காரும்போது நான் அவருடனேயே உட்கார்ந்து சாப்பிடுவேன். பல வீடுகளிலும் அண்ணாச்சிகளுக்குப் பழைய சாப்பாட்டைத்தான் கொடுப்பார்கள். அதையும் சமையலறைக்குப் பின்னாலோ தோட்டத்திலோ உட்காரச் சொல்லிக் கொடுப்பார்கள். ரத்தத்தில் தமிழ் இருப்பதால்கூட இருக்கலாம், என்னால் இதைப் பொறுத்துக்கொள்ள முடியவில்லை. நான் என்னுடைய சாப்பாட்டை எடுத்துக்கொண்டு பழனிமுத்துவிற்குப் பக்கத்தில் போய் உட்கார்ந்து, அவரும் நானும் பகிர்ந்து சாப்பிடுவோம்.

என் ஊருக்குப் பக்கத்திலுள்ள 'அரிச்சோள்' என்ற கிராமத்தில் ஒரு வீட்டில் நான் வண்ணமடித்துக் கொண்டிருந்தேன். அங்கே ஒரு திருமணம் நடக்கவிருந்தது. ஓரளவுக்குப் பெரிய வீடுதான். விலைகூடிய வண்ணக்கலவைகளையே உபயோகித்தோம். வேலை தொடங்கி இரண்டு நாட்களுக்குப் பிறகு சுற்றியலைந்து விறகு வெட்டும் வேலைக்கு, பழனிமுத்துவும் அங்கே வந்து சேர்ந்தார். கொஞ்சம் பேரம் பேசி, வேறு வழியில்லை என்றானபோது ஒரு தொகையை முடிவுசெய்து பழனி அங்கே வேலையைத் தொடங்கினார். வந்தவுடன் வேட்டியையும் சட்டையையும் மாற்றி, எப்போதும் கட்டும் துண்டு கட்டி, பழனிமுத்து பெயிண்ட் டப்பாவுக்குப் பக்கத்தில் வந்தார். மூடியைத் திறந்து மூச்சிழுத்துத் திருப்தி அடைந்தார்.

அதொரு பச்சைநிற எமல்ஷனாக இருந்தது. வெறும் பச்சை என்றும் சொல்லிவிட முடியாது, கிளிப்பச்சை என்று சொல்லக்கூடிய கண்ணைக் குத்தும் பச்சைநிறம். நிறைய நாட்களின் அனுபவத்தில், வீட்டிற்கான நிறத்தேர்வை அவர்களே முடிவு செய்யட்டும் என்பதை நான் கற்றுக்கொண்டேன். அவர்களுடைய வீடு, அவர்களுடைய காசு, அவர்களுடைய விருப்பம். நம்முடைய விருப்பம் சில நேரங்களில் நன்றாகவே இருந்தாலும், அது வீட்டார்களால் விரும்பப்பட வெண்டுமென்பதில்லையே. அப்படி எனக்குப் பிடித்த நிறத்தில் பெயிண்டைத் தேர்ந்தெடுத்து அவர்களுக்குப் பிடிக்காமல் நிறைய அதிருப்தியைச் சம்பாதித்தும் இருக்கிறேன்.

ஆனால், கொஞ்சமும் ஒத்துவராத, வீட்டை இருண்டு போக வைக்கும் நிறங்களை அந்த வீட்டுக்குச் சொந்தக்காரர்கள் சொன்னால் அதிலிருந்து அவர்களை நல்ல நிறத்தைத் தேர்ந்தெடுக்கச் சொல்லி வற்புறுத்தவும் செய்வேன். இந்த வீட்டில் அதெல்லாம் பலனளிக்கவில்லை. நிற அட்டவணையைப் பார்த்தால் கிளிப்பச்சை ஒரு நல்ல நிறம்தான். ஆனால், அது வீடு முழுவதும் நிறையும்போது இருட்டாக மாறிவிடும். பல்புகளும் ட்யூப் லைட்டுகளும் அதிகமாகப் போட வேண்டியிருக்கும். என்ன சொன்னாலும் கிளிப்பச்சையிலிருந்து அந்த வீட்டார் ஒரு அங்குலம்கூடப் பின் வாங்கவில்லை.

நான்கைந்து அறைகளில் கிளிப்பச்சை அடித்து முடிந்தபோது, வீட்டுக்காரியும் குழந்தைகளும் வீடு இருண்டு போய்விட்டதென்று வீட்டுக்காரனைப் பழி சொல்லத் தொடங்கினார்கள். ஆனால், அவர் கிளிப்பச்சையிலேயே உறுதியாய் நின்றார். பழனிமுத்து அந்தப் பச்சையைப் பார்த்து, அதைத் தன்னுடைய சின்ன வீட்டின் முன்னால் அடிக்க ஆசைப்பட்டு நிறத்தின் எண்ணையும் பெயரையும் ஒரு தாளில் எழுதி வாங்கிக் கொண்டார்.

வீட்டிலுள்ளவர்கள் பழனிமுத்துவுக்குக் கஞ்சியும் துவையலும், எனக்குத் தோசையும் பச்சைப்பயிறுக் குழம்பும் தந்தார்கள். நாங்கள் அதைப் பகிர்ந்து சாப்பிட்டோம். மத்தியானம் பழனிக்குப் பொரித்த மீன் தரவில்லை. எனக்குத் தந்தார்கள். அதையும் நாங்கள் பகிர்ந்து சாப்பிட்டோம்.

சுட்டெரிக்கும் வெயிலில் கனமான கோடரியை உயர்த்தி, பிரத்யேகச் சத்தமிட்டு விறகு உடைக்கும்போது பழனி, இளையராஜா இசையமைத்த பாட்டுகளைப் பாடிக் கொண்டேயிருப்பார். ‘தேவர் மகனில்’ வரும் ‘இஞ்சி இடுப்பழகி மஞ்சச் செவப்பழகி’ என்ற பாட்டை இளையராஜாவைவிட அழகாய் பழனிமுத்து பாடுவார். அதைக் கேட்பதற்காக ஓய்வு நேரங்களில் நான் அந்தப்பாட்டின் இசையை மெல்ல ராகமிழுப்பேன். உடனே பழனிமுத்து தமிழின் சுகந்தமான ராகத்தில் அந்தப் பாட்டை முழுவதுமாகப் பாடுவார்.

நிகழ்வுகள் அப்படி நன்றாகவே போய்க் கொண்டிருந்தன. அந்த வீட்டில் சின்னப் பெண்குழந்தையொன்று இருந்தது. நான்கு வயது இருக்கலாம். அவள் பழனிமுத்துவின் பாட்டுக் கேட்கவும் தமிழ் கேட்கவும் அவருக்குப் பக்கத்தில் போய் நிற்பாள். விறகின் துணுக்குகள் குழந்தையின் தேகத்தில் படாமலிருக்க அவளைக் கொஞ்சம் தள்ளி நிற்கச் சொல்வார். அவள் அங்கேயிருந்து பழனிக்குப் புரியாத மலப்புரம் மலையாளத்தில் நிறுத்தாமல் பேசுவாள். பழனி எல்லாவற்றையும் ‘உம்’ கொட்டிக்கேட்டு அவளுக்குத் தமிழ்ப் பாட்டுகள் பாடிக் கேட்க வைப்பார்.

ஆனால், வீட்டிலுள்ளவர்கள் பழனியை அண்ணாச்சி என்றும், அண்ணாச்சிகள் குழந்தைகளைப் பிடித்துக்கொண்டு போய்விடுவார்களென்றும் சொல்லிப் பயமுறுத்தி, அவளைப் பழனிமுத்துவிடமிருந்து அகற்றி நிறுத்த முயற்சித்தார்கள். பிறகு, அவள் ஜன்னலுக்கு உள்ளே நின்று பழனியை எட்டிப் பார்ப்பாள். பயமாகயிருந்தாலும் பழனியின் பாட்டை அவளுக்குக் கேட்க

வேண்டும். இப்படியான துர்அனுபவங்களைத் தாராளமாக அனுபவித்திருந்த பழனி அவளுக்குக் கேட்க வேண்டித் தன் பாட்டின் சத்தத்தை இன்னும் கூட்டுவார். அவள் அந்தப் பாட்டையும் கேட்டுத் தலையாட்டிச் சிரித்தபடியே நிற்பாள்.

நேரம் மத்தியானச் சாப்பாட்டு வேளையை நெருங்கிக் கொண்டிருந்தது. நான் வீட்டினுள்ளே ஜன்னல் கம்பிகளுக்கு வண்ணமடித்துக் கொண்டிருந்தேன். மிகவும் சத்தமான அலறல் கேட்டு நான் வெளியே வந்தபோது, வீட்டுக்காரன் பழனி பொளந்து போட்ட விறகுக் கட்டையையெடுத்துப் பழனியை அடித்துக் கொண்டிருந்தார். சுட்டெரிக்கும் வெயிலில் வியர்வையில் குளித்து பழனி விஷயமென்னவென்று தெரியாமல் அவரை அதிர்ந்து போய்ப் பார்த்துக் கொண்டிருந்தார்.

"எங்கடா நாயே... உன்னத் தவிர வேற யாரும் அதை எடுத்திருக்க மாட்டாங்க"

பழனி எதை எடுத்தாரென்று தெரியாமல் நான் அவரை நோக்கி நடந்தபோது, வீட்டுக்காரன் மீண்டும் கையிலிருக்கும் விறகுக் கட்டையால் பழனியின் முகத்திலேயே அடித்தார். முகத்தில் பட்ட அடியால் பழனி துடிதுடித்துப் போய்த் தரையில் உட்கார்ந்தார். அவருடைய முகத்தில் அடிபட்ட இடத்தில் ரத்தம் கொட்டியது. நான் அவரைத் தடுத்து நிறுத்தும் முன்பாக இன்னும் பெரிதான ஒரு விறகையெடுத்து வீட்டுக்காரர் பழனியின் முதுகில் அடிக்க ஆரம்பித்தார்.

"கடவுளே... நான் எடுக்கல அய்யா..."

மீண்டும் அடி. கறுத்த தோலில் ரத்தத்தின் சிவப்புத் துளிகள். வலியால் துடிக்கும் பழனி அப்போதும் ஒன்றையே சொன்னார்.

"அடிக்காதீங்க அய்யா... கடவுள் சத்தியமா நான் எடுக்கல..."

ஒரு மனித உயிர் என்ற நினைப்புகூட இல்லாமல் வீட்டுக்காரர் மீண்டும் பழனியின் முதுகில் அடித்தார். ரத்தம் கொட்டுவது அதிகமானது. எனக்குத் தலை சுற்றியது. தள்ளாடிப்போய் நான் வீட்டுக்காரன் கையைப் பிடித்தேன். அவர் என்னைக் கீழே தள்ளிவிட்டு, மீண்டும் பழனியை அடிக்கத் தொடங்கினார்.

"திருட்டு நாயே... வாய் பேசாம அதைக் குடுத்திடு, இல்லன்னா இன்னக்கி உனக்கு மய்யத்துதான்..."

பைத்தியம் பிடித்தது போல அவர் பாம்பை அடிப்பது மாதிரி பழனியை அடித்தார். இதற்கிடையில் வீட்டுக்காரம்மா இறங்கிவந்து அவரைத் தடுத்து நிறுத்தினாள்.

"இப்படி அடிச்சா அந்த நாயி செத்துடுவான் போலருக்கு..."

நாயும் சாவும் வெயிலும் ரத்தமும் வெறும் வார்த்தைகளாக அல்லாமல் மிகுந்த பொருளுள்ளதாக என் முன்னால் சுட்டெரிக்கும் வெயிலில் நின்றெரிந்தன. பிளந்துபோட்ட விறகின்மேல் பழனி சாய்ந்து உட்கார்ந்தார். பழனியின் அடிபட்ட இடக்கண்ணிலிருந்து வரும் ரத்தம் உதட்டைத் தாண்டி தாடியிலிருந்து தரையில் சொட்டியது. விறகுச் சில்லுகள் சிதறிக் கிடந்த தரையில் சொட்டிய ரத்தத் துளிகளைப் பார்க்க முடியாமல் நான் கண்களை இறுக மூடிக்கொண்டேன். இதற்குக் காரணமென்னவென்று தெரியாமல் நான் பழனிக்குப் பக்கத்தில் சென்றேன். விறகுக் கட்டையைத் தரையில் தூக்கிப் போட்ட வீட்டுக்காரர் என்னைப் பார்த்து அலறினார்.

"உன்னோட சினேகிதன்தானே இவன், உயிரோட போகணும்னா அந்தக் கொலுசைத் திருப்பிக் குடுத்திடச் சொல்லு. இல்லன்னா நான் இந்த நாய நசுக்கிக் கொன்னுடுவேன்"

ரத்தமும் வியர்வையும் இயலாமையும் கலந்து நிறம்மாறிப் போன அந்த உடலை நான் தொட்டேன். அங்கங்கே மாமிசம் உதிர்ந்த அடையாளங்கள். அதிலிருந்து கோடிட்டிறங்கும் ரத்தம். பழனி

என்னைக் கட்டிப்பிடித்தார். ரத்தத்தின் சூட்டை நான் என் உதட்டில் உணர்ந்தேன். என்னால் மூச்சுவிட முடியாதபடி அவர் என்னை இறுக அணைத்துப் பேசிக் கொண்டேயிருந்தார்.

''நான் எடுக்கலடா... அடக்கடவுளே, இந்தப் பழிக்கு நான் என்ன பாவம் செய்தேன்னு தெரியலயே...?''

எந்தப் பாவத்திற்கான தண்டனையைத் தான் ஏற்றெடுக்க வேண்டி இருக்கிறதென்று தெரியாமல் என்னை இறுக அணைத்தபடி அழும் அந்த மனிதனின் முன்னால் ஒன்றும் செய்ய இயலாமல் நான் நின்றிருந்தேன். வீட்டுக்காரன், பலமுறை பரிசோதித்துப் பரப்பிப் போட்ட பழனியின் மஞ்சள் துணிப் பையையும் வேட்டியையும் மீண்டும் பரிசோதிக்க ஆரம்பித்தார். என்ன நடந்ததென்று தெரிந்துக்கொள்ள நான் அந்த வீட்டுக்காரரை நிமிர்ந்து பார்த்தேன்.

''உம்மக்குட்டியோட கொலுசைக் காணோம்''

''அதுக்கு...?''

வீட்டுக்காரன்தான் சொன்னான்.

''அதை இந்த நாயிதான் எடுத்திருப்பான், எங்கேயாவது ஒளிச்சு வச்சிருப்பான்''

உம்மக்குட்டி என்பது அந்த வீட்டின் சின்னக் குழந்தை. அவளுடைய தங்கக் கொலுசில் ஒன்றைக் காணோம். அதைப் பழனி எடுத்திருப்பாரென்று தீர்ப்பு சொல்லித்தான் அவரை அடித்துக் கொல்ல அவர் முயற்சிக்கிறார். என்னைப் பிடித்திருந்த பிடி விட்டு பழனிமுத்து தரையில் மெல்லச் சரிந்தார். ரத்தமும் எச்சிலும் ஒழுகிக் கொண்டிருக்கும் அந்த வாயிலிருந்து அப்போதும் நான் எடுக்கல, நான் எடுக்கல என்ற துயரக்குரலில் வார்த்தைகள் வெளியே வந்து விழுந்து கொண்டிருந்தன.

குடிதண்ணீரை எடுத்து நான் பழனியின் முகத்தில் தெளித்தேன். அந்த உதடுகள் தண்ணீருக்காகத் திறந்தன. அந்தக் கண்கள் காட்சிகளற்று மேலே பார்த்தபடி நிலை குலைந்தன. என் கைகள் நடுங்கிக்கொண்டிருந்தன. தண்ணீர் அவருடைய உதட்டிலிருந்து சிந்தி, கன்னங்களுக்கும் கழுத்துக்கும் வழிந்து கொண்டிருந்தது.

சத்தமும் கூச்சலும் கேட்டு, பக்கத்து வீட்டில் உள்ளவர்களெல்லாம் கூடியிருந்தார்கள். விஷயம் தெரிந்து அவர்கள் பரஸ்பரம் பேசிக்கொண்ட பேச்சுகளில் நானும் பழனியும் சேர்ந்துதான் கொலுசைத் திருடியிருப்போமென்று சொல்லத் தொடங்கினார்கள். என் முன்னால் ரத்தம் சொட்டப் பாதி நினைவில் பழனிமுத்து கிடந்தார். கொஞ்சம் தண்ணீர் உள்ளே போனதில் அவருடைய கண்கள் மெல்லத் திறந்தன. அந்த உதடுகள் வலியாலும் அவமானத்தாலும் விதும்பின. நான் அவரைத் தாங்கிப்பிடித்துச் சாய்த்து உட்காரவைத்து மீண்டும் கொஞ்சம் தண்ணீர் கொடுத்தேன். கையிலும் உடலிலும் புரண்டிருக்கும் மனித ரத்தத்தைப் பார்த்து நான் பயந்தேன். கோபமும் இயலாமையும் சேர்ந்து என் பார்வையைக் கண்ணீரால் மறைத்தன. கூட்டத்திலொரு நடுவயதினள் அந்த வீட்டுக்காரனைப் பார்த்துக் கேட்டாள்.

"அவன் கொலுசை எடுப்பதை நீ பாத்தியா...?"

"இல்ல, நான் பாக்கல"

"பின்னே எந்த அப்பன் சொன்னதால நீ இவனை நச்சி இந்த கோலத்தில ஆக்கியிருக்க..?"

பதிலில்லை. அந்த முதியவள் எங்களிடம் வந்து உட்கார்ந்தாள். அவள் தலையை மூடியிருந்த பர்தா துணியால் பழனிமுத்துவின் காயங்களைத் துடைத்தாள். என்னைக் கோபத்துடன் பார்த்துக் கேட்டாள்.

"நீ இதையெல்லாம் பாத்திட்டு சும்மா நிக்கறயேடா மடையா?"

ஆமாம், ஒரு மனிதனை என் கண்முன்னாலேயே வெறிநாயை அடிப்பது போல அடித்துக் கொல்வதை நான் பார்த்துக்கொண்டு நின்றிருக்கிறேன். என்னை எவ்வளவு அடித்துக் கீழே போட்டு மிதித்தாலும் நான் அந்த மனிதனைத் தடுத்திருக்கலாம். அந்த முதியவள் சொன்னதைக் கேட்டு வீட்டுக்காரன் பழனிமுத்துவைத் தன்னுடைய காரில் மருத்துவமனைக்குக் கொண்டு போனான். உடன் காரில் ஏறப்போன என்னைத் தள்ளிவிட்டு, அந்த முதியவள் அவர்களுடன் காரில் போனாள். காரில் ஏறும்போது தன் ரத்தத்தைப் பழனிமுத்து பார்த்துக் கொண்டே போனார்.

பழனி... நீ திருடனில்லை. உனக்கும் மகள் இருக்கிறாள். அப்படி நாய் அடிக்கிற மாதிரி உன்னை அடித்தபிறகு, அந்தக் குழந்தையின் கொலுசு வீட்டுக்குள்ளேயே கண்டெடுக்கப்பட்டது. அதையும் எடுத்துக்கொண்டு அந்த வீட்டுப்பெண் என் முன்னால் வந்து நின்றபோது நான் என்னுடைய நாக்கில் உன்னுடைய ரத்தத்தின் சூட்டை உணர்ந்தேன். என்னுடைய ரத்தத்தின் சூட்டை ஒத்ததாய் இருந்தது அது.

இதை எழுதும்போதும் அந்த முற்றத்தில் சுட்டெரிக்கும் வெயிலில் நின்று நீ அடி வாங்குவதை நான் பார்க்கிறேன். உன்னுடைய நேர்மையைச் சொல்லி உன்னை விடுவிக்க முடியாத நீ முணுமுணுத்த வார்த்தைகளை நான் கேட்கிறேன். உன் கதறலின், வலியின், அவமானத்தின், இயலாமையினூடாக நீ சொன்ன ஒவ்வொரு சொல்லும் என் காதுகளில் இப்போதும் விழுந்து கொப்பளிக்கின்றன.

நான் கோழையாயிருந்தேன் பழனி...

கொஞ்சம் தைரியமாக நான் அன்று கேட்டிருந்தேனானால் நீ ரத்தத்தில் குளித்துச் சுயநினைவில்லாமல் என் முன்னால் கிடந்திருக்க மாட்டாய். உன்னுடைய மஞ்சள் பையும் வேட்டியும் அந்தத்

தொட்டியில் கிடந்து கரையான் அரித்திருக்க வேண்டாம். கிளிப்பச்சையில் எமல்ஷன் வேறு யாராவது அடித்து முடித்திருக்கலாம். இன்றும் அந்த வீட்டு வாசல்வழியாகப் போக நேரும்போது சுடுரத்தம் முகத்தில் தெறித்ததுபோல நான் கண்களை இறுக மூடிக்கொள்வேன்.

சின்ன சேலத்துக்குப் பக்கத்தில் கதிரூர் என்ற கிராமத்தில் நீ இப்போதும் வாழ்ந்து கொண்டிருக்கிறாய். இந்த வார்த்தைகளை ஒருபோதும் நீ வாசிக்கப் போவதில்லை. இப்போது பருத்தி எடுக்கும் காலம். உன் பருத்தித் தோட்டத்தில் நிறைந்த நரையுடன் நீ வெயிலை ஏற்று வேலை செய்து கொண்டிருக்கலாம். உன் ரத்தத்திற்குச் சாட்சியாக இருந்த, வெறும் சாட்சியாக மட்டுமே இருந்த அப்பாஸ் என்ற நான் இன்றும் கோழைதான் பழனி. கண் முன்னால் அநீதிகளை எதிர்கொள்ளத் தைரியமில்லாத நான், என்ன எழுதினாலும் பிரயோஜனமில்லையென்று தெரியும். ஆனாலும், பிரிய நண்பனே... என்னை மன்னித்து விடு.

## பைத்தியக்காரனின் சிரிப்பு

மகள் பன்னிரெண்டாம் வகுப்பில் நல்ல மதிப்பெண்கள் பெற்றுக் கல்லூரியில் சேர்க்கைக்காகக் காத்திருக்கிறாள். அவள் படித்த பள்ளிக்கூடத்திலேயே அதிக மதிப்பெண்கள் வாங்கித் தேர்ச்சி பெற்றிருப்பதால் கல்லூரியில் இடம் கிடைக்கும் என்பது உறுதி. தகுதி அடிப்படையில் முதலிலேயே மகளுக்கு இடம் கிடைத்தாலும் சேர்க்கைக்கான கட்டணத்திற்கும் நோட்டுப் புத்தகங்களுக்கும் சீருடைக்கும் சேர்த்து, ஒரு நல்ல தொகை தேவைப்படும். கூலி வேலை செய்யும் உப்பாவுக்கு அதொரு பெரிய தொகை. எதற்காகவும் எப்போதும் பதற்றமாகும் எனக்கு நாட்கள் செல்லச்செல்லப் பதற்றம் அதிகமானது.

வேலையில்லை, வீட்டுச் செலவு, வாடகை, மருத்துவச் செலவு, என்னுடைய எப்போதைக்குமான மருத்துவச் செலவு எனப் பதற்றம் அதிகரித்து வந்தது. மனைவியின் தொடர் பிரார்த்தனையின் பலனாகக் கூட இருக்கலாம், ஒரு வேலை கிடைத்தது. என்னுடைய தூரத்து உறவினர் வீட்டில்தான் வேலை. அவருடைய புதிய வீட்டில் வெள்ளை அடிக்க வேண்டும். நான் சொன்ன தொகையிலிருந்து கொஞ்சம் குறைத்து வேலையை உறுதிப்படுத்திக் கொண்டேன். உடன்

தேவைப்படும் கூட்டாளிகளை வேலைக்குக் கூப்பிட்டால் அவர்களுக்கான கூலி இந்தப் பணத்திலிருந்து போய்விட்டால் என்னுடைய அத்தியாவசியங்கள் நடக்காதென்று உறுதியாய் தெரிந்ததால் நான் அவர்களிடம் நிலைமையை விளக்கிவிட்டுத் தனியாகவே வேலையைத் தொடங்கினேன்.

பக்கத்திலேயே வீட்டின் சொந்தக்காரர் இருந்தாலும், என்னுடையது ஒப்பந்தப் பணியானதால் மதிய உணவைத் தர முடியாதென்று தீர்மானமாகச் சொல்லிவிட்டார்கள். காலையில் எழுந்து விறகடுப்பில் மனைவி தயார்செய்து தரும் சாப்பாட்டை எடுத்துக்கொண்டு நான் வேலைக்கு வருவேன். ஆறரைக்கு வேலை தொடங்கினால் பதினொன்றரை ஆகும்போது நான் அந்தச் சாப்பாட்டைச் சாப்பிடுவேன். பிறகு நான்கு மணிவரை வேலை செய்வேன். தினமும் இருநூறு ரூபாயை மட்டும் அங்கிருந்து வாங்குவேன். பணம் மொத்தமாய்ச் சேர்த்து வாங்கினால்தான் என்னுடைய தேவைகளைப் பூர்த்தி செய்ய முடியும். அந்த வீட்டு உரிமையாளருக்கும் சந்தோஷம். எழுநூறு ரூபாய் தினக்கூலி என்றாலும் கொடுக்க வேண்டியது இருநூறு ரூபாய்தானே!

தனியாகச் செய்வதால் நிறைய உழைப்பு தேவைப்படுகிறது. உயரத்திலிருந்து என்ன தேவையானாலும் நானே கீழே இறங்க வேண்டும். சாரம் கட்டுவதாக இருந்தாலும் தனியாகவே தாங்கித் தூக்கியெடுத்து வைத்துக்கட்டி ஏற வேண்டும். உயரத்திலிருந்து கீழே விழுந்து கிடந்தாலும் யாரும் பார்க்க மாட்டார்கள். யாரும் உதவவும் மாட்டார்கள். ரத்தக்கொதிப்பு அதிகமாக இருப்பதால் ஸ்டூலில்கூட தனியாக ஏறக்கூடாதென்று மருத்துவர் சொல்லியிருந்தார். மருத்துவர்கள் அப்படிப் பலவற்றைச் சொல்லலாம். என்னுடைய அவஸ்தையும் தேவையும் எனக்குத்தானே தெரியும்.

கொஞ்சதூரம் நடந்தால் அங்கேயொரு முச்சந்தி இருக்கிறது. அங்கே உணவகம் இருக்கிறது. அதெல்லாம் அங்கே இல்லையென்று

நினைத்துக்கொண்டு தேநீர் குடிக்கும் ஆவலை நான் அடக்கிக் கொண்டேன். வெளியே பைப்பும் கிளாம்பும் வாடகைக்கு வாங்கிக்கொண்டு வந்து சாரம் கட்டித்தான் சாதாரணமாக வேலை செய்வோம். பைப் வாடகையும் அதைக் கொண்டுவந்து சேர்க்கவுமுள்ள வண்டிச் சத்தத்தையும் நினைத்தபோது அதையும் வேண்டாமென்று தவிர்த்தேன். சரிந்த சன் ஷேடுகளில் ஏணி ஏற்றி வைத்து ஜன்னலில் கயிற்றை இழுத்துக்கட்டி அதன்மேல் ஏறி நின்று நான் வீட்டின் வெளிப்புறத்தில் வண்ணமடித்தேன்.

நடுவில் ஏணி உராயும் சத்தம் கேட்கும். இதோ இப்போது கீழே விழுந்துவிடுவோமென்ற பயம் முதுகெலும்பு வழியாக மேலேறி வரும். ஆனால், பணம் மிச்சம் பிடித்தால்தான் முடியும். என்னுடைய மகள் கல்லூரிக்கனவைக் காண ஆரம்பித்துவிட்டாள். எட்டு நாளின் வேலை முடிந்த தருவாயில் முதல் பட்டியலை கல்லூரி வெளியிட்டது. மகளுக்கு அதிலேயே இடம் கிடைத்தது. அவளுடைய முகத்தில் மகிழ்வின் முல்லைகள் விரிய ஆரம்பித்தன. பி.எஸ்.எம்.ஓ. கல்லூரியில்தான் இடம் கிடைத்தது. போக வர சுலபமாயிருக்கும். எல்லா வகையிலும் மகிழ்ச்சி.

அந்த மகிழ்ச்சியில் நான் வழுக்கும் ஏணியை மறந்தே போனேன். சுட்டெரிக்கும் வெயிலை மறந்தேன். பசியை மறந்தேன். வெள்ளை அடிக்க வேண்டுமென்றால் முதலில் தண்ணீரால் சுவரைக் கழுவ வேண்டும். அடித்து முடித்தபின்னும் இரண்டுமுறை தண்ணீரால் கழுவ வேண்டும். முதலில் நனைப்பதைச் சரியாகச் செய்ய வேண்டும். ஆனால், என்னுடைய மனதில் ஆடும் மகிழ்ச்சியால் மேலும் இரண்டு முறையும் நனைத்தேன். வேலை முடிய ஒருநாள் மட்டுமே பாக்கி இருந்தபோது ஏணி நகர்ந்து, கயிறு அறுந்து கீழே சரிந்தது. நான் எப்படியோ ஜன்னலைப் பிடித்து என்னைக் காப்பாற்றிக் கொண்டேன்.

பதிமூன்றாயிரம் ரூபாய்க்குக் கூலி பேசி முடித்திருந்தேன். பதினைந்து நாட்கள் ஓய்வில்லாமல் வேலை செய்த நான், அந்த

வீட்டிலிருந்து மூன்றாயிரம் ரூபாய் வாங்கியிருந்தேன். மீதி பத்தாயிரம் இருக்கிறது. அது என்னுடைய தேவைகளுக்குத் தாராளமாகப் போதும். கடைசிநாள் காலை ஆறு மணிக்குத் தொடங்கிய வேலை மாலை ஆறு மணிவரை நீண்டது. கைகால்கள் கழுவி, அவர்களுடைய காலிப் பக்கெட்டுகளைப் புதியது போலச் சுத்தமாக்கி, பிரஷ் கழுவிக் கொடுத்துவிட்டு நான் அந்த வீட்டு வராந்தாவில் போய் நின்றேன்.

எப்போதும் இருநூறு ரூபாயையும் கையில் வைத்துக்கொண்டு எனக்காகக் காத்திருப்பார். இன்று வேலை முடியும் நாளென்று அவருக்குத் தெரியும். ஆனால், அவர் அங்கில்லை. மணி அடித்து அழைத்தபோது வீட்டுக்காரி வெளியே வந்தாள். முகத்தில் எப்போதுமான சிரிப்பில்லை. அவர் எங்கே என்று கேட்ட என் கேள்விக்கு வெளியே போயிருக்கார், வந்து விடுவார் என்று சொல்லிக் கதவைத் தாழிட்டுக் கொண்டாள். நான் அந்த வீட்டின் குட்டிச் சுவரில் மகிழ்ச்சியுடனே நின்றிருந்தேன். நாளை மறுநாள் மகளைக் கல்லூரியில் சேர்க்க வேண்டிய நாள். இன்று காசு கிடைக்கும். நாளை எனக்கு ஓய்வு வேண்டும். நாளை மறுநாள், என்னால் போக முடியாத கல்லூரிக்கும் அதனுடைய வளாகத்துக்கும் அதன் ஆனந்தத்துக்கும் அறிவுக்கும் என் மகள் போகப் போகிறாள்.

பீடியை இழுத்துப் புகைத்தேன். எவ்வளவு இனிமையானது வாழ்க்கை. இன்றைக்கு என்னானாலும் கோழிக்கறி வாங்க வேண்டும். ரொம்ப நாளாகவே மனைவி இருநூறு ரூபாயை வைத்துக் கொண்டு எப்படியெப்படியோ சாப்பாட்டை ஒப்பேற்றுகிறாள். மாலை கருக்கலாகத் தொடங்கியது. பீடித் துண்டுகள் வாசலில் சிதறிக் கிடக்கின்றன. ஒரு டீ குடித்து விட்டு வரலாமா என்று தோன்றியது. உடனே அதை வேண்டாமென்று திருத்திக் கொண்டேன். வேண்டாம், டீ குடித்து விட்டு வருவதற்குள் வீட்டுக்காரர் வந்து போய்விட்டால்...? காத்திருக்கலாம், காத்திருந்தேன்.

மாலைத் தொழுகை முடிந்து மசூதியிலிருந்து ஆட்கள் திரும்பிக் கொண்டிருந்தார்கள். சின்ன சந்தோஷங்களிலும் துக்கங்களிலும் துடிக்கும் என் இதயம் இப்போது மேலும் அதிகமாகத் துடித்தது. நான் அதன் தாளத்தை ரசித்தபடி உட்கார்ந்திருந்தேன். வீட்டுக்காரரின் கார் ஷெட்டிலேயே இருக்கிறது. அப்போது அவர் நடந்துதான் போயிருப்பார். இருண்ட ஆகாயத்தில் நட்சத்திரங்கள் பூக்கத் தொடங்கின. குளிர்க்காற்று வீச ஆரம்பித்தது. பதினோரு மணிக்கு மிளகுத் துவையல் தொட்டுச் சோறு சாப்பிட்டதோடு சரி. ஆனால் பசி எடுக்கவில்லை. இருந்தாலும், ஒரு கட்டன் சாயா கிடைத்தால் ஒரு பீடியைச் சேர்த்து இழுத்தால் நன்றாக இருக்குமென்று தோன்றியது. அது கிடைக்க வழியில்லை. இந்தப் பதினைந்து நாட்களில் கட்டன் சாயாவைக்கூட இவர்கள் வீட்டிலிருந்து எனக்குத் தரவில்லை என்பதை வேதனையோடு நான் நினைத்துப் பார்த்தேன்.

கையிலிருக்கும் பீடி முழுவதையும் புகைத்துத் தீர்த்த பிறகும் வீட்டுக்காரர் வரவில்லை. மசூதிக்குத்தான் போனாரா? இல்லை வேறு எங்கேயாவது போய்விட்டாரா? அப்படியும் நடக்கும். பசியால் நான் எழுந்துபோய் அழைப்பு மணியை அழுத்தினேன். ஒரு துர்முகம் வந்து கதவைத் திறந்தது. அவர் வரவில்லையா என்று கேட்கும் பாவத்தில் நான் அந்தப் பெண்ணைப் பார்த்தேன்.

'ஒருவேளை இரவுத் தொழுகை முடித்து விட்டுதான் வருவார். உனக்குக் காத்திருக்கக் கஷ்டமா இருந்தா போயிட்டு காலைல வா'

எனக்கென்ன கஷ்டம்? காத்திருக்கேன், காத்திருந்தேன். தொண்டை வறள்கிறது. இதயத் துடிப்பு கூடுகிறது. ஏதோ நடக்கக் கூடாதது நடக்கப் போகும் வாசம் என்னைச் சூழ்கிறது. பக்கத்தில்தான் மசூதி இருக்கிறது. அங்கே போய்ப் பார்த்தால் என்ன? அய்யோ, வேண்டாம். காத்திருக்கலாம். என்னுடைய பத்தாயிரம் ரூபாயைத் தராமல் போய், கோடீஸ்வரனான அந்த ஆளுக்கு என்ன கிடைக்கப் போகிறது? இருக்கும் ஒரு செல்பேசியையும் வீட்டில் வைத்துவிட்டேன்.

மனைவியிடம் வரத் தாமதமாகுமென்று சொல்ல ஒரு வழியுமில்லை. நான் காத்திருந்தேன். பசி தெரியாமல்... தாகம் தெரியாமல்... ஒரு கட்டன் சாயா குடிக்கத் தோன்றும் ஆர்வத்தைத் தவிர்த்துவிட்டு நான் காத்திருந்தேன். புகைத்துப் போட்ட பீடித் துண்டுகளைப் பொறுக்கியெடுத்து மீண்டும் புகைத்துக் காத்திருந்தேன். ஆறரைக்குக் காக்கத் தொடங்கி நேரம் பத்தரை ஆனபோது வந்த மனிதன் என்னிடம் கேட்கிறார்.

"நீ போலயா...?"

நான் பதிலேதும் பேசவில்லை. எனக்குக் கோபம் வரவில்லை. துக்கமாயிருந்தது. வேலை செய்த காசுக்காகத்தான் நான் காத்திருந்தேன். இனாம் கேட்கவல்ல. பதினைந்து நாட்களாகக் கண்ணில் விழுந்து எரிச்சலை ஏற்படுத்திய வெள்ளைச் சுண்ணாம்பு அப்போது ஒரேயடியாய் எரிந்தது.

"உன்னோட அல்பக் காசை எடுத்திட்டு நான் ஊரை விட்டுப் போயிட மாட்டேன், போயிட்டு நாளைக்கு வந்திருக்கலாமில்ல?"

வர முடியாது, நான் அதைச் சொன்னேன்.

"எனக்குக் காசு ரொம்ப தேவையாயிருக்கு, அதான் நான் காத்திருந்தேன்"

"உன்னோட ஒரு தேவை..."

அதைச் சொல்லிவிட்டு அவர் உள்ளே போனார். நான் அந்த முற்றத்தில் பாய்ந்து பறந்த சின்னச்சின்னப் பூச்சிகளைப் பார்த்துக்கொண்டு நின்றிருந்தேன். நான் வராமல்போன நேரம் முழுவதும் காத்திருந்து மனைவி கவலைப்பட்டிருப்பாள். ரத்தக்கொதிப்பு அதிகமாகி நான் எங்கேயாவது தலைசுற்றி விழுந்திருப்பேனோ என்று அவள் பயந்திருக்கலாம். மகள், உப்பா வருவதற்காகக் காத்திருந்திருக்கலாம். நான் போகாமல் அவளால்

தூங்க முடியாது. கையில் கொஞ்சம் ரூபாய் நோட்டுகளுமாக வீட்டுக்காரன் வெளியே வந்தான். நான் அதை வாங்கி எண்ணிப் பார்த்தேன். ஐயாயிரம் ரூபாய் இருந்தது.

''கையில இல்லடா, மீதியை நான் நாளைக்கு பேங்கிலயிருந்து எடுத்துத் தரேன்''

என்னால் நம்ப முடியவில்லை. திறந்திருக்கும் கதவுக்கப்பால் மேசையில் சிதறிக் கிடக்கும் ரூபாய் நோட்டுகளையும் பர்ஸையும் நான் பார்த்தேன்.

''என்னுடைய மகளைக் கல்லூரியில சேர்க்கணும், அதனாலதான் தினமும் காசு வாங்காமச் சேர்த்து வச்சேன். எனக்குக் காசு வேணும்''

''இந்த ராத்திரிலயா நீ அவளைக் கல்லூரியில சேக்கப் போற? நாளைக்கு வந்து வாங்கிக்கோ''

''முடியாது'' நான் சொன்னேன். ''எனக்கிப்ப வேண்டும். அந்த மேசைமேல் கிடப்பது காசுதானே...?''

என் வார்த்தைகள் இடறுகின்றன. உள்ளே நீட்டிய விரலும் என் உடலும் முழுவதுமாக நடுங்கத் தொடங்கியிருந்தன. அவனுடைய பாவம் மாறியது, குரல் மாறியது.

''என் வீட்டில அப்படிப் பல பணமிருக்கலாம், இல்லன்னா அது தங்கக்கட்டியா கூட இருக்கலாம். அதையெல்லாம் பாக்கவும் சொல்லவும் நீ யாருடா நாயே...?''

அவன் என்னுடைய சட்டையைச் சேர்த்துப் பிடித்தான். வேதனையும் துக்கமுமாக நான் உலைந்து கொண்டிருந்தேன். அந்தக் கையைத் தட்டிவிட்டேன். வேலை பார்த்த கூலி கேட்டால் அதற்குப் பதிலாக 'நாயே' என்று கேவலப்படுத்தும் நிலைக்கு வந்துவிட்டேனே என்பதல்லாமல் ஒரு தவறும் நான் செய்யவில்லையே. இந்த இரவில் திரும்பிப்போய் நாளைக்கு வந்தால் இவனின் அடையாளத்தைக் கூடப் பார்க்க முடியாது.

இன்று கிடைக்கவில்லையானால் இந்தப் பணம் ஒருபோதும் கிடைக்கப் போவதில்லை.

''முழுப்பணமும் கிடைத்தால்தான் நான் இங்கிருந்து போவேன். இன்னக்கி வேலை முடியும்ன்னும் பணம் முழுவதுமாக இன்னக்கி வேணும்ன்னும் நான் உங்கக்கிட்ட ரெண்டு நாளக்கி முன்னாடியே சொல்லியிருந்தேனே?''

''அப்படீன்னா நீ காசு வாங்கிட்டுப் போனாப் போதும்''

அவன் உள்ளே போய்க் கதவை இழுத்துச் சாத்தினான். வராந்தா மற்றும் முற்றத்து விளக்கை அணைத்தான். என்ன செய்வதென்று தெரியாமல் நான் அந்த வராந்தாவிலேயே நின்றேன். ஒன்று அந்த கதவைத்தட்டிப் பிரச்சனை செய்ய வேண்டும். அவன் வெளியே வந்தால் பக்கத்திலுள்ள ஏடிஎம். சென்டரில் வந்து பணம் எடுத்துத் தரச் சொல்லலாம். அவன் அதைச் செய்ய மாட்டான். அப்படிச் செய்யும் ஆளாக இருந்தால் மற்ற வேலைக்காரர்கள் சொன்ன தொகைக்கும் எவ்வளவோ குறைவாகப் பேசி முடித்து வேலை எடுத்துச்செய்து முடித்த எனக்கு இன்றே முழு பணத்தையும் தந்திருக்க வேண்டும்.

நாளைக்கு வந்தாலும் பணம் கிடைக்கப் போவதில்லை. என் தலைக்குள்ளாகப் பித்தின் விதைகள் முளைவிடும் முன்பாக எனக்கு வீட்டுக்குப் போக வேண்டும். வீட்டிற்குப் போனால் மட்டுமே போதும். அந்த இருட்டில் நடந்தேன். ஒன்றோ இரண்டோ அடிகளல்ல. ஐந்து கிலோமீட்டர்கள் நடந்தேன். வீட்டுக்கு வந்து சேரும்போது என் மகள் தூங்க ஆரம்பித்திருந்தாள். மனைவி வாடகை வீட்டின் வராந்தாவில் எனக்காக உட்கார்ந்து, இருக்கும் சாப்பாட்டையும் சாப்பிடாமல் பசியோடு காத்திருந்தாள். அவளைப் பார்த்ததும், அவள் என்னைத் தொட்டதும் எல்லாக் கட்டுப்பாடுகளையும் மீறி நான் அழுதேன். சின்னக் குழந்தையைப் போல நான் உரக்க அழுதேன்.

என் மகளுடைய டிகிரி படிப்பு முடியப் போகிறது. இந்த மூன்று வருடத்தில் பலமுறை நான் அந்த மனிதனின் வீட்டுக்குப் போனேன். கொரோனா ஊரடங்குக் காலத்தில், என்முன்னே வாழ்வின், நீளும் தூரம் அத்தனையையும் ஒரு ஐநூறு ரூபாயாவது கிடைத்தால் போதுமென்று நினைத்து வெயிலும் ஏற்று நடந்தே போனேன். கிடைக்கவில்லை. அன்றைய இரவு என்னுடைய தலைக்குள்ளே மூளை வெடித்து விடாதிருக்க, மனைவி என்னை அணைத்துப் படுத்திருந்தாள். எல்லா வலிகளுக்கும் அவமானங்களுக்கும் நொம்பலங்களுக்கும் நடுவில் அவள் என்னைச் சேர்த்தணைத்த இறுக்கத்திற்கு, கண்ணீர்ப் பூக்களாக என் நெற்றியில் பதித்த முத்தங்களுக்குப் பதிலாகத் தர என் கையில் ஒன்றுமேயில்லை. இந்த பூமி முழுவதையும் பதிலாகக் கொடுத்தாலும் அது போதாது.

மறுநாள், மனைவி சொன்னதைக் கேட்டு நான் அந்த மனிதனின் வீட்டுக்குப் போனேன். அவன் மன்னார்க்காட்டிலுள்ள தன்னுடைய ரப்பர் தோட்டத்துக்குப் போயிருந்தான். திரும்பி வர ஒரு வாரமாகும் என்ற அவன் மனைவியின் முகத்தை நான் முறைத்துப் பார்த்தேன். பிறகு சிரித்தேன். ஒரு பைத்தியக்காரனால் மட்டுமே சிரிக்க முடிந்த சிரிப்பு. அந்தச் சிரிப்பு பேருந்து ஏறின பிறகும் நிற்கவில்லை. ஏதோ சிரிப்புச் செய்தியை ரசித்து நான் சிரிக்கிறேனென்று பஸ்ஸில் இருப்பவர்கள் நினைத்திருக்கலாம்.

வாழ்க்கையென்ற இந்தப் பெரிய நகைச்சுவைக்கு முன்னால் எப்போதாவது இப்படி என்னால் சிரிக்க முடியவில்லையானால், கட்டிய ஆடையைக் கலைத்துப் போட்டு வெயில் வழிகளில் நுழைந்து ஓடியிருப்பேன். அந்தச் சிரிப்பின் தொடர்ச்சி மூன்று வருடங்களுக்குப் பிறகு இதை எழுதும்போதும் தொடர்கிறது. மனைவி என்னை முறைத்துப் பார்க்கவில்லை. இப்படிச் சிரித்து என்னை வெளிப்படுத்தவில்லையானால் நான் முழுப்பைத்தியமாகி விடுவேனென்று அவளுக்குத் தெரியும்...

## செள்ளித்தாத்தம்மா

என்னுடைய மூத்த அண்ணனின் மனைவிதான் கதீஜா. மிகவும் மெலிந்த உருவமானதால் அவளை வீட்டில் உள்ளவர்களும் ஊர்க்காரர்களும் *செள்ளி என்றுதான் அழைத்தார்கள். செள்ளி என்பதுடன் தாத்தம்மாவும் சேர்ந்து நான் அவளை செள்ளித்தாத்தம்மா என்றுதான் கூப்பிடுவேன். மிகவும் வெகுளியானவள் அவள். அண்ணன் மிகவும் கோபக்காரன். எதற்கும் எப்போதும் சட்டெனக் கோபப்படுவான். இரண்டு பெண்ணும் ஒரு ஆணுமாக அவர்களுக்கு மூன்று பிள்ளைகள்.

அண்ணனின் பொங்கியெழும் கோபங்களை நான் அதிகம் பார்த்தவன். சாப்பாட்டில் கல்லோ முடியோ பார்த்துவிட்டால் அவன் அந்தச் சாப்பாட்டுத் தட்டைத் தூக்கி வீசுவான். விறகு அடுப்பு ஊதி கஷ்டப்பட்டுத் தயார் செய்த உணவு, தரையில் சிதறிக் கிடப்பதை செள்ளித்தாத்தம்மா ததும்பின கண்களோடு பார்த்துக் கொண்டிருப்பாள். வேறு சோறு இல்லையென்றால் அண்ணனே குனிந்து சாப்பாட்டையெல்லாம் அள்ளியெடுத்துக் கழுவிச் சாப்பிடுவான்.

---

*செள்ளி - சென்னாக்குண்ணி

அடிதடியில் முடியாதென்றாலும் அண்ணனின் கோபத்தையும் சின்னச்சின்னப் பைத்தியக்காரத்தனங்களையும் சகித்துக்கொண்டு செள்ளித்தாத்தம்மா அவனுடன் முப்பத்தியிரண்டு வருடங்கள் வாழ்ந்தாள்.

அந்த முப்பத்தியிரண்டு வருடங்களும் தாத்தம்மா மகிழ்ச்சி என்னவென்றே அறியாதவள். கோபக்காரன் என்ற குணத்தின் பலனாகப் பலப்பல வேலைகளும் அண்ணனுக்கு நட்டமடைந்தன. பல வாடகை வீடுகளையும் மாற்ற வேண்டி வந்தன. இரண்டாவது அண்ணன்தான் வீட்டையெல்லாம் பார்த்துக் கொண்டிருந்தவன். என்னுடைய உப்பா ஒரு பரிதாபமான மனிதர். பிள்ளைகளிடம் கோபப்படுவதோ வாழ்க்கையில் எதையாவது அடைய வேண்டுமென்றோ அவர் நினைத்ததில்லை. எல்லாவற்றோடும் உப்பாவுக்கு விரக்தியிருந்தது. அந்த விரக்தி கொஞ்சம் எங்களிடமும் இருந்தது.

ஆனால், இரண்டாவது அண்ணன் அப்படியிருக்கவில்லை. அவன் வாழ்க்கையில் பலவற்றையும் கண்டடைய நினைத்தான். அவன் நினைத்த சிலவற்றை அடைந்துமிருந்தான். மூத்த அண்ணன் மன்னார்க்காட்டில் வேலையை வேண்டாமென்று மனைவியும் பிள்ளைகளுமாக, இரண்டாவது அண்ணன் கட்டிய வீட்டிற்கு வந்து சேர்ந்தான். ஒரு கூட்டுக் குடும்பத்தில் வருமானம் குறைவாக இருக்கும் மனிதனின் மனைவியும் பிள்ளைகளும் அனுபவிக்க வேண்டிய அவமானங்களையும் கஷ்டங்களையும் உதாசீனங்களையும் தாத்தம்மாவும் பிள்ளைகளும் அனுபவித்தார்கள். என்னுடைய உம்மாவும் சகோதரிகளுமெல்லாம் செள்ளித்தாத்தம்மாவின் துன்பத்தில் நெருப்பள்ளிப் போட்டார்கள்.

இரண்டாவது அண்ணனுடன் ஒத்துப்போக முடியாத நான் என் மூத்த அக்காவுடனும் மச்சானுடனும் தங்கியிருந்தேன். வீட்டில் இருப்பவர்களைப் பார்க்க அடிக்கடி அந்த வீட்டிற்குப்

போவேன். அந்தப் பெரிய வீட்டின் தரையைத் தினமும் துடைப்பதையும் பாத்திரங்கள் கழுவுவதையும் வாசல் பெருக்குவதையும் துணி துவைப்பதுமெல்லாம் செள்ளித்தாத்தம்மா தனியாக செய்வாள். எல்லோரும் படுக்கப் போய்விட்டாலும் தாத்தம்மாவிற்குச் சமையலறையில் வேலையிருக்கும். தாத்தம்மாவின் ஏழும் ஒன்பதும் வயதுள்ள பெண் குழந்தைகள் அவர்களின் உம்மாவுக்கு உதவியபடி அந்த எச்சில் மணங்களில் தாத்தம்மாவிற்கு உதவியாய் நின்றார்கள். அவர்களைக் குளிக்க வைக்கவோ, உடை உடுத்திவிடவோ, முடி சீவி விடவோ செள்ளித்தாத்தம்மாவிற்கு நேரமே கிடைப்பதில்லை.

காலை விடியும்போதே தொடங்கும் செள்ளித்தாத்தம்மாவின் சம்பளமில்லாத வேலை இரவு பதினோரு மணிவரை நீண்டு கொண்டே போகும். அந்த நாட்களில் மூத்த அண்ணன் வீடுகளுக்கு வண்ணமடிக்கும் வேலையும், வீட்டின் சொந்தக்காரனான இரண்டாவது அண்ணன் வெளிநாட்டு விசா எடுத்துக் கொடுக்கும் வேலையும் செய்து கொண்டிருந்தார்கள். மூத்த அண்ணன் சட்டைப் பாக்கெட்டில் மார்க்ஸ், லெனின் புகைப்படங்களை எப்போதும் வைத்துக் கொண்டிருக்கும் கம்யூனிஸ்ட். இரண்டாவது அண்ணன் *மௌதூதிஸ்ட். குடும்பத்தில் எனக்குத்தான் மிகவும் அதிகமான கல்வி கற்க முடிந்திருந்தது என்று என் எட்டாம் வகுப்பைச் சொல்லும்போது மற்றவர்களின் கல்வித் தகுதியை உங்களால் யூகிக்க முடியுமில்லையா!

அந்த இரண்டு அண்ணன்களும் அவர்களுக்குள் தீவிரமான அரசியல் தர்க்கங்களை நடுக்கூடத்தில் நிகழ்த்திக் கொண்டிருக்கும்போது ஒருவரின் மனைவி அதை மூலையில் நின்று கேட்பதும் மற்றொருவரின் மனைவி சமையலறையில் எச்சில் பாத்திரங்கள் கழுவிக்

---

* மௌதூதிஸ்ட் - ஜமா அத்தே இஸ்லாமிய இயக்கத்தைச் சார்ந்தவர்கள்.

கொண்டிருக்கும் விசித்திரமான கலவையாக இருக்கும் எங்கள் வீடு. வீட்டுக்குச் சொந்தக்காரனும் மௌதூதிஸ்ட்டுமான சின்ன அண்ணனுக்கு, கம்யூனிஸ்டான மூத்த அண்ணனை விவாதித்து ஜெயிக்க முடியாத ஒரு நாளில், 'அப்படீன்னா நீ எதுக்கு ஜமாத்துக்காரன் கட்டின வீட்டில் தங்கறே?' என்ற பெரிய கேள்விக்கு முன்னால் அவர் பதில் சொல்ல முடியாமல் விக்கினார்.

அன்றைய இரவே சமையலறையில் பாத்திரம் கழுவும் மனைவியையும் தூக்கக் கலக்கத்திலிருந்த பிள்ளைகளையும் கூட்டிக்கொண்டு அண்ணன் அந்த வீட்டுவாசல் படியிறங்கி, நான் தங்கியிருக்கும் அக்காவின் வீட்டுக்கு வந்தார். யாரும் அண்ணனைத் திரும்ப அழைக்கவில்லை. பிறகு அந்தப் பெரிய வீட்டில் வசிக்க அண்ணன் போகவுமில்லை. இப்படியான தர்க்கங்களும் வீடு விட்டுப் போவதும் கஷ்டநஷ்டங்களும், அண்ணனின் மனைவியான செள்ளித்தாத்தம்மாவையும் பிள்ளைகளையும் மிகவும் பாதித்தது.

அன்றைய இரவு நான் தூக்கம் கலைந்து எழுந்து பார்த்தபோது தூக்கக் கலக்கத்துடன் அந்தக் குழந்தைகள் என் முன்னால் நின்றிருந்தார்கள். இரண்டு அழகான குழந்தைகள். கம்யூனிஸமும் மௌதூதிஸமும் தெரியாத இரண்டு பால்யங்கள். என்னுடைய அனுமதிக்காகக் காத்திருக்காமல் அவர்கள் என் மடியிலும் நெஞ்சிலும் அன்றிரவு தூங்கினார்கள். மறுநாள் அண்ணன் வாடகைக்கு வீடு பார்த்து அங்கே போய்விட்டான். வாழ்க்கை தனக்காக நீட்டும் எல்லாத் துயரங்களையும் செள்ளித்தாத்தம்மா எந்தவொரு முணுமுணுப்புமின்றி ஏற்றுக்கொண்டாள். வாடகை வீடுகளிலிருந்து வாடகை வீடுகளுக்குள்ள துயரமான பயணங்களில் கணவனோடு பெட்டியும் சட்டியும் தூக்கிக்கொண்டு குழந்தைகளுடன் நடந்தாள். மகன் வளர்ந்து பெரியவனானால் தன் கஷ்டங்கள் எல்லாம் தீரும் என்று அவள் உறுதியாய் நம்பினாள். அதற்காகத் தெய்வங்களிடம் மனம் நொந்து பிரார்த்தனை செய்தாள்.

அண்ணன் வெளிநாட்டிற்குச் சென்றபோது சின்னதாக ஒரு வீடு கட்டினார். அதற்குள் மூத்த மகளுக்குக் கல்யாண வயது வந்துவிட்டது. பிள்ளைகளுக்குத் தகுந்த இணைகளைத் தேட முயன்று சலித்தது அண்ணனல்ல, செள்ளித்தாத்தம்மாதான். கணவன் அனுப்பும் பணத்திலிருந்து எறும்பு அரிசியைச் சேமிப்பதுபோல அவள் பணத்தைப் பத்திரப்படுத்தினாள். வீட்டின் பத்திரம் அடகு வைத்தும் வேறு கடன் வாங்கியும் மூத்த மகளுக்குக் கல்யாணம் முடித்தாள். அவளுக்கு ஒரு நல்ல வாழ்க்கை கிடைத்தது.

இரண்டாவது மகளுக்குக் கல்யாண வயது வரும்போது மகன் வெளிநாட்டுக்குப் போயிருந்தான். பெரிய கடன்கள் ஒன்றுமில்லாமல் அவளுடைய திருமணமும் முடிந்தது. அவளும் நல்லமுறையில் வாழத் தொடங்கினாள். அதற்குப் பிறகுதான் தன் வாழ்நாள் கனவான மகனின் திருமணத்தைப் பற்றி செள்ளித்தாத்தம்மா யோசிக்கத் தொடங்கினாள். அந்த நாட்களில் குருடனும் குரூரமுமான கடவுள் என்னுடைய தாத்தம்மாவின் வயிற்றுக்குள் நண்டுகளைப் படர விட்டான். ரொம்ப நாட்களாகவே வயிற்றுவலிக்கு வெந்தயம் கொதிக்க வைத்துத் தண்ணீர் குடிக்கும் அவளுடைய உடல் மெலியத் தொடங்கியது. உடலினுள்ளில் வாய்வுக்கான மருந்துகளையும் வெளியே தெரியும் நோய்களுக்கு களிம்புகளை மட்டுமே பூசிக் கொண்டிருந்தவளுக்கு மருத்துவரைப் பார்க்க வேண்டிய நிர்பந்தம் ஏற்பட்டது.

பலவிதமான பரிசோதனைகளைச் செய்ய வேண்டியிருந்தது. வெட்டி தூர வீசிவிட முடியாதபடி அவளுடைய குடலினுள் நண்டுகள் சேர்த்துப் பிணைந்துக் கிடந்தன. பார்த்துக்கொண்டு நிற்பதல்லாமல் ஒன்றும் செய்ய முடியாமலிருந்தோம். தனக்கு என்ன நேர்ந்ததென்று மரணம் வரைக்கும் அவளுக்குத் தெரியாது. சிகிச்சை செய்த மருத்துவர் அதை நாங்கள் அவளிடம் சொல்லக் கூடாதென்று எங்களிடம் சொல்லியிருந்தார். தங்களுக்கு வரவில்லையே என்ற நிம்மதியை

அனுதாபத்தின் பர்தாவால் மறைத்தபடி உறவினர்கள் அவள் முன்னால் நடந்து கடந்து போனார்கள்.

மெலிந்த அந்த உடல் இன்னும் மெலிந்தது. எலும்புகளும் நரம்புகளும் பொதிந்த வெறும் தோலுமாக அவள் அந்த வீட்டினுள் படுத்துக்கிடந்தாள். அந்த வீட்டு வாசல்படியை மிதிக்கும் போதெல்லாம் என் கைகால்கள் நடுங்கத் தொடங்கின. சோர்விலும் கொடும் வலியிலும் தாத்தம்மா மகனின் கல்யாணத்தைப் பற்றிப் பேசினாள். மரணம் மட்டுமே மருந்தாய் மீதமுள்ள அவளுடைய அந்த நோய்மை சரியானபிறகு, நாம் அவனுக்குத் திருமணம் செய்யலாம் என்று அவளிடம் பொய் சொன்னேன். அந்தக் கண்களின் ஆழங்களில் ஒரு பெண் ஆயுளின் முழுத் துயரங்களையும் தேக்கிவைத்துப் படுத்திருப்பதை என்னால் பார்க்க முடிந்தது. ஈர்க்குச்சி அளவுக்கு மெலிந்த கைகளின் நரம்புகள் என்னைப் பயமுறுத்தின. அந்த நரம்புகளில் சோர்ந்து மெதுவாய் பாயும் ரத்தத்தில் கூட என் அண்ணனுக்கான அன்பை அவள் புதைத்து வைத்திருப்பதை, அதன் துடிப்பின் மூலம் நான் உணர்ந்தேன். அண்ணன் சவுதியில் வேலையிடத்தில் விபத்து ஏற்பட்டு ஒரு காலின் விரல்களையும் மற்றொரு காலில் கணுக்காலுக்குக் கீழேயும் வெட்டி எடுக்கப்பட்டுச் சிகிச்சையிலிருந்தார். இன்ஷூரன்ஸின் பெரிய தொகைக்குக்கூட காத்திருக்காமல் அவன் தன் மனைவியைப் பார்க்க வந்தான். நீண்ட முப்பத்தியிரண்டு வருடங்கள் தன்னைச் சகித்து, தான் கொடுத்த துன்பங்களையெல்லாம் ஏற்றுக்கொண்ட மனைவியின் முன்னால் உட்கார்ந்து என் அண்ணன் என்ன செய்வதென்று தெரியாமல் அழுதான்.

அழுகையின் பெருமழை பெய்து தீர்க்க நாங்கள் காத்திருந்தோம். அவனுடைய வலது கால் விரல்களையும் இடது காலின் கணுக்காலுக்குக் கீழேயும் வெட்டியெடுத்திருந்தார்கள். அண்ணி அதைப் பார்க்காமலிருக்க அவன் எப்போதும் கவனமாயிருந்தான்.

பறவை இறகின் கனம் கூட இல்லாத அவளை, அவன் அந்தக் கால்களால் நடத்திக்கொண்டு குளியலறைக்குக் கூட்டிப்போய் திரும்ப சுமந்தும் வந்தான். தன்னிடம் கோபப்படாமல், தன்னைத் திட்டாமலிருக்கும் கணவனை அவள் ஆச்சரியமாகப் பார்த்தாள். அவளால் அதை நம்பவே முடியாமலிருந்தது. அப்படியொரு கணவனை அவள் அதுவரைக்கும் பார்த்ததேயில்லையே!

உம்மாவின் உப்பாவின் முன்னால் துக்கங்களையெல்லாம் உள்ளே ஒதுக்கி அந்த மூன்று பிள்ளைகளும் மௌனத்தில் உறைந்து நின்றார்கள். அண்ணன் சாப்பாட்டை ஒதுக்க ஆரம்பித்தார். அவன் கட்டன் சாயா மட்டுமே குடித்தான். நிறுத்தாமல் பீடி புகைத்தான். வாழ்க்கையென்ற பெருங்கோபத்தோடு தான் காட்டிய சின்னச்சின்னக் கோபங்களை அவன் மறந்தான். தன் முன்னால், நாட்களை எண்ணித் தீர்க்கும் மனைவியை ஒன்றுமே செய்ய இயலாதவனாகப் பார்த்துக்கொண்டு மட்டுமே நின்றான். முடியாத காலையும் இழுத்துக்கொண்டு, உள்ளில் புகைவதை வெளிப்படுத்தாமலிருக்க அவன் அதே வீட்டிற்குள் முடிவில்லாமல், நேரகாலங்கள் அறியாமல் நடந்தான்.

அந்த நாட்களிலெல்லாம் என்னுடைய இதயத்துடிப்பை என்னால் துல்லியமாய் எண்ண முடிந்திருந்தது. ஒவ்வொரு துடிப்பிலும் அந்த செய்தி என்னைத் தேடிச் சேரும் நிமிடத்திற்காக பயந்து நான் வாழ ஆரம்பித்தேன். சிவந்த பட்டுப் புடவை உடுத்து, கை நிறையக் கருநீலக் கண்ணாடி வளையல்கள் அணிந்து, தலைகுனிந்தபடி அண்ணனின் மனைவியாய் எங்கள் வீட்டுக்கு ஏறிவந்த அந்த மெலிந்த அழகான முகத்தை நான் மீண்டும்மீண்டும் பார்த்தேன். அந்த முகம்தான் மரணத்தின் கடிகாரத்துடிப்புகளை எண்ணி என் முன்னால் படுத்திருக்கிறதென்பதை நம்பவே முடியவில்லை.

அவள் இந்தப் பூமியை விட்டுப் போய் ஆறு வருடங்களாகின்றன. ஆறு வருடங்கள்... அதையும் நம்ப முடியவில்லை. என் முன்னால் அந்த மெலிந்த தேகமிருக்கிறது. நரம்புகள் புடைத்த அந்தக் கைகளைப்

பார்க்கிறேன். காதில் போட்டிருந்த கவரிங் கம்மல் தெரிகிறது. நிறம் மங்கிப்போன அதன் ஒடுக்குகளில் ஒட்டியிருந்த அழுக்கு தெரிகிறது. மரணத்தன்று பெய்த கோடை மழையின் மணம் அப்படியே எனக்குள் தங்கியிருக்கிறது. இறுதி யாத்திரையில் பங்கெடுக்காமல் நான் தனியே அமர்ந்த அந்த மருத்துவமனை வராந்தா இருக்கிறது. அதன் வாசலில் மண் திறந்து வரும் மழைப்பூச்சிகள் வெளியே வந்த வண்ணமிருந்தன. அவற்றைக் கொத்தித் தின்ன மரக்கொம்புகளில் வந்து சேர்ந்த பறவைகளுமிருக்கின்றன.

மழையும் வெயிலும் பனியும் என் முன்னால் மீண்டும் மீண்டும் வந்து கொண்டேயிருக்கின்றன. நான் நடக்கும் அதே பாதைகளில், வெட்டியெடுத்து அந்தக் குறைப்பட்ட காலில் செருப்பு அணிந்து என் அண்ணன் நடந்து கொண்டிருக்கிறான். எல்லோரும் நிர்பந்தப்படுத்தினாலும் இன்னொரு திருமணத்திற்குச் சம்மதிக்காமல் அவன் இந்த வழிகளில் பித்துப் பிடித்தவன்போல அலைந்து கொண்டிருக்கிறான்.

உடன் வாழ்ந்த காலம் முழுவதும், தான் அவளுக்குத் துக்கங்களையும் துயரங்களையும் மட்டுமே கொடுத்திருக்கிறோம் என்ற உணர்வுத் திரும்பலை அவன் கண்களில் நான் எப்போதும் கண்டு கொண்டேயிருக்கிறேன். திரும்ப அள்ளி எடுக்க முடியாதபடி உள்ளங்கையிலிருந்து சிந்திப் போன வசந்தங்களை நினைத்து அந்தக் கண்களில் நீர் துளிர் விடுவதை நான் பார்த்துக் கொண்டேயிருக்கிறேன். என்னுடைய நினைவுகளுக்கும் பார்வைகளுக்குமெல்லாம் அப்பால் கபரிடத்தில் ஒரு மனித ஜீவன் அந்தி உறங்குகிறது. அந்த மீசான் கற்களை நான் இதுவரை பார்த்ததில்லை.

அண்ணி...

பார்க்காத அந்த கபரிடமும் மீசான் கற்களும் உள்ளே இருக்க விதிக்கப்பட்ட இந்தத் தம்பி உங்களை நினைத்துப் பார்க்கிறான்.

என்னுடைய அண்ணனின் மனைவியாக நீங்கள் வீட்டிற்குள் நுழைந்த அந்தப் பகலை, என் முன்னால் நின்று உருகிய அவமானங்களின் எல்லையற்ற அந்த நண்பகலை, வாழ்வென்ற பதிலில்லாக் கேள்விகளின் மாலைகளை, உங்களுடைய கண்ணீரில் ஊறிப்போன எண்ணற்ற இரவுகளை இந்தத் தம்பி நினைத்து பார்க்கிறான்.

கபர் இடத்துக்கு வர முடியாததாலும் அன்றைய தினத்தில் உங்களுக்காகப் பிரார்த்திக்க முடியாமல் போனதாலும் முட்டாளான இந்தத் தம்பியை நீங்கள் பொறுத்தருள வேண்டும். நீங்கள் பொறுத்துக் கொண்டு மன்னிக்க முடியாவிட்டால் கடவுள்கூட என்னை மன்னிக்க மாட்டார். இப்போதும் எனக்கு என் விரல் நுனியிலிருந்து உங்களுடைய கண்ணீரின் உப்பின் சுவையை ருசித்துப் பார்க்க முடிகிறது.

## மேரி அக்கா

தாய்மாமாவின் வீட்டில் வசிக்கும் காலத்தில் எனக்கும் பக்கத்து வீட்டுக்காரியான மேரி அக்காவுக்கும் சண்டைபோட மட்டுமே நேரம் இருந்தது. நில உச்சவரம்புச் சட்டத்தால் கிடைத்த அந்தக் குன்றின் மேல் இருபது குடும்பங்களுக்கும் மேலாகத் தங்கியிருந்தோம். மாமாவின் வீட்டுக்கும் கீழேதான் மேரி அக்காவின் வீடு.

அதிகாலையில் எழுந்து ரப்பர்பால் சேகரிக்கப் போவதால் அதை முடித்து வரும் நேரம்வரை நாங்கள் பார்த்துக்கொள்ள வாய்ப்பில்லை. மாமாவின் வீட்டிலும் மேரி அக்காவின் வீட்டிலும் கிணறில்லை. இருபது குடும்பங்களில் பாதிப் பேருக்குக் கிணறில்லை. கிணறு தோண்டுவதற்கான பணமுமில்லை.

கிணறில்லாதவர்கள் அந்தக் குன்றுக்குப் பக்கத்தில் தெற்குப் பாகத்திலுள்ள அருவியிலிருந்து தண்ணீர் எடுப்போம். அருவிக்குப் பக்கத்திலுள்ளவர்கள் அதிலிருந்து நேரடியாகவே தண்ணீர் எடுப்பார்கள். மேரி அக்காவின் வீடு, மாமா வீட்டுக்கு எதிர்ப்புறமானதால் அருவியிலிருந்து மடக்குக் குழாய் போட்டுத்தான் தண்ணீர் எடுப்பார்கள். கொஞ்சம் தூரமிருப்பதால் குழாயில் பல இடங்களிலும் இணைப்பு போடப்பட்டிருக்கும். பல நேரங்களில்

என்றல்ல, எப்போதும் அந்த இணைப்புகள் அறுந்து போகும். பிறகு அந்தக் காட்டு வழியினூடாக எந்த இணைப்பு விட்டிருக்கிறதென்று தெரிந்துகொள்ள நாங்கள் சுற்றி அலைவோம்.

மேரி அக்காதான் குழாயின் இணைப்பைக் கழற்றுகிறார்களென்றும் அதிலிருந்து தண்ணீர் எடுப்பதுதான் அக்காவின் பொழுது போக்கென்றும் மாமாவும் வீட்டிலுள்ளவர்களும் நம்பினார்கள். அந்த நம்பிக்கை நிஜமாகவுமிருந்தது. நீண்டதூரம் நடந்துபோய் தண்ணீரெடுத்து வருவதென்பது சலிப்பூட்டும் வேலையாக இருந்தது. மாமாவின் வீட்டுத்தேவை முடிந்தால், அத்தை அந்தக் குழாயை எடுத்து மேரி அக்காவிடம் கொடுத்துவிடுவார்கள். அக்காவின் வாசல்வரைக்கும் எட்டும் குழாயிலிருந்து அவர்கள் வீட்டுக்குத் தண்ணீர் எடுப்பார்கள்.

ஆனாலும் மேரி அக்காவிற்கு வழியில் வரும் குழாயைக் கழற்றி தண்ணீர் எடுக்கவில்லையென்றால் நிம்மதி இருக்காது. தண்ணீர் எடுத்த பின்பு திரும்பவும் குழாயை இணைப்பதில் அக்காவிற்கு அவ்வளவு அக்கறையில்லை. அக்கா அவர்களுக்குத் தேவையான தண்ணீரெடுத்துவிட்டு குழாயை இணைக்காமல் திரும்பிப் போவார். அத்தை இங்கே வாசல் அடுப்படியில் குடங்களை வைத்துத் தண்ணீருக்காகக் காத்திருப்பாள். அந்தத் தண்ணீர் காட்டுவழிகளில் பாழ்ச்செடிகளை நனைத்தபடி வீணாகிக் கொண்டிருக்கும்.

ரப்பர்பால் சேகரிப்பும் நிலத்து வேலையும் வீட்டு வேலையும் முடிந்தபிறகு இரவில்தான் மேரி அக்கா குழாயைப் பிடுங்கும் வேலையில் இறங்குவாள். வேலையெல்லாம் முடித்துவிட்டு அந்த நேரத்தில்தான் அத்தை குடங்களில் தண்ணீர் பிடிப்பாள். நாங்களும் அந்த நேரத்திலேயே குளித்து துவைத்து முடித்துவிடுவோம்.

அத்தையும் மேரி அக்காவும் அன்றன்றைக்கான வாழ்வின் பாடுகளில் தோற்றுக்கொண்டேயிருப்பவர்கள். அதைப் புரிந்து

கொள்ளும் விவேகமெல்லாம் அன்று எனக்கில்லை. குழாயைக் கழற்றி அக்கா தண்ணீர் எடுப்பது தெரிந்தாலும் தன்னுடைய தவறை அவள் ஒப்புக் கொண்டதேயில்லை. தான் வரும்போதுதான் குழாய் அவிழ்ந்து கிடக்கிறதென்றும், 'தண்ணி சும்மா போகுதேன்னு கொடம் வெச்சேன் தங்கமே' என்பதும்தான் அவளுடைய பதிலாக இருந்தது.

ரப்பர்பால் சேகரிப்பையும் வீட்டு வேலையையும் முடித்துவிட்டு அத்தை மெல்லக் குளிக்கலாமென்று குழாய்க்குப் பக்கத்தில் வரும்போது அதில் தண்ணீர் வராது. தண்ணீர் இல்லாமல் போனதால் நாங்கள் அக்காவைத் திட்டித் தீர்ப்போம். ஆனால், அக்கா அதற்குப் பதில் சொல்லாமல் வீட்டுக்குள் போய் அத்தையைத் திட்டி தீர்ப்பாள். நல்ல மரக்கறியின் பேரைச் சேர்த்துத்தான் அக்காவின் வார்த்தைகள் வெளி வரும். சகிப்புத்தன்மை இழந்த அத்தை ஏதாவது பதில் சொல்வாள். அத்தோடு மரக்கறிப் பேரையெல்லாம் விட்டுவிட்டு நல்ல தரமான அசைவக் கெட்ட வார்த்தைகளை மேரி அக்கா சொல்ல ஆரம்பிப்பாள்.

அப்புறம் அத்தை என்றில்லை, யாராக இருந்தாலும் அந்த வார்த்தைகளைக் கேட்டுக் கொண்டிருக்கவோ பதில் சொல்லவோ முடியாது. மேரி அக்காவின் இந்த வஜ்ராயுதத்திற்கு முன்னால் குட்டி ஆயுதங்கள் வைத்திருக்கும் நாம் கீழடங்கிப் போக மட்டுமே முடியும். கூலி வேலை செய்து கிடைக்கும் பணம் முழுவதையும் கள்ளுக்கடையில் கொடுத்து பக்திப்பாட்டும் பாடியபடி வரும் கணவனிடமும் எருமை மாடு போல வளர்ந்தும் வேலைக்கொன்றும் போகாமல் ஊரில் நடக்கும் கள்ளக்காதல் பற்றி பேசியும் கிசுகிசுப்புகளைப் பரப்பியும் தெற்கும் வடக்கும் சுற்றிக் கொண்டிருக்கிற மகனிடமும் கொட்ட வேண்டிய கோபத்தை மேரி அக்கா, அப்படித் தீர்த்துக் கொள்கிறாளென்று அதைக் கேட்டுக் கொண்டிருப்பவர்களுக்கு நன்றாகத் தெரியும்.

இந்த வஜ்ராயுத பிரயோகத்தை அக்கா தொடங்குவதைக் கேட்டவுடன் அக்காவின் மகள் ரீத்தா தான் படிக்க வேண்டிய புத்தகத்தை எடுத்துக்கொண்டு இரண்டு வீட்டிற்கும் கீழேயுள்ள அவளுடைய சித்தப்பா வீட்டிற்கு ஓடிவிடுவாள். வஜ்ராயுதப் பிரயோகத்தைச் சகித்துக்கொள்ள முடியாமல் ஒருமுறை எனக்குத் தெரிந்ததிலேயே மிகவும் ஒரு கெட்ட வார்த்தையைச் சொன்னேன். பிறகு அங்கிருந்து வந்தது வஜ்ராயுதமல்ல, பிரம்மாஸ்திரமோ, சுதர்சன சக்கரமோ என்று பிரித்துணர முடியாமல் நான் போர்க்களத்தில் அபிமன்யூவாக விக்கித்து நின்றேன்.

தோற்றுவிட முடியாதில்லயா...? நான் தமிழில் லேசான ஒரு கெட்ட வார்த்தையை எடுத்துவிட்டேன். சடசடவென வரும் அந்த அபாயமான ஆயுதங்களின் வேகத்தை தடை செய்ய நான் பள்ளியில் படித்த நாட்களில் கற்றுக்கொண்ட திருக்குறளைக் கெட்ட வார்த்தையின் ராகத்தில் சொல்லத் தொடங்கும்போது மேரி அக்காவின் ஆயுதங்களின் வேகம் குறைந்தது. நான் கண்ணை மூடிக்கொண்டு நிறுத்தாமல் திருக்குறள் சொன்னேன். அக்காவுக்கோ அத்தைக்கோ மற்றவர்களுக்கோ திருக்குறள் தெரியாததால் நான் தப்பித்தேன். அப்படியிருந்தும் நான் சொல்வது கொடும் கெட்ட வார்த்தைகளென்று நினைத்து மாமா தடியெடுத்து என்னை அடிக்க வந்தார். தடியிலிருந்து என்னைக் காப்பாற்றிய அத்தை என்னுடைய வாயைப் பொத்தி நிறுத்தினாள்.

நான் சொன்னது கெட்ட வார்த்தை இல்லையென்றும் திருவள்ளுவரின் திருக்குறளென்றும் மாமாவையும் அத்தையையும் நம்ப வைக்க நான் படாதபாடு பட்டேன். ஏதோ அவர்கள் என்னைக் கொஞ்சம் நம்ப ஆரம்பித்தபோது, என் திருக்குறள் மேரி அக்காவிடம் செல்லுபடி ஆகிறதென்று உணர்ந்தபோது, மாமா என்னைத் தடுக்கவில்லை. அப்பறம் மேரி அக்கா கெட்ட வார்த்தைகளைச் சொல்லத் தொடங்கின உடனே, நான் திருக்குறளை உரக்கச் சொல்லத்

தொடங்குவேன். வேறு மொழியிலுள்ள கெட்ட வார்த்தையைத்தான் நான் சொல்கிறேனென்று நினைத்து, ஆயுதங்களைக் கீழே போட்டுவிட்டு என்னிடம் சரணடைவதைத் தவிர மேரி அக்காவிற்கு வேறுவழி தெரியவில்லை.

பகலெல்லாம் என்னைப் பார்க்கும் மேரி அக்கா, முகத்தைத் திருப்பிக்கொண்டு நடப்பாள். அக்காவின் மகள் ரீத்தா அன்று பத்தாவது படித்துக் கொண்டிருந்தாள். என்னுடைய கெட்ட வார்த்தைகள் எல்லாம் திருக்குறள்தானென்று அவளிடம் சொன்னாலும் நம்பிக்கை வராத அவள் பள்ளியில் ஆசிரியர்களிடம் கேட்டுத்தெரிந்து கொண்டாள். பிறகு நான் திருக்குறள் சொல்வதைக் கேட்கும்போதே அவள் சிரிக்கத் தொடங்குவாள். இரண்டாவதாக ஒரு குழாயைத் தனியாக வாங்கிப்போட்டு மாமா என்னுடைய திருக்குறளுக்கும் மேரி அக்காவின் தண்ணீருக்குமான பாடுகளுக்கும் பரிகாரம் தேடினார்.

நான் அங்கேயிருந்து 'காற்றுப்பாறை'க்கு வந்தபோது வாரத்தில் ஒருமுறை மட்டுமே மேரி அக்காவைப் பார்க்க முடிந்தது. அவளுக்குக் காட்டு நெல்லிக்காயும் வெத்தலைவள்ளிக்கிழங்கும் ரொம்பப் பிடிக்கும். அத்தைக்குத் தெரியாமல் கொண்டுவந்து கொடுத்தால் போதுமென்ற அவளுடைய வேண்டுகோளை அத்தையின் முன்னாலேயே சமர்ப்பித்து, அத்தைக்குத் தெரியாது என்று உணர்த்தி நான் அவளிடம் காட்டு நெல்லிக்காய்களையும் கிழங்குகளையும் பலவிதமான மூலிகைச் செடிகளையும் கொண்டுவந்து கொடுத்தேன்.

அவள் அந்த நெல்லிக்காய்களை வெயிலில் காயவைத்து மண் குடுவைகளில் போட்டு உறியில் கட்டித் தொங்கவிட்டாள். அந்த நெல்லிக்கயைப் போட்டு மேரி அக்கா செய்யும் ஆத்துமீன் குழம்புபோல வேறொன்றையும் நான் இதுவரை வாழ்நாளில் சாப்பிட்டதில்லை. வாரத்திலொரு முறை வந்து திரும்பிப் போகும் எனக்கு, அக்கா அந்த மீன்குழம்பை வாழைஇலையில் கட்டித்

தருவாள். அந்தப் பொதிகளுக்கு அன்பின் மணமிருந்தது. சொந்த மகன் வீட்டுக்கு வராமல் எங்கெங்கோ அலைந்து திரிந்து, என்னவெல்லாமோ செய்து, ஊர்க்காரர்களிடம் அடி வாங்கும்போது அவனுடைய அடிபட்ட இடத்தில் தடவிக் கொடுக்க நினைத்த அம்மா, என்னுடைய தலையைத்தான் தேர்ந்தெடுத்தாள். அவனுக்கான முத்தங்களை அவள் எனக்குத் தந்தாள்.

வாசிப்பு, பித்துநிலை, காட்டு நெல்லிக்காய், குட்டநாடன் அண்ணன், மேரி அக்கா என்று எல்லோரையும் துறந்து, அவர்களுடைய வாசங்கள் துறந்து நான் இங்கே வந்தது நேற்றுபோல இருக்கிறது...

பிறகு வருடத்தில் ஒருமுறையும் இரண்டு வருடங்களுக்கு ஒரு முறையுமாக பசுமை போர்த்திய மாமாவின் வாழ்விடத்திற்கு விருந்தாளியாய் நான் போனேன். ஐந்து வருடங்களாகத் தனியாய் வாழ்ந்த காற்றுப்பாறையின் அழகிலும், மாற்றமில்லாத அதன் பசுமையிலும் நான் என் வலிகளையும் கனவுகளையும் இறக்கிவைத்து இளைப்பாறினேன். அங்கே போகும் பயணத்தின் இடைவேளைகள் கூடிக்கொண்டே போனது. வாழ்க்கையின் பாய்ச்சலில் அந்தக் காட்சிகளெல்லாம் பின்னோக்கி ஓடி மறைந்தன. சர்க்கரை, காய்கறிகள், மருந்துகள், வீட்டுவாடகை என்ற லௌகீகத்தில் அகப்பட்டு வட்டமடித்து ஆடும்போது, என்னுடைய சின்ன கையடக்க அலைபேசிக்கு ஒரு இரவில் ரீத்தாவின் குரல் தூரங்களைக் கடந்து வந்து சேர்ந்தது.

"அப்பாஸ் இக்கா... நான் தான் பேசறேன், ரீத்தா..."

காற்றாகவும் மழையாகவும் பசுமையாகவும் இரை தேடும் உடும்பாகவும் மலை வெள்ளப் பாய்ச்சலாகவும் அதனூடாக ஊர்ந்து வரும் மலைப்பாம்புகளாகவும் சரிந்து விழும் மரங்களாகவும் 'காற்றுப்பாறை' ஒரு நொடியில் அவள் குரல் வழியாக என்னுள்ளில் இரைச்சலிட்டது.

"அப்பாஸ் இக்கா..."

"சொல்லு ரீத்தா"

"அம்மா..."

மறுமுனையில் கண்ணீர் சுரப்பதை நான் உணர்ந்தேன்.

"அம்மாவுக்கு என்னாச்சு...?"

அவளுடைய குழந்தை பக்கத்திலெங்கோ எதற்காகவோ அடம்பிடித்து அழுது கொண்டிருந்தது. அவளுடைய குரல் நடுங்கிக் கொண்டிருந்தது.

"அம்மாவுக்கு ரொம்ப முடியல... கோழிக்கோட்டில இருக்காங்க"

"கோழிக்கோட்டில எங்க...?"

"மருத்துவக்கல்லூரி மருத்துவமனையில இருக்காங்க. அம்மா உங்களை விசாரிச்சாங்க"

ஆமாம். மேரி அக்கா என்னை நினைத்திருக்கிறாள். மருத்துவக் கல்லூரி மருத்துவமனையில் புற்றுநோயாளிகளின் வார்டில் படுத்துக் கொண்டு நினைத்திருக்கிறாள். முன்னால் மரணம் படலமிடத் தொடங்கியிருக்கிறதென்று புத்தியில் உறைத்த நிமிடத்திலும் அவள் என்னை நினைத்தாள். அந்த வாழையிலைப் பொதிகளில் உலர்ந்த மீன்குழம்பின் காரத்தின் நெடியை நான் என் கண்களில் இப்போது உணர்ந்தேன். புகையிலை வாசமுள்ள மகனுக்கான முத்தங்கள், மகனுக்குக் கொடுக்க முடியாத நினைவுகளின் முத்தங்கள் என் நெற்றியில் சுட்டு எரித்தன. நான் மேரி அக்காவின் வாசனையை உணர்ந்தேன். அந்த இடது புருவத்துக்கு மேலே ஒரு நாணய வட்டத்திலிருக்கும் வெள்ளை அடையாளத்தையும் அதில் முளைத்து நின்ற குறுரோமங்களையும் என் கண்முன்னால் கண்டேன்.

"அப்பாஸ் இக்கா வருவீங்களா...?"

முகம்மது அப்பாஸ்

''வருவேன்..'' நான் பதில் சொன்னேன். மறுமுனையில் அழைப்பு துண்டிக்கப்பட்டது.

வரமுடியாமல்... கெட்ட வார்த்தைகளின் அலறல்களை என்னுடைய திருக்குறள் சொல்லி நான் நோகடித்த அந்த அன்பின் முத்தங்களை இறுக்கிக் கொள்ளாமலிருக்க என்னால் முடியாதில்லையா!

மருத்துவக் கல்லூரிக்கான பயணத்தில் என்னைச் சுற்றி மழை பெய்தது. அந்தப் பெரிய முற்றத்திலும் ஆட்களின் கூட்டத்திற்குள்ளும் மழை பெய்தது. மொசைப் போட்ட தரையின் குளிரில் கால் அழுத்தி வைத்து என்னுடைய முறைக்காக நான் காத்திருந்தேன். என் முன்னால் விரிசல்விட்ட குழாய்களிலிருந்து தண்ணீர் கொட்டியது. பாழ்ச்செடிகளை நனைத்து அது என்னுடைய கால்களை வந்து தொட்டது.

உள்ளே...

அந்தப் பெரிய ஹாலில் இரும்புக் கட்டிலில் மேரி அக்கா படுத்திருக்கிறாள். என்னிடம் படுக்கை எண்ணைச் சொல்லிவிட்டு ரீத்தா வெளியே நின்றாள். அவளுடைய குழந்தை எதையோ கேட்டு அப்போதும் அடம்பிடித்து அழுது கொண்டிருந்தது. ஆறாம் எண்ணுள்ள படுக்கையில் குழியில் விழுந்துபோன கண்களுமாக ஒரு மனித உருவம் என்னைப் பார்த்தது. முடி முழுவதும் இழந்த அந்தத் தலையைப் பச்சை நிறத்துணியால் மறைத்திருந்தார்கள். அந்தக் கண்களின் ஆழங்களில் நான் என்னைக் கண்டேன். என்னுடைய முட்டாள்தனங்களைப் பார்த்தேன். என்னால் திருப்பிக் கொடுக்க முடியாமல்போன அனேக முத்தங்கள் என் உதடுகளில் நடுங்கிக் கொண்டிருந்தன. நான் உதட்டைக் கீழ்நோக்கி அந்த நெற்றியைத் தொட்டேன். உப்பில்லாத வியர்வையின் ருசியை நான் உணர்ந்தேன்.

மருந்துகளின் வாசனையுள்ள அந்தச் சூழலுக்கு வெளியே அப்போதும் மழை பெய்து கொண்டிருந்தது. மெலிந்த கையால் அவள் என்னைத் தொட்டாள். நரம்புகள் புடைத்து நின்ற கை, என் கன்னத்திற்கு நீண்டு வந்தது. ஏதோ ஆழத்திலிருந்து தவளைச் சத்தம் போல அவளுடைய சப்தம் வெளியே வந்தது.

"நீ திருக்குறளையெல்லாம் மறந்திட்டியாடா...?"

அவள் சிரிக்க முயன்று பரிதாபமாகத் தோல்வியடைவதை நான் பார்த்தேன். பற்கள் உதிர்ந்து, ஒட்டிப் போன கன்னங்களில் தோல் மட்டும் அசைந்தது. தலையணைக்கடியிலிருந்து சிலுவை தொங்கும் ஒரு ஜெபமாலையை எடுத்து அவள் எனக்கு நேராக நீட்டினாள்.

"இனி சாகத் தோணும்போது மேரி அக்காவை நெனச்சு நீ இதைக் கையில புடிச்சுக்கோ, சரியா...?"

என்னுடைய தோல்வியுற்ற தற்கொலை முயற்சிகளெல்லாம் அவளுக்கும் தெரிந்திருக்கிறதென்று எனக்குப் புரிந்தது. மரண வாடையடிக்கும் அந்தச் சூழலில் நான் முற்றிலும் இயலாதவனாக நின்றேன். ஜன்னலிலிருந்து மழையின் குளிர்க்காற்று எங்களை வந்தடைந்தது.

மலையில் பெய்த மழையையெல்லாம் அவள் நினைத்துப் பார்த்துக் கொண்டிருக்கிறாள் என்பதை அந்தக் கண்கள் எனக்குச் சொன்னது. அதிகநேரம் அங்கே நின்றால் காட்டு நெல்லிக்காய் ஊறிய மீன் காரத்தில் என் கண்கள் என்னை வஞ்சிக்குமென்று உறுதியாய் நம்பியதால் நான் துவண்டுபோன கைகளைப் பிடித்து விடைபெற அனுமதி கேட்டேன்.

திரும்பிப் பார்க்காமலிருக்கப் பிரயத்தனப்பட்டு அந்தக் குளிர்த் தரையில் கால் பதித்து நடந்து வரும்போது மரணத்தை உணர்ந்தேன். மரணமென்ற கறுப்புக் குதிரையின் குளம்புகள் என் இதயத்தில்

துடித்து உதைத்தன. நான் எட்டி உதைத்த ஒரு அலுமினியக்குடம் கீழேகீழே உருண்டு போவதை நான் பார்த்தேன். குடிநீருக்காக ஒரு அம்மா கொண்டுவைத்த குடத்தை எட்டி உதைத்த என் கால்கள் அந்த வாசல்படியில் தடுமாறி நின்றது.

"திரும்பிப் பார்க்கக்கூடாது..."

"திரும்பிப் பார்க்கக்கூடாது..."

நான் என்னிடமே சொல்லிக்கொண்டேன். திரும்பிப் பார்க்காமல் போனாலும் என் கண்கள் என்னை வஞ்சித்தன. கன்னத்தினூடாக வழிந்து வந்த உப்புநீரை நாக்கால் ருசித்தேன்.

எனக்கு முன்னால் காட்சிகள் மங்கி மறைந்தன. நான் ரீத்தாவைப் பார்க்கவில்லை. அவளுடைய கணவனைப் பார்க்கவில்லை. யாரையும் பார்க்கவில்லை. வெளியே பெய்யும் மழையைவிடப் பெருமழை எனக்குள்ளே இடி மின்னலுடன் பெய்து கொண்டிருந்தது. காற்றில் காட்டுநெல்லிகள் உலைந்தாடின. அதன் சின்ன இலைகள் மருத்துவக் கல்லூரியின் சிவந்த தரை ஓடுகள் பதித்த முற்றத்தில் மழை வெள்ளத்தினூடாக அடித்துக்கொண்டு போவதை நான் பார்த்தேன்.

## வழக்கங்கள்

எங்கள் ஊரில் அருமையான பல வழக்கங்களிலொன்று, திருமணமான மகள், வீடு கட்டிக் குடி புகும்போது அந்த வீட்டுக்கு உப்பிலிருந்து குளிர் சாதனப் பெட்டிவரை அவளுடைய தாய் வீட்டிலிருந்து வாங்கிக் கொடுப்பது என்பதாக இருந்தது. பணக்காரர்கள் யாராவது இதைத் தொடங்கி வைத்திருப்பார்கள். பணம் உள்ளவர்களுக்கும் மேல் நடுத்தர வர்க்கத்தினருக்கும் இதொரு கொண்டாட்டம். ஆனால், மற்றவர்கள் இந்த வழக்கத்தைக் கைக்கொள்ளவதென்பது அவர்கள் சக்திக்கு மீறின ஒன்று. அந்த வீட்டைக் கட்டுவதற்கே கொஞ்சம் அதிகமான தொகையைக் கைமாற்றாக வாங்கியோ, பத்திரத்தை அடமானம் வைத்துக் கடன் வாங்கியோ மருமகனுக்குப் பணம் கொடுத்திருப்பார்கள். அதற்கெல்லாம் முன்னால், அவளுடைய திருமணத்திற்குப் பலரிடமிருந்தும் வெட்கம் கெட்டுக் கடன் வாங்கியிருப்பார்கள்.

இதெல்லாம் முடிந்து வீடு குடி போகும்போது அந்த வீட்டுக்குத் தேவையான மரச்சாமான்களும் பாத்திரங்களும் குளிர்சாதனப் பெட்டியும் அடுப்பெரிக்க விறகு வரைக்கும் வாங்கிக் கொடுக்கும் பழக்க வழக்கங்களுக்கு, பெண் பிள்ளைகளைப் பெற்றவர்கள் மூச்சு

முட்டி அவஸ்தைப் படுகிறார்கள். மாப்பிள்ளை வீட்டார், எந்தவொரு அசிங்கமும் இல்லாமல், இதற்காகப் பெண்வீட்டார் படும் வலியைக் கொஞ்சமும் உணராமல் இதை வாங்கிக் கொள்ளவும் கேட்டுப் பெறவும் தயாராகவே இருக்கிறார்கள். மனைவியின் வீட்டிலிருந்து தனக்கு ஒரு துணிகூட வேண்டாம் என்று சொல்பவர்களுமுண்டு. ஒரு அப்பா தன் மகளுடைய கிரகப்பிரவேசத்திற்கு மகிழ்ச்சியுடன் பரிசுகள் கொடுப்பதும் இன்னொரு அப்பா மானம் கெட்டுக் கடன் வாங்கிப் பரிசுகள் என்ற பெயரில் பொருட்களை வாங்கிக் கொடுப்பதும், இரண்டும் இருவேறு மனநிலைதானே...

இனி நான் சொல்லப்போவது என் பக்கத்துவீட்டுக்காரரின் கதை. யார் நொந்து போனாலும், அவமானத்தில் சுருங்கிப் போனாலும் பரவாயில்லை, இதை என்னால் எழுதாமல் இருக்க முடியவில்லை.

என்னுடைய பக்கத்து வீட்டுக்காரர் ஆட்டோ ஓட்டுகிறார். அவருக்கு ஒரு மகனும் ஒரு மகளும் இருக்கிறார்கள். மகள் தான் மூத்தவள். அவளைப் படிக்க வைப்பதற்கே ஆட்டோ ஓட்டிக் கிடைக்கும் பணத்திலிருந்து மிகவும் சிரமப்பட்டார். மகளுக்குத் திருமண வயதாகும் முன்பே சொந்தமாக ஒரு வீடு கட்ட, ஆட்டோவை விற்றும், கடன் வாங்கியும் அவர் வெளிநாட்டுக்குப் போனார். ஐந்து வருடங்கள் அங்கே அரபிகளின் திட்டையும் கேவலத்தையும் சகித்து அவர்கள் வீட்டில் ஓட்டுநராக வேலை செய்து சொந்த ஊரில் ஆறு சென்ட் இடம் வாங்கி அதில் சின்னதாக ஒரு வீடு கட்டினார். அந்தக் கடனை அடைக்க அவர் மீண்டும் அரபு நாடுகளுக்குப் போனார்.

ஒரு வீட்டில் ஓட்டுநராக வேலை செய்பவனின் அவஸ்தையை அனுபவித்தவர்களுக்கோ, அதைப் பார்த்துக்கொண்டு நின்றவர்களுக்கோ மட்டுமே, அந்த அடிமை வேலையின் துக்கங்களையும் தூங்க முடியாமல் போன இரவுகளின் மனப்புழுக்கங்களையும் புரிந்து கொள்ள முடியும். பகலெல்லாம் படுத்துறங்கும் அரபிப் பெண்கள் இரவில்தான் வெளியே சுற்றப்

போவார்கள். சுட்டெரிக்கும் சூரியனின் கீழே, பகல் முழுக்க அரபியை வேலையிடங்களுக்குக் கூட்டிச் செல்லவும் திரும்பி வரவும், அவர்களுடைய குழந்தைகளைப் பள்ளிக்கூடத்திற்கு அழைத்துப் போகவும் திரும்பக் கூட்டிக்கொண்டு வரவும், பகலில் வீட்டுக்குத் தேவையான பொருட்கள் வாங்கவும் எனக் காரோட்டிக்கொண்டே இருக்க வேண்டும். இதெல்லாம் முடித்து மிகக் குறுகலான இடத்தில் அனலைச் சகித்து, பசியைச் சகித்து, கொஞ்சம் கண் மூடலாமென்று தோன்றும்போது ஒரு பெப்ஸிக்காகவோ ஒரு பாக்கெட் *குபுசினுக்காகவோ பல கிலோ மீட்டர்கள் தூரம் டிரைவர்கள் வண்டி ஓட்டிக் கொண்டு போக வேண்டியிருக்கும். மத்தியானச் சாப்பாட்டை மாலையில் சாப்பிட்டு, வலியில் பின்னும் முதுகைக் கொஞ்சம் சாய்க்க ஆசைப்படும் போது அரபிப் பெண்கள் தூங்கியெழுந்து அலங்கரித்துக் கொண்டு வெளியே போகத் தயாராகி விடுவார்கள். அவர்களையும் கூட்டிக் கொண்டு நகரத்தின் ஒவ்வொரு மாலுக்கும் உடன் ஓடித் தளர்ந்து போய்க் குடிக்கத் தண்ணீர் கூட இல்லாமல் சொந்த ஊரையும் பிள்ளைகளையும் மனைவியையும் நினைத்துப் பெருமூச்சுவிட்டு விடியும் வரை தூங்க முடியாமல் ஓட்டுநர்கள் தெருக்களிலும் மால் வாசல்களிலும் நிற்க வேண்டியிருக்கும்.

நான்கு வருடங்கள் சொந்த நாட்டுக்குத் திரும்பாமல் அங்கேயே வேலை செய்ததற்குப் பலனாய்த் தன் மகளின் திருமணத்திற்கு என் பக்கத்து வீட்டுக்காரர் கொஞ்சம் பணம் சேர்க்க முடிந்தது. மகளின் திருமணம் மிக நன்றாக நடந்தது. கூடவே கடனும் சேர்ந்தது. அவர் மீண்டும் அந்த நரகத்துக்குப் பயணப்பட வேண்டியதாயிற்று. ஊரில் மகன் ஆட்டோ ஓட்டிச் சம்பாதித்து வீட்டுச் செலவுகளைப் பார்க்கத் தொடங்கினான். மகளின் கல்யாணக்கடன் அடையும் முன்பு அவளுக்குக் குழந்தை பிறந்தது.

---

*குபுசின் - அரேபியன் ரொட்டி.

முதல் பிரசவத்துக்கு எல்லாச் செலவுகளையும் செய்ய வேண்டியது பெண் வீட்டு ஆட்கள்தான் எனும் அதி மனோகரமான வழக்கமும் எங்கள் ஊரில் உண்டு. பிரசவம் முடிந்து அந்தக் குழந்தைகள் வளர்ந்து பள்ளிக்கூடத்திற்குச் செல்லத் தொடங்கிய பிறகும் அவரால் அந்த நரகத்திலிருந்து திரும்ப முடியவில்லை. இரண்டு வருடத்திற்கொருமுறை மூன்று மாதங்கள் விடுமுறைக்குச் சொந்த நாட்டுக்கு வந்து போகும் அவருக்கு ஊரில் யாரையும் அறிமுகமே இல்லாமலானது. ஊர் மிகவும் மாறிவிட்டது. ஊர் மிகவும் வளர்ந்துவிட்டது. ஆட்களும் மாறிப்போனார்கள். அவர்கள் நினைத்துப் பார்க்க முடியாத வண்ணம் வளர்ந்து நின்றார்கள்.

கடைசியாக ரத்தக் கொதிப்பையும் சர்க்கரை நோயையும் கொலஸ்ட்ரால் போன்ற பரிசுகளையும் வாங்கிக்கொண்டு சொந்த மண்ணுக்கு என்றென்றைக்குமாகத் திரும்பி வந்தார். அந்த வீட்டை வண்ணமடிக்கும்போது நான் பார்த்தது முன்பு ஆட்டோ ஓட்டும்போது அழகான மனிதனாக, இளைஞனாக இருந்தவர், எக்ஸ்-ரே படம் போன்ற கோலத்தில் இப்போதிருந்தார். சவுதியில் குறைந்த விலைக்குக் கிடைக்கும் கோழியும் பெப்சியும் குடித்துதான் அவருக்கு நோய் வந்திருந்தது. மகன் திருமணம் முடித்து கொஞ்சநாட்கள் மனைவியுடன் புது வாழ்வு வாழ்ந்து அவனும் உப்பாவைப் போலவே அந்த நரகத்துக்குக் கனவுகளைச் சுமந்துகொண்டு போய்ச் சேர்ந்தான். வீட்டுச் செலவை நடத்திக்கொண்டு போக அவர் மீண்டும் ஆட்டோ ஓட்டினார். அம்பத்தி நாலு வயதான அவர் எனக்கு ஒரே ஒரு புத்திமதி மட்டுமே சொன்னார்:

''சொந்த மண்ணிலேயே ஏதாவது தொழில் செய்து பொழச்சுக்கோ. பட்டினியானாலும் வாடகை வீடானாலும் அரபு நாடுகளுக்கு விமானம் ஏறும் கனவை மட்டும் காணாதே''

அப்படியும் நான் அரபு நாடுகளுக்குப் போனேன். அதன் பலன் கிடைத்தபோது போவதை நிறுத்திக்கொண்டேன். பல நேரங்களில் வழியோரங்களில் ஏதாவது மரநிழலில் அவர் ஆட்டோவை நிறுத்திவிட்டுத் தளர்ந்து போய்த் தூங்குவதைப் பார்த்திருக்கிறேன். சர்க்கரை நோயாளியான அந்த மனிதன் சர்க்கரை போட்டு ஒரு டம்ளர் டீ குடிக்க அவ்வளவு ஆசைப்படுவார். ஒரு டீ குடிக்கலாம் என்று நான் எவ்வளவு நிர்பந்தப்படுத்தினாலும் அவர் குடிக்க மாட்டார். படுக்கையில் விழுந்துவிட்டால் மனைவிக்கும் பிள்ளைகளுக்கும் மிகவும் சிரமமாகப் போய்விடுமென்று அவர் எப்போதும் சொல்வார்.

மகனும் உப்பா நடந்த அதே பாதையில்தான் நடந்தான். இரண்டு வருடங்களை யுகங்களாய் சிரமப்பட்டுக் கடந்து மூன்றுமாத விடுமுறைக்கு வருவான். மிகவும் நெருங்கிய நண்பர்களை மட்டுமே சந்தித்து, பந்தங்களைப் புதுப்பித்து மனைவியோடிருந்து விட்டுத் திரும்பிப் போவான். அவருடைய வீட்டுக்குப் பக்கத்திலேயே மருமகன் இடம் வாங்கியதையும் வீட்டுவேலை தொடங்கியதையும் அவர் என்னிடம் சொல்லிக் கொண்டிருப்பார். நிறைய முடி இருந்த அவருடைய தலை நரைத்து கொஞ்சம் முடியிழைகள் மட்டும் கடந்து போன காலத்தின் நினைவுகளாக எஞ்சியிருந்தன. கண்ணுக்குக் கீழான கருமையும் தோலின் சுருக்கங்களும் மாறுவதை நான் கவனித்துக் கொண்டேயிருந்தேன். இன்சுலின் போட்டுக் கொள்வதன் அடையாளங்கள் அவருடைய தொடையின் சுருங்கின தோலில் தெளிவாய்த் தெரிந்தன.

மகளுக்கு வீடு கட்ட உதவியாய் ஆட்டோவின் ஆர். சி. புக்கைச் சேட்டிடம் அடகு வைத்துக் கொள்ளை வட்டிக்குப் பணம் வாங்கிக் கொடுத்ததிலிருந்து அவர் ஓய்வேயில்லாமல் ஆட்டோ ஓட்டினார். பெர்மிட் இல்லாத இடங்களுக்கு ஓட்டி மற்ற ஆட்டோக்காரர்களிடம் திட்டு வாங்கினார். வாழ்க்கையென்ற மரண ஓட்டத்திற்கு நடுவில் காக்கிச்சட்டை போட மறந்துவிட்டு எத்தனையோ முறை அபராதம் கட்டினார்.

ஒரு வாரத்திற்கு முன்பு அவர் வீட்டுப் பத்திரத்தைக் கோட்டக்கல் கூட்டுறவு வங்கியில் அடகு வைத்தார். மகளின் வீடு வேலையெல்லாம் முடிந்து குடிபோகத் தயாரானது. அந்த வீட்டுக்குத் தேவையான பொருட்கள் எல்லாம் வாங்க வேண்டும். அவர் அதைச் சொல்லும்போது கண்களில் ஈரப் பிசுபிசுப்பை நான் கண்ணுற்றேன். ஒரு ஆயுசுகாலத்தின் வருமானம்தான் அந்த வீடு. நீண்ட எட்டு வருடங்கள் பலப்பல வாடகை வீடுகளில் வசித்து, காத்திருந்து ஆசைப்பட்டுக் கட்டிய வீடு. இனி இந்த வயதில் ஆட்டோ ஓட்டி இந்தப் பத்திரத்தை மீட்டெடுக்கத் தன்னால் முடியாதென்று அவருக்கு நன்றாகத் தெரியும்...

ஆனால், மகளுக்கு ஒரு குறையும் வரக்கூடாது, கணவனின் சொந்தங்களுக்கு முன்னால் அவள் தலைகுனியக் கூடாதென்று கடன் வாங்கிய பணத்தில் கட்டில், அலமாரி, மிக்ஸி, கிரைண்டர் என ஒரு வீட்டுக்குத் தேவையான எல்லாவற்றையும் வாங்கினார். வாங்க வேண்டிய பொருட்களின் பட்டியலும், பிராண்ட்டும் உட்பட மருமகன் அவருக்கு எழுதி அனுப்பியிருந்தார்.

வசிக்கும் வீட்டை அடமானம் வைத்துக் கிடைத்த பணத்தில் அவர் அந்தப்பட்டியலில் கண்ட பொருட்களையெல்லாம் வாங்கினார். குழந்தைப்பருவத்தில் மகளுக்குப் புதுத்துணி எடுக்கும்போது அனுபவித்த ஆனந்தத்துடனும் அதை விட உற்சாகத்துடனும் அவர் என் முன்னால் நடந்தார். லாரியில் ஏற்றிய பொருட்களை, தொட்டிலில் குழந்தையைத் தூக்கும் பரிவுடன் இறக்கி வைத்தார். அவருடைய மனைவி மகளை வயிற்றில் சுமந்த காலத்தின் அதே அன்போடு கணவனுடன் சேர்ந்து பொருட்களை இறக்கி வைக்க உதவினாள்.

மருமகன் எல்லாவற்றையும் பார்த்துக்கொண்டு நின்றார். ஆறுபேருக்குப் பயன்படுத்தும் உணவு மேசையைக் கண்டு அவன் முகம் வாடியது. அவன் மனைவியிடம் என்னவோ ரகசியமாகப் பேசினான். அந்த ரகசியம் உம்மாவின் காதில் விழுந்தது. உம்மா தயங்கித் தயங்கிக் கணவனின் காதில் சொன்னாள்.

''எட்டு பேருக்கு உபயோகப்படுத்தும் மேசையாக இருந்தால் இன்னும் கொஞ்சம் நன்றாக இருக்கும்''

கடைசி ரூபாயையும் செலவு செய்த அந்தத் தகப்பன் மனைவியை நிமிர்ந்து பார்க்கவில்லை. மகளையும் மருமகனையும் பார்க்கவில்லை. யாரையும் பார்க்கவில்லை. தலைகுனிந்து முச்சந்திக்கு நடந்தார். அவர் மொத்தமாய் வேர்வையில் நனைந்திருந்தார். பெரிய மேசையைத்தான் அவரும் வாங்க நினைத்தார். ஆனால், அதற்குப் பணம் போதவில்லை. தன் மகள் இந்தப்பூமிக்கு வருவதைக் காத்திருந்த, தான் காத்து நின்ற மருத்துவமனையின் குளிர்ந்த சூழல் அவருக்குள் மீண்டும் நினைவில் வந்திருக்க வேண்டும். அவளுக்காக வாங்கிய சிறு ஆடைகள்... அவள் விரல் பிடித்து நடந்த பாதைகள்... தன் விரல் நீக்கி அவள் ஓடி நடந்த பள்ளிக்கூட முற்றம்... ஒரு இளைஞனுடன் வாழ்க்கையைத் தொடங்க அவளுடைய வீட்டைவிட்டு இறங்கிப்போன அந்த நாள்... அவளுடைய கண்களில் உருண்டு விழுந்த கண்ணீர், தனக்குள் கடலாக இரைச்சலிட்டபோதும் ஒரு துளிகூட வெளியே வராமல் அன்று நெஞ்சு துடித்து அடித்துக்கொண்டதன் வலியை அவர் மேலும் ஒருமுறை இப்போதும் அனுபவித்திருக்கலாம்.

அரபிப் பெண்களின் செருப்பையும் கையில் பிடித்து, அவர்கள் பின்னால் தான் நடந்த வழிகளை அவர் நினைத்திருக்கலாம். மேல்நிலைப் படிப்பில் அதிக மதிப்பெண் வாங்கிய மகளைப் பக்கத்தில் நிறுத்தி, மகளின் உச்சியில் முத்தம் வைக்க முடியாமல் அயல்நாட்டில் குறுகிய அறையில் தான் தனித்திருந்ததை நினைத்திருக்கலாம். நினைவுகளின் அலைகளில் ஆடி உலைந்து, அவர் பொருட்கள் வாங்கிய கடை முதலாளியின் வீட்டுக்குப் போய்ப் பிச்சைக்கு நிற்பதுபோலக் காத்து நின்றார். வாங்கிய மேசையை மாற்றிப் புதியதாய் வாங்கினால் கொடுக்க வேண்டிய பணத்திற்குத் தவணை கேட்பதற்காகத் தயங்கி நின்றார்.

பழைய மேசையைக் கொடுத்துவிட்டுப் புதிய மேசை வாங்கி வண்டியில் ஏற்றி, அவர் இந்தப் பாதை வழியாகப் போனார். இனி இரண்டு நாட்கள் கழிந்தால் அந்தப் புதிய வீட்டின் ஏதாவதொரு மூலையில் அவர் பதைப்பதைக்கும் இதயத்துடன் நிற்க வேண்டி வரலாம். மருமகனின் சொந்தங்கள், அவர் வாங்கிய பொருட்களில் குற்றமும் குறையும் கண்டுபிடித்துச் சொல்வதைக் கேட்க அவர் அங்கே நிற்க வேண்டியிருக்கலாம்... அவர் கண்டிப்பாக அங்கே நிற்க வேண்டியிருக்கும்... சொந்தங்கள் முன்னால் சிரித்தேயாக வேண்டும்.

அவர் சாப்பிட்டாரா, குறைந்தபட்சம் பசிக்கிறதா என்று கேட்கக்கூட அங்கு யாரும் இருக்க மாட்டார்கள். எல்லோரும் சாப்பிட்டார்களா என்று அவர் கேட்டேயாக வேண்டும்... திருமணத்தன்று மகள் இறங்கிப்போன வீட்டில் மூச்சு முட்டும் சூழலில், அவளில்லாத வெறுமையில், தூக்கம் வராமல் அவர் நடந்து கடந்த தூரத்தையெல்லாம் இந்தக் கிரகப்ரவேசத்தின் இரவிலும் நடந்து தீர்த்தார்.

கர்ப்பத்தைச் சுமந்ததற்கோ நொந்து பிரசவித்ததற்கோ முலைப்பால் கொடுத்ததற்கோ கணக்குகள் சொல்லத் தெரியாத பிரியமான மனிதனே... நானும் இரண்டு பெண் குழந்தைகளின் தந்தைதான். வேர்த்துப் போன உன் நெற்றியை எனக்குள் சேர்த்தணைக்கிறேன். நான் அதில் முத்தமிட வேண்டும். உங்கள் மகளுக்காக... உங்கள் மனைவிக்காக... அல்பனான மருமகனுக்காக... முழு உலகத்துக்காக.... உங்கள் வேர்வையின் உப்புச் சுவையை உணர எனக்கு என் உதடுகளை உங்கள் நெற்றியில் ஒற்றியெடுக்க வேண்டும்... உங்களை இறுக்கமாய் அணைத்துக் கொள்ள வேண்டும்... பக்கத்தில் வா... என் சக மனிதனே...

## ரத்த உறவுகள்

சவுதியில் ரியாத்துக்குப் பக்கத்தில் குருத்துபா என்ற இடத்தில்தான் நான் வண்ணமடிக்கும் வேலை செய்தேன். என் *கஃபீலுக்கு பிளாட்டுகள் கட்டி விற்கும் தொழில் இருந்தது. காலித், முசைனி என்ற பெயருள்ள சகோதரர்கள் அவர்கள். அதில் முசைனிதான் என்னுடைய கஃபீல். அவர் மும்பையில் வந்து நேரில் பார்த்து நேர்காணல் செய்துதான் என்னைத் தேர்ந்தெடுத்தார்.

அவர் எல்லாவற்றையும் தன் பலத்தால் அடித்து நொறுக்கத் தேவையான பணத்தை எடுத்துக் கொண்டுதான் மும்பைக்கு வந்தார். நான் உட்பட நான்கு பேரைத் தேர்ந்தெடுத்துக் கூட்டிக்கொண்டுதான் சவுதிக்குத் திரும்பினார். அவர் கேட்ட எழுபத்தி ஐந்தாயிரம் ரூபாயில் பாதியைத்தான் என்னால் கொடுக்க முடிந்தது. மீதியை அங்கே சென்று வேலை செய்து அடைத்தால் போதுமென்று ஒப்புக்கொண்டார்.

முதல் ஒரு வருடம் சொந்த ஊருக்கு அனுப்பப் பணம் எதுவும் கிடைக்கவில்லை. ஊர்க்காசில் பத்தாயிரம் ரூபாய்தான் என் சம்பளம். அதிலும் மூவாயிரம் ரூபாய் விசாவின் கடனுக்குப் போய்விடும்.

*கஃபீல் - ஆட்களை வேலைக்கு அனுப்பும் ஒப்பந்தக்காரர்

இரண்டாயிரம் ரூபாய் அங்கே உள்ள *ஹக்காமாவுக்கும் இன்ஷூரன்ஸுக்கும் போய்விடும். மீதி ஐயாயிரத்தில் என் செலவுகள் போனால் சொல்லிக் கொள்கிற மாதிரி ஏதும் மீறாது.

நாங்கள் வேலை செய்த ஃபிளாட்டிலேயே தங்கியிருந்தோம். அங்கே உள்ள சமையலறையில் பன்னிரெண்டு பேர் சேர்ந்து சமைத்தோம். மாதத்தில் சமையல் செலவினைக் கணக்கிட்டுப் பார்த்தபோது என்னுடைய பணத்தேவைக்கு ஊரிலிருந்து பணம் கேட்கவேண்டிய நிலைமையே வந்தது... பன்னிரெண்டிலிருந்து பதினாறு மணிநேர வேலை... அந்த நாட்டின் உஷ்ணக் காற்று... ஊரில் மனைவியும் பிள்ளைகளும் வழியோரத்திலிருந்து கிடைக்கும் குப்பைக் கீரைகளைக் கூடப் பறித்தெடுத்துச் சாப்பிட வேண்டிய வறுமை...

என் மூத்த அண்ணன்தான் அரபிகளிடமிருந்து கட்டிடங்களுக்கு வண்ணமடிக்கும் வேலைகளுக்கு ஒப்பந்தம் பெற்றவராயிருந்தார். அவர்தான் எங்களுக்கு விசா ஏற்பாடு செய்து தந்திருந்தார். அவருக்குக் கீழே நாங்கள் ஆறுபேர் வேலை செய்தோம். அவருக்கு நல்ல வருமானம் கிடைத்தது. ஆறு பேரின் உழைப்பின் கூலி போக மிச்சம் அவருக்குத்தானே. அவர்தான் மேஸ்திரி. மொத்தத்தில் வாழ்க்கை உஷ்ணக்காற்றைவிடக் கொடுமையாக இருந்தது.

ஊரில் கொஞ்ச நாட்கள் போர்டு, பேனர், சுவரெழுத்தெல்லாம் செய்திருந்தேன். அதன் அனுபவத்தில் நான் வேலை செய்யும் அடுக்குமாடிக் குடியிருப்புகளில் பூக்களும் கொடிகளும் வரைந்தேன். உயிரோட்டமுள்ள அந்தப் பூக்களைப் பார்த்த கஃபீல் நானொரு கலைஞன் என்று தப்பாக நினைத்துக் கொண்டான். என் அடிப்படைச் சம்பளமான எண்ணூறு ரியாலிலிருந்து கொஞ்சம் கூட்டிக் கொடுக்க

---

*ஹக்காமா - அரபு நாடுகளில் பணி புரிவதற்கான உரிமம்.

வேண்டுமென்று அவர் அண்ணனிடம் சொல்லவும் செய்தார். அண்ணன் எப்படியாவது என்னுடைய எண்ணூறு ரியாலை எழுநூறாக்க முடியுமாவெனத் தலையை முட்டி யோசிக்கும் ஆளாக இருந்தார்.

கம்பெனி சொந்தக்காரர்களான காலித்தும் முசைனியும் ஒரு குடியிருப்பை விற்றால் அந்தப் பணத்தை எடுத்துக்கொண்டு *மிஸ்ரிலுக்குப் பெண் பார்க்கப் போய்விடுவார்கள். சவுதியில், பணம் *மஹராக மணமகன் வீட்டிலிருந்து பெண்ணுக்குக் கொடுத்தால்தான் பெண்ணுடலைச் சொந்தமாக்க முடியும். மிஸ்ரிலில் சவுதியில் கொடுக்க வேண்டிய பணத்தில் ஐந்தில் ஒரு பாகம் போதும், ஒரு பெண்ணுடலை மனைவியாக அடைய...

பெரும்பாலும் சம்பள நாட்களில் அவர்களில் ஒருவர் மிஸ்ரிலுக்குப் போவார். பிறகு சம்பளம் கிடைக்க வேண்டுமென்றால் அவர் திரும்ப வர வேண்டும். திரும்பி வந்தாலும் இன்னுமொரு ஃபிளாட் விற்க வேண்டும். அதற்குள் இன்னொருவர், மிஸ்ரிலுக்குப் போகத் துடித்துக்கொண்டு நிற்பார். வியாபாரத் தேவைகளுக்கு அந்நிய நாடுகளுக்குப் போக இருப்பவர்களுக்கு அந்த நாட்டிலிருந்து, மஹர் கொடுத்து இணையை ஏற்றுக் கொள்ளலாமென்ற மத நியமத்தின் சின்ன ஊசித் துவாரத்தின் வழியாகத்தான் என் கஃபீல்கள் ஒட்டகத்தை நுழைத்துவிட்டனர். அவர்கள் வியாபாரத் தேவைகளுக்காக எகிப்துக்குப் போகவில்லை. பெண்ணுடல்களை வியாபாரம் பேசி வாங்கத்தான் போனார்கள்.

---

*மிஸ்ரில் - எகிப்து

*மஹர் - பொன்னும் பணமும் கொடுத்துப் பெண்ணைத் திருமணம் செய்துகொண்டு வருதல்.

மெஸ் நடத்துவதும் அண்ணன்தான். ஒவ்வொரு நாளும் ஒவ்வொருவராய் சமையல் செய்ய வேண்டும். கோழியும், ஆட்டுக்கறியும், மாட்டுக்கறியும், மீனுமெல்லாம் தேவைக்கும் அதிகமாய் கிடைத்தன. அதன் செலவுகளைத் துல்லியமாய்ப் பிரித்துக் கொள்வோம். செலவு கூடும்போது நான் கொடுக்க வேண்டிய பங்கும் கூடும்.

கையில் அலைபேசியெல்லாம் இல்லை. அண்ணனின் அல்லது வேறு யார் அலைபேசியிலாவது காசு போட்டு ஊருக்குக் கூப்பிடுவோம். தூரத்திலிருந்து பிள்ளைகளின், மனைவியின் குரல் கேட்கும்போதும் அதன் சூழலில் ஊரின் சத்தங்கள் கேட்கும்போதும் அந்த உரையாடல் நீண்டு நீண்டு போகும். போட்டிருந்த காசு தீர்ந்து போகும். மறுபடியும் காசு போடுவோம். என் குரல் கேட்டதனால் அவர்களுடைய வயிறு நிறையாதில்லையா... கார்டு போட்டுப் பேசுவதை நிறுத்தினோம். நான் அதிக கிலோமீட்டர்கள் நடந்து தொலைபேசி மையங்களுக்குப் போய் தொலைபேசியில் அழைத்தேன். இரவு கனெக்ஷன் வைத்திருக்கும் மலையாளி *ஹாரிஸ்கள் யாரும் அருகிலில்லை. வெள்ளிக்கிழமைகளில் சுட்டெரிக்கும் வெயிலில் நான் அவர்களைக் கண்டுபிடிக்க நடந்தேன். மனைவியின் குரல் கேட்க... பிள்ளைகளின் குரல் கேட்க... அன்றைய நாளில் மனைவியிடம் சின்ன அளவிலான அலைபேசி இருந்தது. அதற்குத்தான் கூப்பிடுவேன். பேசக் கிடைத்த அலைபேசி சூடாய், காதுகள் கொப்பளித்துப் போகும் வரை நான் அவர்களிடம் பேசினேன்.

மனைவி பட்டினிப் புராணம் எதையும் சொல்ல மாட்டாள். ஆனால், மகளிடம் முந்தின நாள் இரவிலும் மத்தியானத்திலும் என்ன சாப்பிட்டீர்கள் என்று கேட்டால் அவள் சொல்லும் பதிலிலிருந்து நான் அவர்களின் பசியைத் தெரிந்து கொண்டேன்.

---

*ஹாரிஸ்கள் - காவல்காரர்.

சாலையோரங்களில் தீர்ந்துபோன கீரையைப் பற்றித் தெரிந்துகொண்டேன். தானமாகக் கிடைத்த பலாவின் ருசியை அறிந்து கொண்டேன். பலாவின் கொட்டைகளைச் சமைத்து, குழந்தைகளுக்குப் பரிமாறி என் மனைவி எங்களுக்கு நல்லகாலம் வருமென்று காத்திருந்தாள். அதற்காக அவள் கடவுளிடம் பிரார்த்தனை செய்து கொண்டேயிருந்தாள்.

மகன் அன்று நான்கு வயதிலிருந்தான். அவன் தனக்குக் கிடைக்காமல்போன இனிப்புகளுக்காகத் தன் வேதனையைத் தெரிவித்தான். ஐஸ் வண்டிக்காரன் ஹாரன் அடித்து வாசல் வழியாகப் போவதைப் பார்த்தும் வாங்கித் தராத உம்மாவைப்பற்றி குறை சொன்னான். காதுகள் சுட்டெரிக்கும் அனலில் அவனுடைய சிறியதும் பெரியதுமான துக்கங்கள் என்னை வந்தடைந்தன. மெஸ்ஸில் சாப்பிட்ட மாட்டிறைச்சியும் கோழிக்கறியுமெல்லாம் வயிற்றில் இரைந்து கூச்சலிட்டன. என் பெண் குழந்தைகள் குறிப்பாக மூத்தவள் என்னைச் சங்கடப்படுத்தும் எதையும் சொல்ல மாட்டாள். அவள்தான் பெற்ற மதிப்பெண்கள் பற்றிச் சொன்னாள். ஆசிரியர்கள் பாராட்டியதைப் பற்றிச் சொன்னாள். அவள் எவ்வளவு கவனத்துடன் இருந்தாலும், இரண்டாவது மகளான ஏழாம் வகுப்புக்காரியின் தீர்ந்துபோன பென்சிலைப் பற்றியும் நோட்டுப் புத்தகங்களைப் பற்றியும் மத்தியான சாப்பாட்டில் தொட்டுக்கொள்ளக் கிடைக்கும் மிளகுத் துவையலின் காரத்தைப் பற்றியும் நான் உணர்ந்தேன்.

நான் மெஸ்ஸிலிருந்து வெளியே வந்துவிட்டேன். ஒரு ரியாலுக்கு குபூஸும் இரண்டு ரியாலுக்குத் தண்ணீரும் ஒருநாள் வாழ எனக்குப் போதுமாயிருந்தது. மெஸ்ஸில் மீதியாகும் உணவு என்னைத் தேடி வந்தாலும் என்னால் ஏற்றுக்கொள்ள முடியவில்லை. ஒரு மீன் துண்டாவது தாங்களேன் என்று பசியாலும் ஆர்வத்தினாலும் உம்மாவிடம் கெஞ்சும் என் செல்ல மகன் எனக்குள்ளே நிறைந்து நிற்கும்போது எப்படி என் தொண்டையில் கோழிக்கறியும் ஆட்டுக்கறியும் மீனும் இறங்கும்...?

அப்படி நான் செலவுகளைச் சுருக்கியபோது எனக்கு அறிவுஜீவி என்ற பட்டம் கிடைத்தது. நொந்து உள்ளே அழுதும், வெயிலில் சுருண்டும், குளிரில் முதுகுத் தண்டு விறைத்துப் போயும் வாழ்க்கை முன்னால் நகர்ந்தது. விசாவின் பணம் கொடுத்து முடிந்தபோது ஊருக்கு அனுப்பும் பணத்தின் அளவு கூடியது. தெருவில் போகும் மீன் வண்டியைக் கைகாட்டி நிறுத்தி மனைவியால் மீன் வாங்க முடிந்தது. என் பெண் பிள்ளைகள் கையில் மருதாணி வைத்தார்கள். தூரங்கள் கடந்து அவர்களுடைய மருதாணிச் சிவப்பு என் காதுகளை வந்தடைந்தபோது நானென்ற உப்பா ஆனந்தத்தால் அழுதேன். 'படம் வரைய உம்மா கலர் பென்சில் வாங்கித் தந்தாங்க உப்பா' என்ற மகளின் மகிழ்ச்சியில் நானென்ற உப்பா உடைந்தழுதேன். என் வெய்யில்கள் நிலவுகளாயின. குளிர், சூடாகக் கதகதப்பைத் தந்தது. பழைய அலைபேசி ஒன்றை வாங்கியபோது அந்த ஆனந்தம் எந்த நேரமும் என் விரல் நுனியிலிருந்தன. நோக்கியாவின் அந்தச் சின்ன அலைபேசி வழியாக மனைவியின் முத்தங்கள் என்னை வந்தடைந்தன. சுட்டெரிக்கும் வெயிலில் நடுத்தெருவில் நின்றபடி நான் அந்த முத்தங்களை ஏற்று வாங்கிக்கொண்டேன்.

ஒரு வருடமும் இரண்டு மாதங்களும் முடிந்த நாளில், எனக்கு அண்ணனுடன் மிஸ்ரலுக்குப் போகும் வாய்ப்புக் கிடைத்தது. கஃபீல்களுக்கு அங்கே சொந்தமாக ஃபிளாட் இருந்தது. அந்த ஃபிளாட்டின் சுவர்களில் அவர்களுக்குப் பூக்களும் கொடிகளும் தேவையாக இருந்தன.

தலைநகரமான கெய்ரோவில்தான் அந்த ஃபிளாட் இருந்தது. இருபது மாடிகளுள்ள கட்டிடத்தில் பதினெட்டாம் மாடியில் கஃபீலின் வீடு.

அங்கே விடியல்களில் பேரழகிகளான பெண்கள் கட்டிடத்தின் முன்னால் நிறுத்தியிருக்கும் கார்களைக் கழுவிச் சுத்தம் செய்தார்கள். கார் உரிமையாளர்கள் அவர்களுக்குச் சில்லறைகளை

விட்டெறிந்தார்கள். அங்கே அன்று ஹுஸ்னி முபாரக்கின் ஆட்சிக்காலம் நடந்து கொண்டிருந்தது. இரவுகளில் கெய்ரோவின் தெருக்களில் நான் அலைந்து திரிந்தேன்.

என் அலைபேசியின் சிம் கார்டு சவுதியில் வாங்கியது. அதை உபயோகப்படுத்தி நான் கேரளாவுக்குக் கூப்பிட முடியாது. அங்கே இருக்கும்போது எங்கள் இருவருக்கும் செலவழிக்கவுள்ள எகிப்தின் பவுண்டும், போதாதற்கு ரியாலும் அண்ணனிடம் கஃபீல் கொடுத்திருந்தார். செலவுக் கணக்கெல்லாம் என்னை வைத்துத்தான் அவர் எழுதுவார். அது தன்னுடைய பணமென்றுதான் என்னிடம் சொல்லியிருந்தார். அவருடைய அலைபேசியில் எங்கள் இரண்டு பேருக்குமாக ஊருக்கும் சவுதிக்கும் கூப்பிட முடிகிற எகிப்தின் சிம் கார்டை கஃபீல் அவரிடம் கொடுத்திருந்தார்.

மனைவி மக்களைக் கூப்பிட, அவர்கள் குரல் கேட்க எனக்கு எந்த வழியும் தெரியவில்லை. அங்கேயிருக்கும் தொலைபேசி மையங்களுக்குப் போய் கொஞ்சம் தெரிந்த ஆங்கிலத்தில் நான் என்னென்னவோ கேட்டுப் பார்த்தேன். நான் பேசிய உடைந்த ஆங்கிலம் அவர்களுக்கும் அவர்கள் பேசும் கொடும் அரபி எனக்கும் புரியவில்லை.

ஒரு நாளில் இரண்டு மூன்று முறை அண்ணன் ஊருக்கு அழைத்து அவருடைய மனைவியிடமும் பிள்ளைகளிடமும் பேசுவதை நான் பார்த்திருக்கிறேன். அந்த செல்பேசியை ஒருமுறை தந்தால் நானும் பேசலாம். அது நோன்புக் காலம். போனமாதம் நான் மனைவிக்கு அனுப்பி வைத்த கொஞ்சமே கொஞ்சம் பணம் செலவாகி முடிந்திருக்கும்... பெருநாளுக்குப் புதுத்துணி இல்லாமல் என் பிள்ளைகள் துக்கப்படவில்லை. அவர்களுக்கு அது பழக்கம்தான்... ஆனால் உணவில்லாமல்...

அந்தத் தெருக்களில், உள்ளே எரியும் நெருப்புடன் நான் நடந்து கொண்டிருந்தேன். சுற்றிலும் கடைகளிலிருந்து ஆட்கள் ஹுக்கா

புகைத்துக் கொண்டிருந்தார்கள். புகையிலையின் அந்த மணங்களில் நானொரு மலையாளியைத் தேடி அலைந்தேன். கண்டுபிடித்துவிட்டால் நான் அவருடைய அலைபேசியிலிருந்து ஊருக்கு ஒருமுறை கூப்பிட முடியலாம். ‘உனக்கு ஊருக்குக் கூப்பிட வேண்டாமா?’ என்று கேட்டு அண்ணன் அலைபேசியைத் தராமல் போனதில் எனக்குத் துக்கமெல்லாம் ஒன்றுமில்லை. ரத்த உறவுகளுக்கு வாழைநாரின் பலமே உள்ளதென்று நான் சிறு வயதிலிருந்தே புரிந்து கொண்டிருந்தேன்.

குழந்தைகளும் மனைவியும் என் குரல் கேட்காத துக்கத்திலிருக்கலாம். என் அலைபேசியில் சவுதியின் சிம் கார்டு இருப்பதால் அது செத்துப் போயிருந்தது. வரும்போது கப்பலில் ஏறும்வரை நான் அவளை அழைத்திருந்தேன். எகிப்தில் அந்த சிம் கார்டை உபயோகிக்க முடியாதென்று எனக்குத் தெரியாது.

பெருநாளின் காலையும் விடிந்தது. அடுக்குமாடிக் குடியிருப்பின் உயரத்திலிருந்து நான் கீழே பார்த்தேன். கெய்ரோ நகரத்தின் வழியாக நைல்நதி வழிந்தோடி வருவதைப் பார்க்க முடியும். மூடுபனியைப்போல சாரல்மழை பெய்வதைப் பார்க்க முடியும்... பெருநாளின் உற்சாகமொன்றும் அந்தக் காட்சிகளிலிருந்து எனக்குள் படரவில்லை. ஆகாயத்திலிருந்து இறங்கி வரும் மழைத்துளிகளைப் பார்த்துக்கொண்டு நான் நின்றிருந்தேன். குளிர்க்காற்று என்னைத் தழுவியது. பக்கத்துக் குடியிருப்பிலிருந்து ஒரு யுவதி என்னை நோக்கிக் கையசைத்துப் பெருநாள் வாழ்த்துச் சொன்னாள். எங்களுக்கிடையில் மூடுபனி போல மழை பெய்தது.

அந்த மழையில் நான் என்னுடைய பிள்ளைகளைப் பார்த்தேன். ஒரு மருதாணி ட்யூப்கூடக் கிடைக்காத வேதனையை உள்ளே ஒதுக்கி நின்ற மூத்த மகளைக் கண்டேன். ஒருபோதும் நிறையாத அவளுடைய கண்களில், கண்ணீர் துளிர் விடுவதைக் கண்டேன். இரண்டாவது மகள் அழுக்கான உள்ளாடை அணிந்து என்னைப் பார்த்துச் சிரித்தாள்.

சிரிக்கும்போது சின்னதாகும் அவளுடைய கண்களில் கண்ணீர் படர்வதை ... அந்த கண்ணீரைப் பார்த்து மனைவியின் நெஞ்சம் வெடிப்பதை...

கீழே சாலையில் புதுத் துணியுடுத்தி ஆண்களும் பெண்களும் மசூதிக்குப் போய்க் கொண்டிருந்தார்கள். அண்ணன் பின்னால் வந்து நின்றார். அவர் தடவியிருந்த அத்தரின் வாசம் என்னைத் தொட்டது. முந்தின நாளே அவர் என்னிடம் சொல்லியிருந்தார். இங்கே \*உமர் கத்தாபு கட்டிய மசூதி இருக்கிறதென்றும் அங்கே பெருநாளன்று தொழுகைக்குப் போகலாமென்றும் அதை முடித்துக்கொண்டு உலக அதிசயங்களில் ஒன்றான பிரமிடுகளைப் பார்க்கலாமென்றும்...

என் மனைவியும் பிள்ளைகளும் பெருநாள் விசேஷங்கள் ஏதுமில்லாமல், கொஞ்சம் இனிப்பைக்கூட ருசிக்க முடியாமல் ஊரில் உயிருடன் இருக்கும்போது எனக்கு மசூதிக்கும் பெருநாள் தொழுகைக்கும் போக வேண்டாம். நான் அதை அப்படியே அவரிடம் சொன்னேன். அவர் கண்களை அகல விழித்தபடி என்னைப் பார்த்தார்.

வர முடியாதென்று தீர்மானமாய்ச் சொன்னவுடன் அவர் என்னை அதிர்ச்சியுடன் பார்த்து, என்னைத் திட்டக்கூட மறந்து மின்தூக்கியைப் பார்த்து நடக்கத் தொடங்கினார். சில நொடிகளில் அவருடைய நீண்ட பைஜாமாவின் வெண்மை, பாதையினூடாக நடந்து அகல்வதை நான் மாடியிலிருந்து பார்த்தேன்.

அவர் செல்பேசியை அங்கே வைத்துவிட்டு போவாரென்று நான் நினைத்தேன். ஆனால், அவர் அதை எடுத்துக் கொண்டு போயிருந்தார். அந்தச் சுவர்களில் வரைந்து வைத்த பூக்களும் கொடிகளும் அவற்றின் வர்ணங்களும் அப்படியே பற்றி எரிவதை நான் பார்த்தேன்.

\*உமர் கத்தாபு - இஸ்லாமில் இரண்டாம் கலீஃபா.

என்னுடைய அலைபேசியை எடுத்து எண்களைத் தட்டி மனைவியின் எண்ணுக்கு ஊருக்குக் கூப்பிட்டேன். அந்தச் சின்னக் கருவிக்குள்ளிருந்து அரபியில் என்னென்னவோ சொல்லிக்கொண்டே போனார்கள். நான் எதையும் கேட்கவில்லை.

நான் பேசிக் கொண்டிருந்தேன். முதலில் மூத்த மகளிடம்... பிறகு இரண்டாவது மகளிடம்... அப்புறம் மகனிடம்... பிறகு மனைவியிடம்.... முன்னால் பெய்யும் சீரான மழையை நான் அப்போது பார்க்கவில்லை. ஆர்ப்பரித்துப் பெய்யும் பெரு மழை... சொந்த மண்ணின் மழை... மரங்கள் காற்றிலாடி உலையும், செம்மண் பாதைகள் வழிந்தோடும் பெருமழை பெய்து நிற்கும் வரை நான் பேசிக் கொண்டேயிருந்தேன்.

அண்ணன் மசூதியில் தொழுகை முடிந்து திரும்பி வந்ததையோ, என் குணத்திலுள்ள சின்னப் பித்து முழுப்பைத்தியமாக மாறித் தனியாக நின்று பேசுவதைக் கண்டு அதிர்ந்து நிற்பதையோ எதையும் நான் பார்க்கவில்லை.... உணரவில்லை...

கீழே....

நகரத்தில் புரண்டுவரும் நைல்நதியில் மழைத்துளிகள் விழுந்து கலப்பதை நான் அந்த உயரத்திலிருந்து பார்த்தேன்.

கண்ணீரின் படலங்களில் அடர்த்தியாய் வரும் கண்ணீர், காட்சிகளை மறைப்பதுவரை நான் அந்த மழையைப் பார்த்தபடி நின்றிருந்தேன்.

## உடல் பசி

என்னுடைய ஒரு தூரத்து உறவினன் மன்சூர். நிலம்பூரில் வசிக்கிறான். கொஞ்ச நாட்களுக்கு முன்பு அவன் இங்கே, எங்கள் வீட்டில் தங்கி என்னுடன் வண்ணமடிக்கும் வேலைக்கு வந்திருந்தான். மாநிறமாக, அழகான கண்களும் சுருண்ட முடியுமாகப் பார்க்க மிக அழகாக இருப்பான். குறைவாகத்தான் பேசுவான். தலை குனிந்தேதான் நடப்பான். அவனுடைய உம்மா பைத்தியம் பிடித்துக் காலில் சங்கிலி கட்டி, இருண்ட அறையில் பல நாட்கள் அவஸ்தைப்பட்டு நரக வேதனையடைந்து இறந்தாள். உம்மாவுடைய சிகிச்சைக்கும் மந்திர பூஜைக்குமாகப் பணம் செலவிட்டு ஊரெல்லாம் நடந்து அலைந்து அவனுடைய உப்பாவும் மரித்துப் போனார்.

உம்மாவும் உப்பாவும் இறந்த அனாதையான நாட்களில் அவன் எங்கள் வீட்டிற்கு வந்தான். அவனுக்கு உடன்பிறந்த ஒரு அண்ணன் மட்டுமே இருந்தான். உம்மா நடந்த சங்கிலிச் சத்தத்துடன் தம்பி நடக்காமலிருக்க அண்ணன், அவனை இங்கே கொண்டுவந்து விட்டான். எவ்வளவு பெரிய நகைச்சுவையைக் கேட்டாலும் அவன் சிரிக்க மாட்டான். வீட்டிலும் வேலையிடத்திலும் அவன் மௌனியாயிருந்தான். அவனுடன் லீனா தியேட்டரில் 'கிலுக்கம்'

படம் பார்த்தது இன்றும் எனக்கு ஞாபகம் இருக்கிறது. தியேட்டரே குலுங்கிச் சிரித்தபோதும் அவன் மரண வீட்டிலிருப்பது போலத் திரைச்சீலையைப் பார்த்தபடி அமைதியாயிருந்தான்.

அவனுடைய மின்னும் கண்களைப் பல பெண்களும் ஆசையோடு பார்த்தார்கள். அவனுடைய பார்வை எப்போதும் சூன்யத்திலேயே இருந்தது. அதில் அவன் தன்னுடைய உம்மாவையும் உப்பாவையும் பார்த்துக் கொண்டிருக்கலாமென்று நான் எப்போதும் நினைப்பேன். அவனுக்கும் என்னுடைய வயதுதான் இருந்தது. நாங்கள் ஒன்றாய் வேலை பார்த்தோம். ஆடைகளை மாறிமாறி அணிந்து கொண்டோம். ஒரே பாயில் படுத்து உறங்கினோம்.

அவனுடைய அண்ணன் வெளிநாட்டிற்குப் போய் வந்து, திருமணம் செய்து கொண்டபோது, தம்பியை அழைத்துக்கொண்டு போனார். திரும்பிப் போக அவனுக்குப் பிடிக்கவேயில்லை. அந்த வீட்டில் அவனுடைய உம்மா நரகத்தை அனுபவித்திருந்தாள். அந்த நரகத்தின் தீயை அணைக்க, அவனுடைய உப்பா ஓடித் தளர்ந்து சாய்ந்த வீடாயிருந்தது அது. விடுமுறை முடிந்து அண்ணன் திரும்பிப் போகும்போது அண்ணி தனியாக இருப்பார்களேயென்று கட்டாயப்படுத்தி அவனை அழைத்துப் போனார். போகும்போது அவன் என்னை முறைத்துப் பார்த்தான். அந்தப் பிரகாசிக்கும் கண்களின் ஓரத்தில் எங்கேயோ கண்ணீரின் ஈரத்தை நான் கண்டுணர்ந்தேன்.

அண்ணன் விடுமுறை முடிந்து திரும்பிப்போன நாட்களில் அவ்வப்போது அவன் இங்கு வந்து கொண்டிருந்தான். கையில் ஒரு பெரிய பிளாஸ்டிக் பை நிறைய பேக்கரிப் பலகாரங்களையும் பழங்களையும் வாங்கிக்கொண்டு வருவான். வந்தால் இரண்டு மூன்று நாட்கள் தங்கிவிட்டுப் போவான். ஒவ்வொரு வருகையிலும் அவனுடைய கண்களின் பிரகாசம் மங்கிப் போவதையும் உதடுகளில் செயற்கையான ஒரு சிரிப்புப் படர்வதையும் என்னால் பார்க்க முடிந்தது.

வாழ்க்கையென்ற ஓட்டப்பந்தயத்தில் பலவற்றையும் நான் மறந்தது போல அவனையும் மறந்து போயிருந்தேன். அவனுடைய அண்ணனுக்குக் குழந்தைகள் பிறந்தன. அவனையும் அண்ணியையும் சேர்த்துக் குறுங்கதைகளும் சிறுகதைகளும் எங்களை வந்தடைந்தன. பெரும்பாலானவற்றை நம்பவே முடியவில்லை. எங்கள் வீட்டிற்கான அவனுடைய வருகை மொத்தமாக நின்றது.

நான் அவன் வீட்டைப் பார்த்திருக்கிறேன். அவனுடைய உம்மா படுத்திருந்த இருளறையைப் பார்த்திருக்கிறேன். ஒருபோதும் திறக்காத ஜன்னலுக்கு அப்பால் கட்டில் காலில் இணைத்திருந்த சங்கிலியைப் பார்த்திருக்கிறேன். அந்தச் சங்கிலியின் மற்றொரு மூலைக்கண்ணி இணைத்திருக்கிற கால்களின் காயங்களைப் பார்த்திருக்கிறேன். அவளுடைய பித்தின் சங்கிலிச் சத்தத்துடன் நரகத்தைச் சகித்த அதே வீட்டில் அவன் மற்றொரு பித்துப் பிடித்து அலைந்து கொண்டிருந்தான். அண்ணன் மனைவியின் உடலுக்குள்ளான, அவனுடைய நடை அவனுடையது மட்டுமேயானதாக இருக்கவில்லை. இரண்டு உடல்கள், அதன் தேவைகளுக்கான கேள்வியோடு நரம்புகளின் அலறிப் பாயும் ரத்தத்திற்குப் பதில் சொல்லிக்கொண்டிருந்தன. நான் எழுதும் இந்த வார்த்தைகளுக்கு அந்தப் பதில்களை விளக்கும் வலுவில்லை. மனிதன் என்ற அற்புதத்திற்கு முன்னால் மீண்டும்மீண்டும் என் வார்த்தைகள் இலக்கணம் தப்பிப் போகின்றன.

வெளிநாட்டில், ஏதோ அரபியின் திட்டும் அவமானங்களும் சகித்து மாதச் சம்பளத்துக்கு ஒரு வீட்டில் கார் ஓட்டுநராக அடிமை வேலை செய்யும் அண்ணனுடைய காதுகளில் இந்தச் செய்தி எட்டின நொடியை உங்களால் கற்பனை செய்து பார்க்க முடியுமா...? மிகவும் துடித்துப்போன அந்த மனிதனின் கண்களில் அப்போது உறைந்து நின்றதை உதிரம் என்று சொல்லிவிட முடியுமா...? அந்த அண்ணனைச் சுற்றிலும் மணல்காடுகள் அலறி அழைத்திருக்கும். தம்பியின்

கையையும் பிடித்துத் தான் நடந்த வழிகளை அவர் நினைத்திருக்கலாம். அவனைத் தோளில் ஏற்றி நடந்த விளையாட்டு மைதானங்கள் பற்றியெரிந்திருக்க வேண்டும். ஆனாலும் ஆனாலும் அந்த மனிதன் தம்பியிடமும் மனைவியிடமும் கோபத்தைக் கொட்டிவிடாமல் மன்னித்து, அவனுக்கொரு கல்யாணம் செய்து வைக்க முயன்றார். அவன் ஒத்துக் கொள்ளவில்லை.

என் உப்பாவுக்கு முன்னால் உட்கார்ந்து அந்த மனிதன் நெஞ்சு வெடித்து அழுதார். எப்படியாவது அவனை இந்த உறவிலிருந்து பிரித்துத் திருமணம் செய்துவைக்க வேண்டுமென்று அழுகையும் துக்கமுமாகச் சொன்னார். ஆனால் அவன் ஒத்து வரவில்லை, யாருடைய வார்த்தைகளும் அவன் காதுகளில் ஏறவேயில்லை. அவன் மற்றொரு திருமணம் செய்வது அந்தப் பெண்ணிற்கும் பிடிக்கவில்லை.

அவர்கள் இருவரும் தீராத உடற்பசியின் வழிகளில் நடந்தார்கள். அதில் பித்தேறி அண்ணன் ஊரிலிருக்கும் போதும் அவர்கள் இணைந்தார்கள். ஊர்க்காரர்களின் உறவுக்காரர்களின் பரிகாசத்தின் முன்னால் சொந்தப் பிள்ளைகளை நெஞ்சோடு சேர்த்தணைத்து அந்த மனிதன் நடந்த வழிகளுக்கு நெருப்பின் மணமிருந்திருக்க வேண்டும். அவருடைய வியர்வையின் விலையைப் பறித்தெடுத்து அவர்கள் இருவரும் சாப்பிட்டார்கள், ஆடைகள் வாங்கினார்கள். அவர்கள் இணைந்த அந்த வீடுகூட அண்ணனின் வியர்வைக்கான விலையாக இருந்தது.

குழந்தைகளை வேறொரு சொந்தக்காரரின் வீட்டில் விட்டுவிட்டு அவர் மீண்டும் சவுதிக்குத் திரும்பிப் போனார். எந்த நெருப்பிலிருந்து எந்த நெருப்புக்குத்தான் மாறி போகிறோமென்று அவர் புரிந்துகொண்டிருக்க வேண்டும். அந்த விமானத்திலிருந்து அவர் இந்தப் பூமியைக் கண்ணீருடன் பார்த்திருக்கலாம். அகன்று அகன்று போகும் பசுமைகளுக்கிடையில் தன் வாழ்க்கை தகர்ந்து சிதறிக் கிடப்பதை அவர் பார்த்திருக்க வேண்டும்.

அண்ணன் இல்லாத வீட்டில் அவர்கள் கணவன் மனைவியாய் வாழ்ந்தார்கள், இன்றும் வாழ்கிறார்கள். அந்தப்பெண் தன் குழந்தைகளைத் தேடிச் செல்லவில்லை. அவர்கள் சொந்தக்காரர்களின் வீட்டில் முற்றிலும் அனாதைகளாய் வளர்ந்தார்கள். பக்கத்து வீட்டு ஆட்கள்கூட அங்கே போவதில்லை. நானும் போகவில்லை. என் பைத்தியக்காரத்தனமான காமக்கனவுகளில் கூட அப்படியொரு உறவினை ஏற்றுக் கொள்ள என்னால் முடியாது. அதைவிடக் குறைந்த முற்போக்கு எண்ணமே போதுமென்ற, என் நிலைப்பாடுகளிடம் மன்னிப்புக் கேட்க வேண்டிய அவசியம் எனக்கில்லை.

அவளுக்குக் குழந்தை பிறந்தது. அதே அவனுடைய கண்கள் கொண்ட மகனுக்கு இப்போது பதினேழு வயதாகிறது. அவனுடைய அதே சுருள்முடி... அதே தோல்நிறம்... சமீபத்தில் அந்தக் குழந்தையைப் பார்த்தபோது நான் அவனில் மன்சூரைத்தான் பார்த்தேன். யாரிடமும் அதிகம் பேசாத, சிரிக்காத அந்தப் பழைய இளமையின் ஆரம்பக்காரனை....

அந்த முறை துபாய்க்குப் போன அவர் சீக்கிரமே திரும்பி வந்தார். அவர் வீட்டுக்குப் போகவில்லை. உடல் நிலையைப் பார்க்கச் சொல்லி மருத்துவமனைக்குப் போகச் சொன்ன யார் பேச்சையும் அவர் கேட்கவில்லை. அவர் கடைத்தெருவிலிருந்து வெற்றிலை வாங்கிப் போட்டுக்கொண்டார். புகை பிடித்தார். குழந்தைகள் தங்கியிருக்கும் சொந்தக்காரர்களின் வீட்டுக்கும் கடைத்தெருவுக்கும் நேரம் காலமில்லாமல் நடந்து கொண்டேயிருந்தார். அவர் நடந்த வழிகளில் வெற்றிலைச் சாறு, வாழ்க்கை நஷ்டமடைந்து போன ஒரு மனிதனின் குருதியாக அடையாளப்பட்டுக் கிடந்தது. எரித்து தீர்ந்த அந்த சிகரெட் துண்டுகளில் கண்ணீரின் உப்பு நிறைந்திருந்தது.

மன்சூரே...

சொந்த அண்ணன் பைத்தியம் போல அலைந்து திரியும்போது அவனுடைய மனைவியுடன் எப்படி இணைசேர முடிந்ததென்று நான் கேட்கவில்லை. அவனுடைய வியர்வையின் விலையான அந்த வீட்டிற்குள் உனக்கு எப்படி வெடிச்சிரிப்பு சிரிக்க முடிகிறதென்றும் கேட்கவில்லை. அவனுடைய குழந்தைகள், உன்னைத் தன் உயிருக்கும் மேலாக நேசித்த அண்ணனின் குழந்தைகளை நீ போய் ஒருமுறை பார்த்திருக்கலாம். அன்பு இருப்பதாய் நடித்தாவது அவர்களுடைய தலையைக் கோதி விட்டிருக்கலாம். அந்தக் குழந்தைகளின் களங்கமற்ற கண்களை ஒருமுறையாவது பார்த்திருக்கலாம். அவர்களுடைய அம்மாதான் உன்னுடன் உடல் பங்கிடுகிறாளென்று நீ நினைத்திருக்கலாம்.

ஒன்றையும் நீ செய்யவில்லை. நீ உன் உடற்பசிக்கு அன்னம் தேடிக் கொண்டிருந்தாய். எவ்வளவு உண்டாலும் தீர்க்க முடியாத அந்தப் பசியில் நீ மறந்தது உன் அண்ணனை மட்டுமல்ல, அந்த இரண்டு குழந்தைகளையும் அம்மா இல்லாமல் வளரும் அவர்களுடைய பால்யத்தையும் சேர்த்தே மறந்து போனாய்.

உங்களுடைய பசிக்கும் மறதிக்கும் அப்பால் உன் அண்ணன் எதையும் சகிக்க முடியாமல் கதறி அழுது கொண்டிருக்கிறான். அவருடைய மூளையில் பைத்தியத்தின் விதையை நீங்கள்தான் விதைத்தீர்கள். அது முளைத்து முள்ளாகக் குத்தியபோது அந்த மனிதன் நடக்க ஆரம்பித்தான். விபத்தில் மரணம் என்ற செய்தி எந்தப் பத்திரிகையில் வந்தாலும், நான் அதை நம்பமாட்டேன், நான் அப்படியானச் செய்திகளை வாசித்தேன். அதை வாசித்துக் கேட்ட என் உம்மா, உனக்குச் சோறு போட்ட நாட்களைச் சபித்துக் கொண்டிருந்தாள்.

உன் அண்ணன் மதில் சுவரில்லாத கிணற்றில் இறந்து கிடந்தார். அவர் நடந்த வழிகளில் ரத்தச் சிவப்பில் வெற்றிலைச்சாறு சிதறிக் கிடந்தது. அவரைத் தேடி அலைந்தவர்கள் வெற்றிலைச் சாற்றின்

அடையாளங்களைப் பின் தொடர்ந்து அந்தக் கிணற்றின் கரையில் போய்ச் சேர்ந்தனர். அது விபத்து மரணமோ தற்கொலையோ அல்ல, நீ என்ற தம்பி அந்த அண்ணனைக் கொன்றிருக்கிறாய்... நான் அதை உன்னிடமும் சொல்லியிருக்கிறேன். இதோ இப்போது மன்சூரே... நான் அதை எழுதியும் விட்டேன். உன்னைக் குற்றம் சுமத்த ஆதாரங்களில்லை. நீ அவரைக் கிணற்றில் தள்ளிவிடவில்லை. சரிதான். ஆனால், அந்த வழி, பித்தின் வெயில் நிறைந்த பாதையை அவருக்குக் காண்பித்து, அதில் அவரை நடக்க விட்டது நீதான். நீங்கள் இருவரும்தான்.

என்றாவது ஒருநாள் நீ உன் முன்னாலேயே விசாரணைக்காக நிற்க வேண்டியிருக்கும். அன்று உன் கை கால்களும் தோலும் உனக்கெதிராகச் சாட்சி சொல்லும். உன் இடுப்பில் அந்த மாமிசக்கம்பி சாட்சி சொல்லும். உன் முடியிழைகள்கூடச் சாட்சி சொல்லும். நீ உனக்குத் தண்டனை கொடுக்க வேண்டியும் வரலாம். அந்தத் தண்டனை உன் உம்மாவும் அண்ணனும் அனுபவித்தறிந்த பித்தாய் மாறாமலிருக்கட்டும்.

# கைத்தடி ஊன்றி நடந்த காமம்

திருமணத்திற்கு முன்பு... இளமையின் கொடும் வெயில் காலம்... உடல் தேவையைத் தணிக்க எந்த வழியும் இல்லாத நாட்கள் அவை. பெண்ணென்றால் உடல் மட்டுமாய் சுருங்கியும்... கல்லில்கூடக் கவிதை உணர்ந்த வாலிபத்திலிருந்து நான் இன்னும் முன்னால் சென்றிருந்தேன்.

அந்தக் காலத்தில் சினிமா கொட்டகைகளில் மத்தியானக் காட்சி ஓடிக் கொண்டிருந்தது. சுட்டெரிக்கும் வெயிலேற்று வியர்வையில் குளித்துக் கூட்டத்தில் முண்டியடித்துச் சீட்டு வாங்கி, வெள்ளிக்கிழமைகளில் அந்த மத்தியானக் காட்சியை ஆட்கள் பார்த்து விடுவார்கள். முலைகளோ தொடைகளோ காட்சிப்படுத்தப் பட்டிருக்கும் படங்களாயிருந்தால் நான்கைந்து முறையாவது பார்வையாளர்கள் அந்தப் படங்களைப் பார்த்து விடுவார்கள்.

வாசிப்பு இருப்பதால் ஊர்க்காரர்களும் நண்பர்களும் எனக்கு அறிவுஜீவி என்ற பட்டத்தை மூளையில் ஏற்றி வைத்திருந்தார்கள். அப்படியான நான் மத்தியானக் காட்சி பார்க்கப் போவதென்பது கடும் குற்றமாக எனக்குத் தோன்றியது. ஆனால், ‘கசாக்கிற்கும் மய்யழிக்கும் ஆள் கூட்டத்திற்கும் மக்கொண்டைக்கும்’ அப்பால் என் நரம்புகள் பெண் நிர்வாணத்தின் காட்சிகளுக்காக ஏங்கிக் கொண்டிருந்தன.

கொஞ்சம் வாசிக்கும் ஒரு நண்பனுடன் முதல்முறையாக மத்தியானக் காட்சி பார்க்கப்போனது இன்றும் ஞாபகத்தில் தங்கியிருக்கிறது.

பார்த்தும் பதுங்கியும் கையால் முகத்தை மறைத்தும் ஆர்ப்பரித்துக் கூச்சலிடும் அந்தக் கூட்டத்தில் நானும் ஒருவனாய் வரிசையில் நின்றேன்.

தியேட்டரில் படம் தொடங்கியபின் உள்ளே போய்க் கிடைத்த இருக்கையில் உட்கார்ந்து கால்களை முன்னாலிருக்கும் சீட்டில் ஏற்றி வைத்தபோது, அங்கேயிருந்து அடிக்க எழுந்த ஆள், உப்பாவைப் போன்ற வயதுள்ள, கொஞ்சமும் நாகரிகமல்லாத பேச்சுகளைப் பேசுவதையும் அன்று கேட்டேன். என் உப்பா என்ன ஆனாலும் இப்படியான வேலை செய்ய மாட்டார் என்ற நம்பிக்கையில், பழக்கப்பட்டவர்களைப் பார்க்கப் பயந்து நான் திக்கித் திணறி மறைந்திருந்தேன். படம் தொடங்கி, கொஞ்ச நேரமானதும் கூச்சலிடவும் இருக்கைகளில் இடிக்கவும் ஆரம்பித்தார்கள்.

''பிட்டப் போடுடா நாயே'' என்ற கூச்சல்கள் பல தொண்டைகளிலிருந்தும் உயர்ந்தன. கொஞ்சம் நேரம் பார்வையாளர்கள் கூச்சலிட்டபோது திரைச்சீலையில் இருட்டு படர்ந்தது. அப்போது கைதட்டலும் ஆனந்த நடனங்களும் நடத்தப்பட்டன. பிறகு வெளிச்சம் வந்தபோது மங்கிய ஒரு பெண்ணுடல் திரையில் தெரிந்தது. வெளிநாட்டுப் பெண். ரகசிய இடங்களெல்லாம் கருப்பு வண்ணமடித்து மறைத்திருந்தன. பார்வையாளர்கள் எவ்வளவு கத்திக் கூச்சலிட்டபோதும் அந்தக் கருப்பு வண்ணத்தை நீக்க சினிமா தியேட்டரின் நிர்வாகம் ஒப்புக் கொள்ளவில்லை. இருப்பதை வைத்துத் திருப்தியடைந்து பார்வையாளர்கள் அமைதியானார்கள்.

படம் முடிந்தபோது நானும் நண்பரும் பரஸ்பரம் முகத்தைப் பார்த்துக் கொண்டோம். இதற்காகவா இவ்வளவு பேர் ஒன்றாய்

இங்கே வருகிறார்களென்று ஆச்சர்யப்பட்டோம். இயல்பாகவே அந்த ஒருமுறையோடு காட்சிகள் முடியவில்லை. பிறகும் பிறகும் நான் அந்த சினிமா கொட்டகைகளில் கூச்சல்களுக்கும் முழு நிர்வாணத்திற்கும் பயணப்பட்டேன். வெள்ளிக்கிழமைகளில் படம் மாறி இரண்டு மூன்று நாட்கள் கடந்தால் கூட்டம் குறையும். பழக்கப்பட்டவர்கள் அதிகமாக இருக்க மாட்டார்கள். அது புரிந்தபோது புதன்கிழமைகளில் என் தீர்த்த யாத்திரை தொடங்கியது.

எப்போதும் மத்தியானப் படம் பார்க்க வரும் ஒரு தாத்தா எங்களுடன் இருந்தார். தலைமுடியெல்லாம் நரைத்துத் தோலெல்லாம் சுருங்கிப்போன அவர் கைத்தடி ஊன்றியபடி மரணவீட்டுக்குப் போவதுபோல மெல்ல நடந்து வருவார். அந்த முகத்தில் ஆனந்தமோ சிரிப்போ இருக்கவில்லை. என்னவாகயிருக்கும் அவருடைய நினைவுகளிலென்று யௌவனத்தின் நெருப்பில் நின்றாடும் நான் ஆச்சரியப்படுவேன். அவருடைய நரம்புகளிலும் ஆதி உணர்வைச் சுமந்து கொண்டு ரத்தம் அலறிப் பாய்கிறதென்று நான் சமாதானமடைவேன்.

ஒருமுறை மட்டுமே நான் அவருடைய பக்கத்தில் உட்கார்ந்து படம் பார்த்தேன். அந்த முகத்தில் ஏதாவது பாவனை மாற்றம் தென்படுகிறதா என்று தெரிந்துகொள்ள இரண்டு இருக்கைகள் தள்ளி நான் உட்கார்ந்தேன். படம் தொடங்கி கொஞ்ச நேரத்தில் திரையில் ஒரு பெண்ணின் கால் முட்டி தெளிவாய்த் தெரிந்தது. கால் முட்டிக்குக் கொஞ்சம் மேலே, கொஞ்சம் கீழே, மேலும் உயர்ந்து ஒரு சிவப்புத் துணி, திரையை அசைத்துக் கொண்டிருந்தது. தாத்தாவின் கை இடுப்பிலிருந்தது. மனக்கிளர்ச்சிக்கு இணையாக எழும்பாமல் உறங்கிக் கிடந்த உறுப்பைப் படம் முடியும்வரை அந்த மனிதன் எழுப்ப முயன்று தோற்றுப் போனார்.

எனக்கு அவரிடம் மட்டும் பரிதாபம் தோன்றவில்லை, முழு ஆண் வர்க்கத்தின் மீதும் அப்படித்தான் இருந்தது. ஒவ்வொரு முறையும் தன்

செத்துப் போன உறுப்பை உணர்த்தி எடுத்து உயிர் கொடுக்க முயன்று ஏமாந்து போகும் அந்த மனிதன்மேல் என்னவென்று தெரியாத அன்பும் தோன்றியது. மனிதன் என்பவன் அப்படியொன்றும் மேன்மையான பதம் இல்லையென்றாலும், மனிதன் எப்போதும் மனிதன்தானென்று நான் என்னிடமே சொல்லிக்கொண்டேன். ஒவ்வொரு முறையும் தாத்தா இளவயதினரின் பரிகாசங்களை ஏற்றுக் கொண்டார்.

"எதுக்கு கெழவா, சாவப்போற காலத்தில இங்க வர்றே?" என்று பலரும் உரக்கக் கேட்டார்கள். கேட்ட பலருக்கு அறிவில்லாமலிருந்தது, அவருக்குக் காது கேட்காதென்று தெரியாது... "எதைப் பார்க்க இங்க வர்றே?" என்று கேட்பவர்களுக்கு அவருக்குக் கண் சரியாகத் தெரியாதென்றும் தெரியாது.

மங்கிய கண்ணும் அடைபட்ட காதுகளுமாய்த் திரைச்சீலையில் அவர் கேட்டதும் கண்டதும் என்னவென்று அவருக்கு மட்டுமே தெரியும். ஆறு கிலோமீட்டர்கள் நடந்துதான் அவர் வருகிறார். உள்ளே அப்போதும் அணையாமல் கிடந்த காமம் எனும் அக்னிக்கு முன்னால் அவர் இயலாதவராக இருக்க வேண்டும். தான் ரசித்த இணைச் சேரல்களின் பழைய நினைவுகள் அந்த மூளையில் அழியாமல் தங்கியிருக்க வேண்டும். அவ்வளவு தூரத்தையும் நடந்துவர அவர் எவ்வளவு பித்துப் பிடித்தவராக இருக்க வேண்டும்...

எல்லாப் பரிகாசங்களுக்கும் ஆவேசங்களுக்கும் கேலிக்கும் அணையாத அக்னிகளுக்கும் முன்னால் ஒருநாள் அவர் சினிமா கொட்டகைக்குப் போகும் வழியில் இறந்து கிடந்தார். சுற்றிலும் ஆட்கள் கூடி நின்றிருந்தார்கள். நான் ஆள் கூட்டத்திற்கு நடுவே எட்டிப் பார்த்தேன். தன் கைத்தடியை அப்போதும் அவர் இறுகப் பிடித்திருந்தார். கவிழ்ந்து படுத்திருக்கும் அந்த முகத்தை எறும்புகள் சாரையிடத் தொடங்கியிருந்தன.

யாராவது ஒருவர், ஒரே ஒருவர் அவருக்குக் கூட்டாக இருந்திருந்தால் வயோதிகத்தின் பயங்களுக்கும் நோய்மைகளுக்கும் இயலாமைகளுக்கும் தனிமைப்படல்களுக்கும் நடுவே, கை பிடிக்க யாராவது இருந்திருந்தால், அவர் சொல்வதைக் கேட்க யாராவது இருந்திருந்தால், அவர் இந்தப் பெண்ணுடல்களின் மத்தியானக் காட்சிகளுக்காக வெயில் வழிகள் தாண்டி வந்திருக்க மாட்டார்.

அவரைத் தெரிந்தவர்கள் அந்தக் கவிழ்ந்து படுத்திருக்கும் கிடப்பில் பிரத்யேகமாய் ஒன்றும் தோன்றாமல் சினிமா கொட்டகையின் வழியில் நடக்க ஆரம்பித்தார்கள். ஆள் கூட்டத்திலிருந்து பிரிந்து பஸ் ஏறத் திரும்பி நடக்கும்போதும், அந்த இரவின் அகாலத்திலும் மேலும் நிறைய இரவுகளிலும் அவர் என் முன்னால் வந்து நின்றார். உடைந்த கண்ணாடித் துண்டுகளுக்குப் பின்னால், அந்தக் கண்களில் நீர் சுரப்பதை நான் பார்த்தேன். அவருடைய கைகள் இடுப்பில் துடித்துக் கொண்டிருந்ததை உயிர்ப்பிக்க முயன்று தோற்றுப் போவதை நான் உணர்ந்தேன்.

பிரிய மனிதனே... என்னதான் நீங்கள் இந்த வாழ்விலிருந்து கிடைக்கப் பெற்றீர்களென்று எனக்கு கேட்கத் தோன்றியது. எந்த அன்பான முத்தங்களுக்காக, எந்தப் புணரலின் சுக சலனங்களுக்கான ஆவேசங்கள் உங்களை இவ்வளவு தூரம் கைத்தடி ஊன்றி நடக்க உந்தித் தள்ளியது?

மரணம்வரை மனிதனை வேட்டையாட முடிகிற புழு போலச் சிறுத்து மண்ணில் நழுவி உத்வேகப்படுத்தும் சக்தி படைத்ததா காமம் என்ற அற்புதம்?

தெரியவில்லை... எனக்கு முன்னால் அந்த மனிதன் நடந்து கொண்டிருக்கிறார். அவருடைய கைத்தடி தரையில் படும் சத்தங்களை நான் இப்போதும் கேட்டுக் கொண்டிருக்கிறேன். நான் அவரின் பின்னால் வெறும் பார்வையாளனாய் நடந்து கொண்டிருக்கிறேன். வெறும் மனிதனாக...